30 ದಿನಗಳಲ್ಲಿ ಇಂಗ್ಲೀಷನ್ನು ಕಲಿಯಿರಿ

ನೀವು ಭಾರತದಲ್ಲಿ ಯಾವುದೇ ಮೂಲೆಗೆ ಹೋದರೂ ಆಂಗ್ಲ ಭಾಷೆ ಗೊತ್ತಿದ್ದರೆ ಮಾತ್ರ ಬೇರೆಯವರೊಂದಿಗೆ ಮಾತನಾಡಲು ಮತ್ತು ಅವರು ಮಾತನಾಡುವುದನ್ನು ಅರ್ಥಮಾಡಿಕೊಳ್ಳಬಹುದು.

ಆಂಗ್ಲ ಭಾಷಾ ವಿದ್ವಾಂಸರಿಂದ ತಯಾರಿಸಲ್ಪಟ್ಟ ಈ ಪುಸ್ತಕದ ಮೂಲಕ ಕನ್ನಡ ಗೊತ್ತಿರುವ ಒಬ್ಬ ಸಾಮಾನ್ಯ ಮನುಷ್ಯನು ಸುಲಭವಾಗಿ ಆಂಗ್ಲವನ್ನು ಕಲಿತು ಸಮಾಜದಲ್ಲಿ ಒಂದು ಒಳ್ಳೆಯ ಮಟ್ಟಕ್ಕೆ ಬರಲು ಸಹಾಯವಾಗುತ್ತದೆ.

ಸಾಮಾನ್ಯ ಜನಕ್ಕಾಗಿ ಸರಳ ಮಟ್ಟದಲ್ಲಿ ಬರೆದ ಒಂದು ಒಳ್ಳೆಯ ಪುಸ್ತಕವಿದು.

30 ದಿನಗಳಲ್ಲಿ ಇಂಗ್ಲೀಷನ್ನು ಕಲಿಯಿರಿ

LEARN ENGLISH IN 30 DAYS THROUGH KANNADA

Dr. B.R. Kishore

ಡೈಮಂಡ್ ಪಾಕೆಟ್ ಬುಕ್ಸ್

ISBN : 81-288-1185-1

ಪ್ರಕಾಶಕರು : ಡೈಮಂಡ್ ಪಾಕೆಟ್ ಬುಕ್ಸ್ (ಪ್ರೈ) ಲಿ.
X-30, ಓಖಲಾ ಇಂಡಸ್ಟ್ರಿಯಲ್ ಏರಿಯಾ,
ಫೇಸ್ -II, ನವದೆಹಲಿ-110 020
ಫೋನ್ : 011-41611861
ಫ್ಯಾಕ್ಸ್ : 011-41611866
E - mail : sales@diamondpublication.com
Website : www.dpb.in

ಮೊದಲಸೆಯ ಮುದ್ರಣ : 2020

ಲೇಸರ್ ಟೈಪ್ ಸೆಟ್ಟಿಂಗ್ : ಗ್ಲೋಬಲಿಂಗೋ, ಚೆನ್ನೈ 044 - 24726753.

ಅನುಕ್ರಮಣಿಕೆ

1

ಅಕ್ಷರಮಾಲೆ

Alphabet (ಆಲ್ಫಾಬೆಟ್)

ಆಂಗ್ಲ ವರ್ಣಮಾಲೆಯಲ್ಲಿ 26 ಅಕ್ಷರಗಳಿವೆ. ಆಂಗ್ಲ ಅಕ್ಷರಗಳನ್ನು ಗೆರೆಯ ಮೇಲೆ ಬರೆಯಲಾಗುವುದು. ಇವುಗಳಲ್ಲಿ ದೊಡ್ಡ ಅಕ್ಷರಗಳು (Capital) ಮತ್ತು ಸಣ್ಣ (Small) ಅಕ್ಷರಗಳು ಎಂಬ ಎರಡು ಬಗೆಗಳಿವೆ. ಅವುಗಳು ಈ ಪ್ರಕಾರವಾಗಿವೆ –

A a (ಏ) B b (ಬೀ) C c (ಸೀ) D d (ಡೀ) E e (ಈ) F f (ಎಫ್) G g (**ಜೀ**) H h (ಎಚ್) I i (ಆಯ್) J j (ಜೆ) K k (ಕೆ) L l (ಎಲ್) M m (**ಎಮ್**) N n (ಎನ್) O o (ಓ) P p (ಪೀ) Q q (ಕ್ಯೂ) R r (**ಆರ್**) S s (**ಎಸ್**) T t (ಟೀ) U u (ಯೂ) V v (ವೀ) W w (**ಡಬ್ಲ್ಯೂ**) X x (ಎಕ್ಸ್) Y y (ವೈ) Z z (**ಝಡ್**)

ಇವುಗಳಲ್ಲಿ a, e, i, o, ಮತ್ತು u ಎಂಬ 5 ಸ್ವರಗಳು Vowels (ವೋವೆಲ್ಸ್) ಮತ್ತು ಉಳಿದವೆಲ್ಲಾ ವ್ಯಂಜನಗಳು Consonants (ಕಾನ್ಸನೆಂಟ್ಸ್). ದೊಡ್ಡ ಅಕ್ಷರಗಳು ಈ ಕೆಳಗೆ ಕೊಡಲಾದ ಸಂದರ್ಭಗಳಲ್ಲಿ ಉಪಯೋಗಿಸಬಹುದು.

1. ದೇವರು ಮತ್ತು ದೇವರ ಎಲ್ಲಾ ನಾಮಗಳನ್ನು ಮತ್ತು ಧಾರ್ಮಿಕ ಗ್ರಂಥಗಳಲ್ಲಿ ಬಳಸುವಾಗ ಉದಾ–
   God, His Grace, Heavenly Father, the Virgin, the Ramayan, the Geeta.
2. ವಾಕ್ಯದಲ್ಲಿ ಪ್ರಥಮ ಅಕ್ಷರವಾಗಿರುವಾಗ–
   He was born with a silver spoon.
3. ಪದ್ಯಗಳಲ್ಲಿ ಪ್ರತ್ಯೇಕ ಪಂಕ್ತಿಗಳು ಬಂದಾಗ–
   All work and no play.
   Makes Jack a dull boy.
4. ವ್ಯಕ್ತಿವಾಚಕ ವಾಕ್ಯಗಳಲ್ಲಿ, ವಿಶೇಷಣಗಳಲ್ಲಿ, ಪದನಾಮಗಳಲ್ಲಿ, ಉಪಾಧ್ಯಾಯರನ್ನು ಹೆಸರಿಸುವಾಗ–
   Delhi, Africa, India, American, Mr. B. Prasad, President Regan, Parliament.
5. 'ನಾನು' ಎಂಬ ಸರ್ವನಾಮವನ್ನು ಉಪಯೋಗದಲ್ಲಿ–
   Come here and do what I say.
   Respectfully I beg to say.
6. ಡೈರೆಕ್ಟ್ ಸ್ಪೀಚ್‌ನಲ್ಲಿ ಅವತರಣ ಮತ್ತು ಉದ್ಗಾರದ ಚಿಹ್ನೆಯನ್ನು ಆರಂಭಿಸುವಾಗ–
   He told to me, "You are my best friend."
7. ಶಬ್ದಗಳನ್ನು ಸಂಕ್ಷಿಪ್ತಮಾಡುವಾಗ–
   W.H.O. (World Health Organisation)
   M.P. (Member of Parliament)

2

ಅಕ್ಷರಗಳ ಉಚ್ಚಾರ

PRONOUNCIATION OF ALPHABET

(ಪ್ರೊನನ್ಸಿಯೇಶನ್ ಆಫ್ ಆಲ್ಫಾಬೆಟ್)

ಇಂಗ್ಲೀಷಿನ ಅಕ್ಷರಗಳು ಪ್ರತ್ಯೇಕವಾಗಿ ಬರುವಾಗ ಅವುಗಳ ಉಚ್ಚಾರಣೆ ಬೇರೆಯಾಗಿಯೂ ಮತ್ತು ಬೇರೆ ಅಕ್ಷರಗಳೊಂದಿಗೆ ಸೇರಿದಾಗ ಬೇರೆ ಉಚ್ಚಾರಣೆಯೂ ಬರುತ್ತದೆ. ಇದನ್ನು ನಾವು ಜ್ಞಾಪಕದಲ್ಲಿರಿಸಿಕೊಳ್ಳಬೇಕು. ಒಂದೇ ಅಕ್ಷರವು ಸಂದರ್ಭಕ್ಕೆ ತಕ್ಕಂತೆ ಅದರ ಉಚ್ಚಾರಣೆಯೂ ಬದಲಾಯಿಸುತ್ತದೆ.

ವರ್ಣ	ಉಚ್ಚಾರಣೆ		ಶಬ್ದರೂಪದ ಉಚ್ಚಾರಣೆ
A a	ಏ	ಅ =	Smart (ಸ್ಮಾರ್ಟ್) ಚುರುಕಾದ; Palm (ಪಾಂ) ಅಂಗೈ; Dark (ಡಾರ್ಕ್) ಕತ್ತಲೆ; Fast (ಫಾಸ್ಟ್) ಉಪವಾಸ, ವೇಗ; Farm (ಫಾರ್ಮ್) ಹೊಲ.
		ಎ=	Safe (ಸೇಫ್) ಸುರಕ್ಷಿತ; Aid (ಎಯ್ಡ್) ಸಹಾಯಮಾಡು ; Bail (ಬೆಯಿಲ್) ಜಾಮೀನು; Grape (ಗ್ರೇಪ್) ದ್ರಾಕ್ಷಿ; Save (ಸೇವ್) ಉಳಿಸು
		ಏ=	Sac (ಸ್ಯಾಕ್) ಚೀಲ; Sad (ಸ್ಯಾಡ್) ದುಃಖಕರ; Add (ಆ್ಯಡ್) ಕೂಡಿಸು; Badge (ಬ್ಯಾಡ್ಜ್) ಕಟ್ಟಳೆ
		ಆ=	All (ಆಲ್) ಎಲ್ಲಾ; Ball (ಬಾಲ್) ಚೆಂಡು; Small (ಸ್ಮಾಲ್) ಚಿಕ್ಕದು; Fall (ಫಾಲ್) ಬೀಳು; Call (ಕಾಲ್) ಕರೆ; Pall (ಪಾಲ್) ಉಡುಪು
B b	ಬೀ	ಬ=	Book (ಬುಕ್) ಪುಸ್ತಕ; Tub (ಟಬ್) ಪೀಪಾಯಿ; Cub (ಕಬ್) ಮರಿ; Bite (ಬೈಟ್) ಕಡಿ, ಕಚ್ಚು
C c	ಸೀ	ಕ=	Cat (ಕ್ಯಾಟ್) ಬೆಕ್ಕು; Coal (ಕೋಲ್) ಕಲ್ಲಿದ್ದಲು; Can (ಕ್ಯಾನ್) ಡಬ್ಬ ; Clever (ಕ್ಲೆವೆರ್) ಚತುರ
		ಸ=	Cent (ಸೆಂಟ್) ನೂರು; Cement (ಸಿಮೆಂಟ್) ಸಿಮೆಂಟ್; Certain (ಸರ್ಟೆನ್) ನಿಶ್ಚಯವಾದ; Certificate (ಸರ್ಟಿಫಿಕೆಟ್) ಯೋಗ್ಯತಾಪತ್ರಿಕೆ

D d	ಡೀ	ಡ=	Did (ಡಿಡ್) ಮಾಡು; Daughter (ಡಾಟರ್) ಮಗಳು; Bad (ಬ್ಯಾಡ್) ಕೆಟ್ಟ; Bond (ಬಾಂಡ್) ಬಂಧನ; Dog (ಡಾಗ್) ನಾಯಿ
E e	ಈ	ಇ=	Here (ಹಿಯರ್) ಇಲ್ಲಿ; Near (ನಿಯರ್) ಹತ್ತಿರ; Heroic (ಹೀರೋಯಿಕ್) ಪರಾಕ್ರಮವುಳ್ಳ; Bedew (ಬೆಡ್ಯೂ) ಒದ್ದೆ ಮಾಡು; Before (ಬಿಫೋರ್) ಮುಂದಾಗಿ
		ಈ=	She (ಷೀ) ಅವಳು; Be (ಬೀ) ಇರು; Me (ಮೀ) ನಾನು
		ಅ=	Herd (ಹರ್ಡ್) ಹಿಂಡು; Interim (ಇಂಟರಿಮ್) ಅಂತರ;
		ಎ=	Egg (ಎಗ್) ಮೊಟ್ಟೆ; Men (ಮೆನ್) ಗಂಡಸರು; Pebble (ಪೆಬ್ಬಲ್) ಚಿಕ್ಕ ಕಲ್ಲುಗಳು ; Peck (ಪೆಕ್) ಮೂತಿಯಿಂದ ಚುಚ್ಚು; Bent (ಬೆಂಟ್) ಬಾಗು
F f	ಎಫ್	ಫ=	Fan (ಫ್ಯಾನ್) ಬೀಸಣಿಗೆ; Leaf (ಲೀಫ್) ಎಲೆ; Infant (ಇನ್‌ಫಂಟ್) ಶಿಶು, ಕೂಸು; Rifle (ರೈಫಲ್) ತುಪಾಕಿ ; Fate (ಫೇಟ್) ಹಣೆಬರಹ
G g	ಜೀ	ಗ=	Good (ಗುಡ್) ಒಳ್ಳೆಯ; God (ಗಾಡ್) ದೇವರು; Rug (ರಗ್) ಕಂಬಳಿ; Bag (ಬ್ಯಾಗ್) ಚೀಲ
		ಜ=	Geometry (ಜಿಯೋಮೆಟ್ರಿ)ರೇಖಾಗಣಿತ; Gentle (ಜೆಂಟ್ಲ್) ಸಭ್ಯ; Badge (ಬ್ಯಾಡ್ಜ್) ಕಚ್ಚಳಿ; Regiment (ರೆಜಿಮೆಂಟ್) ಸೇನೆ
H h	ಎಚ್	ಹ=	Hat (ಹ್ಯಾಟ್) ಟೋಪಿ; Horse (ಹಾರ್ಸ್) ಕುದುರೆ; Heel (ಹೀಲ್) ಹಿಮ್ಮಡಿ; High (ಹೈ) ಎತ್ತರವಾದ
I i	ಆಯ್	ಇ=	India (ಇಂಡಿಯಾ) ಭಾರತ; Bit (ಬಿಟ್) ಚೂರು; Fit (ಫಿಟ್), ತಕ್ಕ; Lily (ಲಿಲ್ಲಿ) ತಾವರೆ
		ಅಯ್=	Bite (ಬೈಟ್) ಕಚ್ಚು; Light (ಲೈಟ್) ದೀಪ; Right (ರೈಟ್) ಬಲ, ಸರಿ; Sight (ಸೈಟ್) ದೃಷ್ಟಿ

J j	ಜೆ	ಜ=	Joke (ಜೋಕ್) ಹಾಸ್ಯ; Join (ಜಾಯಿನ್) ಕೂಡಿಸು; Rejoice (ರಿಜಾಯ್ಸ್) ಸಂತೋಷಪಡಿಸು; Dejected (ಡಿಜೆಕ್ಟೆಡ್) ಖಿನ್ನ
K k	ಕೆ	ಕ=	Rock (ರಾಕ್) ಬಂಡೆ; King (ಕಿಂಗ್) ರಾಜ; Kite (ಕೈಟ್) ಗಾಳಿಪಟ; Kiss (ಕಿಸ್) ಮುತ್ತಿಡು; Mark (ಮಾರ್ಕ್) ಗುರುತು
L l	ಎಲ್	ಲ=	Lame (ಲೇಮ್) ಕುಂಟ; Delete (ಡಿಲೀಟ್) ಅಳಿಸು; Meal (ಮೀಲ್) ಊಟ; Pull (ಪುಲ್)ಎಳೆ
M m	ಎಮ್	ಮ=	Man (ಮ್ಯಾನ್) ಮನುಷ್ಯ; Reform (ರಿಫಾರ್ಮ್) ತಿದ್ದು; Seminar (ಸೆಮಿನಾರ್) ಚರ್ಚಾಗೋಷ್ಠಿ
N n	ಎನ್	ನ್=	Name (ನೇಮ್) ಹೆಸರು; Sense (ಸೆನ್ಸ್) ಬದ್ಧಿ; Ban (ಬ್ಯಾನ್) ಬಹಿಷ್ಕರಿಸು; Run (ರನ್) ಓಡು
O o	ಓ	ಓ=	Open (ಓಪನ್) ತೆರೆ; Bone (ಬೋನ್) ಎಲುಬು; Mango (ಮ್ಯಾಂಗೋ) ಮಾವಿನಹಣ್ಣು; Probe (ಪ್ರೋಬ್) ಪರೀಕ್ಷಿಸು
		ಆ=	Problem (ಪ್ರಾಬ್ಲೆಮ್) ಸಮಸ್ಯೆ; Prodigal (ಪ್ರಾಡಿಗಲ್) ದುಂದುಗಾರ; Slopy (ಸ್ಲೋಪಿ) ಇಳಿಜಾರು
P p	ಪೀ	ಪ=	Gap (ಗ್ಯಾಪ್) ಸಂದು; Rope (ರೋಪ್) ಹಗ್ಗ; Open (ಓಪೆನ್) ತೆರೆದ; Pen (ಪೆನ್) ಲೇಖನಿ
Q q	ಕ್ಯೂ	ಕ=	Mosque (ಮಾಸ್ಕ್) ಮಸೀದಿ; Queue (ಕ್ಯೂ) ಸಾಲು; Quick (ಕ್ವಿಕ್) ವೇಗವಾಗಿ
R r	ಆರ್	ರ=	Rest (ರೆಸ್ಟ್) ವಿಶ್ರಾಂತಿ; Bar (ಬಾರ್) ಪ್ರತಿಬಂಧಕ; Surprise (ಸರ್ಪ್ರೈಸ್) ಆಶ್ಚರ್ಯ; Room (ರೂಮ್) ಕೋಣೆ; Rough (ರಫ್) ಕಚ್ಚಾ
S s	ಎಸ್	ಸ=	Sun (ಸನ್) ಸೂರ್ಯ; Bus (ಬಸ್) ಬಸ್ಸು; Sister (ಸಿಸ್ಟರ್) ಸೋದರಿ; Soap (ಸೋಪ್) ಸಾಬೂನು

		ಜ=	Drowsy (ಡ್ರೌಸಿ) ತೂಕಡಿಸುವ; Fuse (ಫ್ಯೂಸ್) ಕರಗಿಸು ; Reason (ರೀಸನ್) ಕಾರಣ
T t	ಟೀ	ಟ=	Master (ಮಾಸ್ಟೆರ್) ಗುರು; Tea (ಟೀ) ಚಹಾ ; Button (ಬಟ್ಟನ್) ಗುಂಡಿ; Pot (ಪಾಟ್) ಮಡಿಕೆ
		ಷ=	Initial (ಇನಿಷಿಯಲ್) ಮೊದಲಿನ; Portion (ಪೋರ್ಷನ್) ಭಾಗ; Patient (ಪೇಷಂಟ್) ರೋಗಿ ; Station (ಸ್ಟೇಷನ್) ಠಾಣೆ
U u	ಯೂ	ಯೂ=	Muse (ಮ್ಯೂಸ್) ಮನನಮಾಡು; Bull (ಬುಲ್) ಗೂಳಿ ; Push (ಪುಷ್) ನೂಕು; Put (ಪುಟ್) ಹಾಕು
		ಅ=	But (ಬಟ್) ಆದರೆ; Rut (ರಟ್) ಕೊರಕಲು; Up (ಅಪ್) ಮೇಲೆ; Sun (ಸನ್) ಸೂರ್ಯ
V v	ವೀ	ವ=	Vague (ವೇಗ್) ಅನಿಶ್ಚಿತ; Wave (ವೇವ್) ಅಲ್ಲಾಡಿಸು; River (ರಿವರ್) ನದಿ; Brave (ಬ್ರೇವ್) ಸಾಹಸಿ; Vanish (ವ್ಯಾನಿಷ್) ಅಳಿಸು
W w	ಡಬ್ಲ್ಯೂ	ವ=	War (ವಾರ್) ಯುದ್ಧ; Widow (ವಿಡೋ) ವಿಧವೆ; Power (ಪವರ್) ಅಧಿಕಾರ; Want (ವಾನ್ಟ್)ಬೇಕು
X x	ಎಕ್ಸ್	ಜ=	Examination (ಎಗ್ಸಾಮಿನೇಷನ್) ಪರೀಕ್ಷೆ; Example (ಎಗ್ಸಾಂಪಲ್) ಉದಾಹರಣೆ; Exuberance (ಎಗ್ಝೂಬೆರಂಸ್) ಹುರುಪು
Y y	ವಾಯ್	ಯ=	Yes (ಯಸ್) ಹೌದು; Yoga (ಯೋಗ) ಯೋಗ
		ಅಯ್=	By (ಬೈ) ರಿಂದ; Cry (ಕ್ರೈ) ಅಳು; My (ಮೈ) ನನ್ನ; Thy (ತೈ) ನಿಮ್ಮ
		ಇ=	Bury (ಬರಿ) ಹುಗಿ; Worry (ವರಿ) ಪೀಡಿಸು; Dry (ಡ್ರೈ) ಒಣ
Z z	ಝಡ್	ಜ್=	Zoo (ಝೂ) ಮೃಗಾಲಯ; Zebra (ಝೀಬ್ರಾ) ಜೀಬ್ರಾ ; Blaze (ಬ್ಲೇಝ್) ಉರಿ; Lazy (ಲೇಝಿ) ಮೈಗಳ್ಳ; Lizard (ಲಿಝಾರ್ಡ್) ಹಲ್ಲಿ

3

ಸಂಯುಕ್ತಾಕ್ಷರ ಮತ್ತು ಸ್ವರಗಳ ಉಚ್ಚಾರಣೆ

ಸಂಯುಕ್ತಾಕ್ಷರ

ch	ಚ=	Church (ಚರ್ಚ್) ಕ್ರೈಸ್ತ ದೇವಾಲಯ; Batch (ಬ್ಯಾಟ್ಚ್) ಗುಂಪು; Bunch (ಬಂಚ್) ಗೊಂಚಲು
-	ಶ=	Chute (ಶೂಟ್) ಗಾಳಿಕೊಡೆ
-	ಕ=	Chaos (ಕೆಅಸ್) ಸಾಂಕರ್ಯ; Eucharist (ಯೂಕರಿಸ್ಟ್)
gh	ಘ=	Ghost (ಘೋಸ್ಟ್) ಭೂತ; Aghast (ಅಘಸ್ಟ್) ಚಕಿತ
ph	ಫ=	Phone (ಫೋನ್) ದೂರವಾಣಿ; Sophist (ಸಾಫಿಸ್ಟ್) ಕುತರ್ಕಿ; Phantom (ಫೆಂಟಮ್) ಮಾಯೆ
sh	ಶ=	Shawl (ಶಾಲ್) ಶಾಲು; Shake (ಶೇಕ್) ಅಲ್ಲಾಡಿಸು; Rash (ರೈಶ್) ಆತುರದ; Shrink (ಶ್ರಿಂಕ್) ಮುದುಡು
th	ಥ=	Thin (ಥಿನ್) ಕೃಶ; Thick (ಥಿಕ್) ದಪ್ಪ; Breath (ಬ್ರೆಥ್) ಶ್ವಾಸ; Breadth (ಬ್ರೆಡ್ಥ್) ಅಗಲ
	ದ=	Thine (ದೈನ್) ನಿಮ್ಮ; With (ವಿತ್)ಯೊಂದಿಗೆ ; This (ದಿಸ್) ಇದು; That (ದಟ್) ಅದು

ಸಂಯುಕ್ತ ಸ್ವರ **Diphthong** (ಡಿಫ್‌ಥಾಂಗ್)

ಎರಡು ಸ್ವರಗಳು ಪಕ್ಕಪಕ್ಕದಲ್ಲಿ ಬಂದಾಗ ಎರಡು ಶಬ್ದಗಳಲ್ಲಿ ಯಾವುದಾದರೂ ಒಂದು ಶಬ್ದ ಉಂಟಾಗುತ್ತದೆ. ಇದನ್ನೇ ಸಂಯುಕ್ತಾಕ್ಷರಗಳೆಂದು ಕರೆಯುತ್ತೇವೆ. ಆದ್ದರಿಂದ ಸಂಯುಕ್ತಾಕ್ಷರಗಳು ಬರುವಾಗ ಅವುಗಳ ಉಚ್ಚಾರಣೆಯನ್ನು ಗಮನವಿಟ್ಟು ಉಪಯೋಗಿಸಬೇಕು. ಸಂಯುಕ್ತಾಕ್ಷರಗಳ ಕೆಲವು ಉದಾಹರಣೆಗಳನ್ನು ಇಲ್ಲಿ ಕೊಡಲಾಗಿದೆ-

ae	ಈ=	Encyclopaedia (ಯನ್‌ಸೈಕ್ಲೋಪೀಡಿಯಾ) ವಿಶ್ವಕೋಶ; Aesthetic (ಏಸ್ಥೆಟಿಕ್) ಕಲೆಗಳನ್ನು ಮೆಚ್ಚುವವನು
	ಆ=	Aught (ಆಟ್) ಏನಾದರೂ; Caught (ಕಾಟ್) ಹಿಡಿಯುವುದು; Audio (ಆಡಿಯೋ)

ea	ಈ=	Clean (ಕ್ಲೀನ್) ಸ್ವಚ್ಛ; Mean (ಮೀನ್) ಹೀನ; Dean (ಡೀನ್) ಮುಖ್ಯಸ್ಥ; Yeats (ಯೀಟ್ಸ್)
ei	ಆಇ=	Either (ಆಯಿದರ್-ಈದರ್) ಎರಡರಲ್ಲಿ ಒಂದು; Neither (ನೈದರ್-ನೀದರ್) ಎರಡೂ ಅಲ್ಲದ ; Height (ಹ್ಯಾಟ್) ಎತ್ತರ
	ಎ=	Eight (ಎೃಟ್) ಎಂಟು; Freight (ಫ್ರೈಟ್) ಬಾಡಿಗ; Weight (ವೇಟ್) ಭಾರ; Straight (ಸ್ಟ್ರೈಟ್) ನೇರ
eo	ಇಆ=	Eon (ಈಆನ್) ಯುಗ; Eolithic (ಇಆಲಿಥಿಕ್); Eocene (ಇಆಸಿನ್)
eu	ಯೂ=	Eucharist (ಯುಕರಿಸ್ಟ್) ; Eulogist (ಯೂಲೋಜಿಸ್ಟ್) ಕೈವಾರಿ; Eunuch (ಯೂನಕ್) ನಪುಂಸಕ; Europe (ಯೂರೋಪ್) ಐರೋಪ
ew	ಯೂ=	Mew (ಮ್ಯೂ) ಮ್ಯಾವ್; New (ನ್ಯೂ) ಹೊಸ; View (ವ್ಯೂ) ಅವಲೋಕನ
ei	ಈ=	Receive (ರಿಸೀವ್) ಪಡೆ; Deceit (ಡಿಸೀಟ್) ಠಕ್ಕು; Reiterate (ರೀಇಟರೇಟ್) ಒತ್ತಿಹೇಳು
ie	ಈ=	Grieve (ಗ್ರೀವ್) ದುಃಖಿಸು ; Sieve (ಸೀವ್) ಜರಡಿ; Field (ಫೀಲ್ಡ್) ಹೊಲ; Fiend (ಫೀಂಡ್) ರಾಕ್ಷಸ
ia	ಆಇ=	lamb (ಲ್ಯಾಮ್ಬ್) ಕುರಿಮರಿ; Bias (ಬಯಾಸ್) ಪಕ್ಷಪಾತ.
oo	ಉ=	Look (ಲುಕ್) ನೋಡು; Book (ಬುಕ್) ಪುಸ್ತಕ; Nook (ನೂಕ್) ಮೂಲೆ; Took (ಟುಕ್)
	ಊ=	Broom (ಬ್ರೂಮ್) ಕಸಬರಿಕೆ; Room (ರೂಮ್) ಕೊಠಡಿ; Groom (ಗ್ರೂಮ್) ಮದುವಣಿಗ; Moon (ಮೂನ್) ಚಂದ್ರ
oe	ಊ=	Shoe (ಶೂ) ಜೋಡು
-	ಈ=	Oedipus (ಈಡಿಪಸ್) ಹೆಸರು; Oecology (ಈಕೋಲೋಜಿ)
-	ಓ=	Roe (ರೋ) ಚಿಗರಿ, ಚಿಂಕೆ

oa	ಓ=	Moat (ಮೋಟ್) ತಗ್ಗು; Moan (ಮೋನ್) ನರಳಾಡು; Oath (ಓಥ್) ಪ್ರಮಾಣ
oi	ಆಇ=	Enjoin (ಎನ್‌ಜಾಇನ್) ನಿಯಾಮಿಸು; Loin (ಲಾಯಿನ್) ಸೊಂಟ; Noise (ನಾಯ್ಸ್) ಸದ್ದು
ou	ಆಉ=	Bout (ಬೌಟ್) ಮಲ್ಲಯುದ್ಧ; Bough (ಬೋ) ಶಾಖೆ ; Gout (ಗೌಟ್); Out (ಔಟ್) ಹೊರಗೆ
uu	ಯುಅ=	Vacuum (ವಕ್ಯೂಅಮ್) ಶೂನ್ಯ

ಇಲ್ಲಿ ಕೆಳಗಿರುವ ಪದಗಳಲ್ಲಿ ಸ್ವರಗಳು ಮತ್ತು ವ್ಯಂಜನಗಳು ಸೇರಿದಾಗ ಬರುವ ಉಚ್ಚಾರಣೆ ಮತ್ತು ಅವುಗಳ ಅರ್ಥವನ್ನು ಕೊಡಲಾಗಿದೆ. ಇವುಗಳನ್ನು ಗಮನವಿಟ್ಟು ಓದಿರಿ –

Bough (ಬೋ) ಶಾಖೆ
Cough (ಕಾಫ್) ಕೆಮ್ಮು
Dough (ಡೋ) ಉಸಿಕಿದ ಹಿಟ್ಟು
Rough (ರಫ್) ಒರಟು
Achieve (ಅಚೀವ್) ಸಾಧಿಸು
Cashier (ಕ್ಯಾಷಿಯರ್) ಹಣಕಾಸಿನ ಗುಮಾಸ್ತ
Fierce (ಫಿಅರ್ಸ್) ಉಗ್ರ
Grief (ಗ್ರೀಫ್) ಚಿಂತೆ
Piece (ಪೀಸ್) ತುಂಡು
Priest (ಪ್ರೀಸ್ಟ್) ಪುರೋಹಿತ
Wield (ವೀಲ್ಡ್) ಚಲಾಯಿಸು
Conceit (ಕನ್ಸೀಟ್) ಅಹಂಕಾರ
Rhythm (ರಿಥಮ್) ತಾಳ, ಲಯ
Tries (ಟ್ರೈಸ್) ಪ್ರಯತ್ನ ಮಾಡುವುದು
Similar (ಸಿಮಿಲರ್) ಸಮಾನ
Faries (ಫೇಅರೀಸ್) ಅಪ್ಸರೆ
Enjoys (ಎನ್ಜಾಯ್ಸ್) ಆಸ್ವಾದಿಸುವುದು
Profitable (ಪ್ರಾಫಿಟಬಿಲ್) ಲಾಭದಾಯಕ
Repetition (ರಿಪಿಟಿಷನ್) ಪುನರುಚ್ಚರಿಸು
Decision (ಡಿಸಿಶನ್) ತೀರ್ಮಾನ
Eighth (ಎಯಿತ್) ಎಂಟನೆಯ
Twelfth (ಟ್ವೆಲ್ಫ್) ಹನ್ನೆರಡನೆಯ
Eligible (ಎಲಿಜಿಬ್‌ಲ್) ಯೋಗ್ಯ
Necessary (ನೆಸಿಸರಿ) ಅಗತ್ಯ
Occasion (ಅಕೇಷನ್) ಸಂಧರ್ಭ
Physically (ಫಿಸಿಕಲೀ) ಶಾರೀರಕವಾಗಿ
Prejudice (ಪ್ರಿಜುಡಿಸ್) ದುರ್ನಿರ್ಣಯ
Privilege (ಪ್ರಿವಿಲೀಜ್) ಹಕ್ಕು ಮಾನ
Quantity (ಕ್ವಾಂಟಿಟಿ) ಪರಿಮಿತ
Recommend (ರೆಕಮಂಡ್) ಶಿಫಾರಿಸು
Deceive (ಡಿಸೀವ್) ಮೋಸಮಾಡು
Planning (ಪ್ಲಾನಿಂಗ್) ಯೋಜನೆ
Beginning (ಬಿಗಿನ್ನಿಂಗ್) ಪ್ರಾರಂಭ
Whether (ವೆದರ್) ಹೌದು/ಅಲ್ಲ
Committee (ಕಮಿಟಿ) ಸಭೆ

ಮೂಕ ಅಕ್ಷರಗಳು

SILENT LETTERS (ಸೈಲೆಂಟ್ ಲೆಟ್ಟರ್ಸ್)

ಇಂಗ್ಲೀಷ್ ಭಾಷೆಯಲ್ಲಿ ಪದದ ವರ್ಣಗಳು ಬೇರೆ ರೀತಿಯಾಗಿ ಮತ್ತು ಅವುಗಳ ಉಚ್ಚಾರಣೆ ಬೇರೆಯಾಗಿರುತ್ತವೆ. ಏಕೆಂದರೆ ಬರೆದಿರುವುದಕ್ಕೆ ತಕ್ಕಂತೆ ನಾವು ಓದಬಾರದು. ಇಂತಹ ಕೆಲವು ಉದಾಹರಣೆಗಳನ್ನು ಇಲ್ಲಿ ಕೊಡಲಾಗಿದೆ– (spelling)

Debt (ಡೆಟ್) ಸಾಲ; Doubt (ಡೌಟ್) ಅನುಮಾನ; Colonel (ಕಾಲೊನೆಲ್) ಕರ್ನಲ್; Right (ರೈಟ್) ಸರಿ; Wife (ವೈಫ್) ಹೆಂಡತಿ; Comb (ಕೋಮ್) ಬಾಚಣಿಗೆ; Often (ಆಫನ್) ಆಗಾಗ್ಗೆ.

ಇಲ್ಲಿ ನೋಡಿ, Debt ಮತ್ತು Doubt ಎಂಬ ಶಬ್ದಗಳಲ್ಲಿ b ಎನ್ನುವುದು ಮೂಕವಾಗುತ್ತದೆ. ಇದನ್ನು ಉಚ್ಚಾರಣೆ ಮಾಡಬಾರದು. Colonel ಎಂಬ ಶಬ್ದದಲ್ಲಿ 'r' ಎಂಬ ಅಕ್ಷರವು ಇಲ್ಲ ಆದರೂ ನಾವು ಕರ್ನಲ್ ಎಂದಲೆ ಉಚ್ಚರಿಸಬೇಕು. Right ನಲ್ಲಿ gh ಎನ್ನುವುದು, Wife ಎಂಬುದರಲ್ಲಿ e ಅನ್ನು Comb ನಲ್ಲಿ b ಯನ್ನು Often ನಲ್ಲಿ t ಅನ್ನು ಉಚ್ಚರಿಸಬಾರದು ಏಕೆಂದರೆ, ಸಾಮಾನ್ಯವಾಗಿ ಬಳಸುವಾಗ ಈ ರೀತಿಯ ಪದಗಳನ್ನು ಹೀಗೆಯೇ ಉಚ್ಚರಿಸಬೇಕೆಂಬ ನಿಯಮವಿದೆ.

ಇಂಗ್ಲೀಷಿನಲ್ಲಿ ಇಂತಹ ಮೂಕ ಅಕ್ಷರಗಳುಳ್ಳ ಪದಗಳು ಸಾಕಷ್ಟಿವೆ. ಅವುಗಳನ್ನು ವಿಭಿನ್ನವಾಗಿ ಉಪಯೋಗಿಸಲಾಗುವುದು. ಇಂತಹ ಪದಗಳಿಗೆ ಕೆಲವು ಉದಾಹರಣೆಗಳು ಇಲ್ಲಿವೆ –

ಮೂಕ - C

Scent (ಸೆಂಟ್) ಸುಗಂಧ
Scene (ಸೀನ್) ದೃಶ್ಯ
Science (ಸೈನ್ಸ್) ವಿಜ್ಞಾನ
Scion (ಸಿಯಾನ್) ವಂಶಸ್ಥ

ಮೂಕ - D

Sledge (ಸ್ಲೆಜ್) ಚಮ್ಮಟಿಗೆ
Bridge (ಬ್ರಿಜ್) ಸೆತುವೆ
Knowledge (ನಾಲೆಜ್) ಜ್ಞಾನ
Ridge (ರಿಜ್) ಪರ್ವತಶ್ರೇಣಿ

ಮೂಕ - G

Sign (ಸೈನ್) ಗುರುತು
Resign (ರಿಜೈನ್) ರಾಜಿನಾಮೆ
Reign (ರೇನ್) ಆಳಿಕೆ
Design (ಡಿಜೈನ್) ಉದ್ದೇಶಿಸು, ಚಿತ್ರಿಸು
Foreign (ಫಾರಿನ್) ವಿದೇಶೀಯ

ಮೂಕ - H

Hour (ಅವರ್) ಗಂಟೆ
Honour (ಆನರ್) ಪ್ರತಿಷ್ಠೆ
Thames (ಥೇಮ್ಸ್) ನದಿಯ ಹೆಸರು
Thomas (ಥಾಮಸ್) ವ್ಯಕ್ತಿಯ ಹೆಸರು

ಮೂಕ - L

Folk (ಫೋಕ್) ಜನರು
Walk (ವಾಕ್) ನಡೆ
Chalk (ಚಾಕ್) ಸೀಮೆ ಸುಣ್ಣ
Talk (ಟಾಕ್) ಮಾತಾಡು
Calm (ಕಾಮ್) ಶಾಂತ
Half (ಹಾಫ್) ಅರ್ಧ
Balm (ಬಾಮ್) ಮುಲಾಮು

ಮೂಕ - N

Hymn (ಹಿಮ್) ದೇವರನಾಮ
Column (ಕಾಲಮ್) ಉದ್ದಸಾಲು
Autumn (ಆಟಮ್) ಶರತ್ಕಾಲ
Condemn (ಕಂಡೆಮ್) ಆಪಾದಿಸು

ಮೂಕ - P

Psychology (ಸೈಕಾಲಜಿ) ಮನಶ್ಶಾಸ್ತ್ರ
Pneumonia (ನ್ಯೂಮೋನಿಯಾ) ಪುಪ್ಪುಸದ ಬೇನೆ
Pneumatic (ನ್ಯೂಮ್ಯಾಟಿಕ್) ವಾಯುವಿನ
Psalm (ಸಾಮ್) ಸ್ತೋತ್ರ
Pseudo (ಸ್ಯೂಡೋ) ಮಿಥ್ಯಾನಾಮ
Receipt (ರಿಸೀಟ್) ರಸೀದಿ

ಮೂಕ - S

Island (ಆಯ್‌ಲೆಂಡ್) ದ್ವೀಪ
Viscount (ವೈಕಾಉಂಟ್) ಪದವಿ

ಮೂಕ - U

Guard (ಗಾರ್ಡ್) ಕಾವಲ
Guarantee (ಗ್ಯಾರಂಟೀ) ಖಂಡಿವಾಗಿ
Guest (ಗೆಸ್ಟ್) ಅಭ್ಯಾಗತ
Mosque (ಮಾಸ್ಕ್) ಮಸೀದಿ
Rogue (ರೋಗ್) ತಲೆಹೋಕ
Vague (ವೇಗ್) ಅಸ್ಫುಟ

ಮೂಕ - Gh

Right (ರೈಟ್) ಸರಿ
Bright (ಬ್ರೈಟ್) ಪ್ರಕಾಶ

High (ಹೈ) ಎತ್ತರವಾದ	Through (ಥ್ರೂ) ಮುಖಾಂತರ
Thigh (ಥೈ) ತೊಡೆ	Knight (ನೈಟ್) ಸರದಾರ

ಮೂಕ -E

ಇಂಗ್ಲೀಷ್ ಭಾಷೆಯಲ್ಲಿ 'E' ಎಂಬ ವರ್ಣದಲ್ಲಿ ಮುಕ್ತಾಯವಾಗುವ ಪದಗಳು ಅನುಚ್ಚರಿತವಾಗಿವೆ. ಇಂತಹ ಪದಗಳಿಗೇ ಪ್ರತ್ಯಯಗಳನ್ನು ಸೇರಿಸಿದಾಗ ಮತ್ತು ಹೊಸ ಪದಗಳು ರಚನೆಯಾಗುವಾಗ 'E' ಎಂಬುದು ಸ್ವಲ್ಪ ದೂರ ಸರಿದು ಹೋಗುತ್ತದೆ–

Love (ಲವ್) ಪ್ರೇಮ	Lovable; Loving
Mile (ಮೈಲ್) ಮೈಲು	Milage
Live (ಲಿವ್) ಬದುಕು	Livable
Excite (ಇಕ್ಸೈಟ್) ಉದ್ರೇಕಿಸು	Excitable
Change (ಚೇಂಜ್) ಮಾರ್ಪಾಟು	Changing
Due (ಡ್ಯೂ) ಯಥೋಚಿತ	Duly
True (ಟ್ರೂ) ಸತ್ಯವಾದ	Truly
Whole (ಹೋಲ್) ಪೂರಾ	Wholly

ಈ ಮೇಲೆ ಕೊಟ್ಟಿರುವ ನಿಯಮವನ್ನು ಬಿಟ್ಟು ಕೆಲವು ಬೇರೆ ಪದಗಳೂ ಈ ಕೆಳಗೆ ಇವೆ–

Change (ಚೇಂಜ್) ಮಾರ್ಪಾಟು	Changeable
Trace (ಟ್ರೇಸ್) ಹೆಜ್ಜೆಗುರುತು	Traceable
Line (ಲೈನ್) ಸಾಲು	Lineage
Judge (ಜಜ್) ನಿರ್ಣಯಿಸು	Judgement

ಪ್ರತ್ಯಯಗಳು 'E' ಎಂಬ ಸ್ವರದಿಂದ ಪ್ರಾರಂಭವಾದರೆ 'E' ಎಂಬ ಅಕ್ಷರವು ತನ್ನ ಸ್ಥಾನವನ್ನು ಬಿಟ್ಟು ಮತ್ತೊಂಡೆಗೆ ಹೋಗುತ್ತದೆ. ಪ್ರತ್ಯಯಗಳನ್ನು ಸೇರಿಸಿದಾಗ ಪದ ಮಧ್ಯದಲ್ಲಿರುವ 'E' ಎಂಬ ಅಕ್ಷರವು ಮೂಕವಾಗುತ್ತದೆ. 'E' ಎಂಬ ಅಕ್ಷರದ ಮುಂದೆ 'C' ಅಥವಾ 'G' ಎಂಬ ಅಕ್ಷರಗಳು ಬಂದಾಗ ಮೂಲ ಪದದ ಉಚ್ಚಾರಣೆಯು ಬದಲಾಗುವುದಿಲ್ಲ 'E' ಯ ಸ್ಥಾನವೂ ಬದಲಾಗುವುದಿಲ್ಲ ಮೂಕವೂ ಆಗುವುದಿಲ್ಲ. ಕೆಳಗೆ ಕೊಟ್ಟಿರುವುದನ್ನು ಗಮನಿಸಿ. Change Changeable 'e' able 'e' 'g' Trace-Traceable.

5

ಸಂಕ್ಷಿಪ್ತಾಕ್ಷರ

CONTRACTION (ಕಾಂಟ್ರ್ಯಾಕ್ಷನ್)

ಕೆಲವು ಪದಗಳು ಇಂಗ್ಲೀಷಿನಲ್ಲಿ ಸಂಕ್ಷಿಪ್ತ ಪಡಿಸಿ ಮಾತನಾಡುತ್ತೇವೆ. ಇದು ನಮ್ಮ ಸಂದರ್ಭಕ್ಕೆ ಮತ್ತು ಅನುಕೂಲಕ್ಕೆ ತಕ್ಕಂತೆ ನಾವು ಅವುಗಳನ್ನು ಸಂಕ್ಷಿಪ್ತ ಮಾಡಿಕೊಳ್ಳಬಹುದು. ಇದಕ್ಕೆ ಕೆಲವು ಉದಾಹರಣೆಗಳು ಇಲ್ಲಿ ಕೊಡಲಾಗಿವೆ–

I am	I'm (ಆಯಮ್)
I am not	I aren't (ಆಇ ಆರನ್ಟ್)
	I'm not (ಆಯಮ್ ನಾಟ್)
He is	He's (ಹೀಸ್)
He is not	He's not (ಹೀಸ್ ನಾಟ್)
	He isn't (ಹೀಸ್‌ಣ್ಟ್)
It is	It's (ಇಟ್‌ಸ್)
It is not	It isn't (ಇಟ್ ಇಜಣ್ಟ್)
	It's not (ಇಟ್‌ಸ್ ನಾಟ್)
We are	We're (ವೀರ್)
We are not	We aren't (ವೀ ಆರಣ್ಟ್)
	We're not (ವೀರ್ ನಾಟ್)
You are	You're (ಯೂರ್)
You are not	You aren't (ಯೂ ಆರಣ್ಟ್)
	You're not (ಯೂರ್ ನಾಟ್)
They are	They're (ದೇರ್)
They are not	They aren't (ದೇ ಆರಣ್ಟ್)
	They're not (ದೇರ್ ನಾಟ್)
I have	I've (ಆಇವ್)
I have not	I've not (ಆಇವ್ ನಾಟ್)
	I haven't (ಆಇ ಹೇವಣ್ಟ್)
We have	We've (ವೀವ್)
We have not	We've not (ವೀವ್ ನಾಟ್)

	We haven't (ವೀ ಹೇವಣ್ಟ್)
You have	You've (ಯೂವ್)
You have not	You've not (ಯೂವ್ ನಾಟ್)
	You haven't (ಯೂ ಹೇವಣ್ಟ್)
I had	I'd (ಆಇಡ್)
I had not	I hadn't (ಐ ಹೇವಣ್ಟ್)
I would	I'd (ಐ ವುಡ್)
I would not	I wouldn't (ಐ ವುಡಣ್ಟ್)

ಇವುಗಳೇ ಇಲ್ಲದೆ ಬೇರೆ ಕ್ರಿಯಾ ಪದಗಳ ನಕಾರಾತ್ಮಕ ಪದಗಳು ಇಲ್ಲಿವೆ–

does not	doesn't (ಡಜಣ್ಟ್)
did not	didn't (ಡಿಡಣ್ಟ್)
can not	can't (ಕಾಣ್ಟ್)
could not	couldn't (ಕುಡಣ್ಟ್)
need not	needn't (ನೀಡಣ್ಟ್)
shall not	shalln't (ಶಾಣ್ಟ್)

ಕೆಳಗೆ ಕೊಟ್ಟಿರುವ ವಾಕ್ಯಗಳನ್ನು ಗಮನವಿಟ್ಟು ಓದಿರಿ–

1. We aren't sure — ನಾವು ನಿಶ್ಚಿತವಾಗಿ ಇಲ್ಲ
   (ವೀರ್ ಆರಣ್ಟ್ ಶುಅರ್)
2. You aren't late — ನೀವು ತಡಮಾಡಿಲ್ಲ
   (ಯೂ ಆರಣ್ಟ್ ಲೇಟ್)
3. Don't laugh like this. — ಹೀಗೆ ನಗಬೇಡ
   (ಡೋಣ್ಟ್ ಲಾಫ್ ಲಾಇಕ್ ದಿಸ್)
4. It's three by my watch — ನನ್ನ ಗಡಿಯಾರದಲ್ಲಿ ಮೂರು ಘಂಟೆ
   (ಇಟ್ಸ್ ಥ್ರೀ ಬ್ಯಾ ಮ್ಯೆ ವಾಚ್)
5. She's to blame — ಅವಳೇ ಇದಕ್ಕೆ ಕಾರಣ
   (ಶೀಜ್ ಟು ಬ್ಲೇಮ್)
6. I haven't read yet — ನಾನು ಇನ್ನೂ ಓದಿಲ್ಲಿ
   (ಆಇ ಹೇವಣ್ಟ್ ರೈಡ್ ಯಟ್)
7. Rita hadn't come — ರೀಟಾ ಬಂದಿರಲಿಲ್ಲ

(ರೀಟಾ ಹೈಡಣ್ಟ್ ಕಮ್)

8. Didn't they go there — ಅವರುಗಳು ಅಲ್ಲಿ ಹೋಗಲಿಲ್ಲವೆ
(ಡಿಡಣ್ಟ್ ದೇ ಗೋ ದೇರ್)

9. Ramesh wouldn't do it. — ರಮೇಶ್ ಅಂತಹವುಗಳನ್ನು ಮಾಡುವುದಿಲ್ಲ
(ರಮೇಶ್ ವುಡಣ್ಟ್ ಡೂ ಇಟ್)

10. They shouldn't have gone. — ಅವ್ರುರು ಹೋಗಿರಬಾರದು.
(ದೇ ಷುಡಣ್ಟ್ ಹ್ಯಾವ್ ಗಾನ್)

11. I'll go tomorrow. — ನಾನು ನಾಳೆ ಹೋಗುತ್ತೇನೆ
(ಐವಿಲ್ ಗೋ ಟುಮಾರೋ)

12. Geeta can't walk fast. — ಗೀತಾಳನಿಂದ ಜೋರಾಗಿ ನಡೆಯಲಿಕ್ಕೆ ಆಗದು
(ಗೀತಾ ಕಾಣ್ಟ್ ವಾಕ್ ಫಾಸ್ಟ್)

13. Sarita needn't worry. — ಸರಿತಾ ಚಿಂತಿಸ ಬೇಕಿಲ್ಲ
(ಸರಿತಾ ನೀಡಣ್ಟ್ ವರೀ)

14. It hadn't rained. — ಮಳೆ ಬಿದ್ದಿರಲಿಲ್ಲ
(ಇಟ್ ಹ್ಯಾಡಣ್ಟ್ ರೈನ್ಡ್)

15. I couldn't reach in time. — ನನ್ನಿಂದ ಸರಿಯಾದ ಸಮಯಕ್ಕೆ ಹೋಗಲಾಗಲಿಲ್ಲ.
(ಐ ಕುಡಣ್ಟ್ ರೀಚ್ ಇನ್ ಟೈಮ್)

16. Don't you need my help? — ನಿನಗೆ ನನ್ನ ಸಹಾಯ ಬೇಡವೇ?
(ಡೋಣ್ಟ್ ಯೂ ನೀಡ್ ಮೈ ಹೆಲ್ಪ್?)

17. We shalln't oblige him. — ನಾವು ಅವನಿಗೆ ನೆರವಾಗುವುದಿಲ್ಲ.
(ವೀ ಷೆಲ್ಣ್ಟ್ ಒಬ್ಲಲೈಸ್ ಹಿಮ್)

18. Doesn't he belong to Delhi? — ಅವನು ದಿಲ್ಲಿಗೆ ಸೇರಿದವನಲ್ಲವೇ?
(ಡಜಣ್ಟ್ ಹೀ ಬಿಲಾನ್ಗ್ ಟು ಡೆಲ್ಲಿ?)

19. Aren't they your guest? — ಅವರುಗಳು ನಿಮ್ಮ ಅತಿಥಿಗಳಲ್ಲವೇ?
(ಆರಣ್ಟ್ ದೇ ಯುಅರ್ ಗೆಸ್ಟ್?)

20. I won't see him. — ನಾನು ಅವನನ್ನು ನೋಡುವುದಿಲ್ಲ.
(ಐ ವೋಣ್ಟ್ ಸೀ ಹಿಮ್)

21. We hadn't seen the thief. — ನಾವು ಕಳ್ಳನನ್ನು ನೋಡೆ ಇಲ್ಲ.
(ವೀ ಹ್ಯಾಡನ್ಟ್ ಸೀನ್ ದ ಥೀಫ್)

6

ದಿನಗಳು ಮತ್ತು ವಾರ

DAYS AND WEEK (ಡೇಸ್ ಅಂಡ್ ವೀಕ್)

1. How many days are there in a week? (ಹೌ ಮೆನಿ ಡೇಸ್ ಆರ್ ದೇರ್ ಇನ್ ಎ ವೀಕ್?)	ವಾರಕ್ಕೆ ಎಷ್ಟು ದಿನಗಳು ಇವೆ?
2. There are seven days in a week. (ದೇರ್ ಆರ್ ಸೆವನ್ ಡೇಸ್ ಇನ್ ಎ ವೀಕ್.)	ವಾರಕ್ಕೆ ಏಳು ದಿನಗಳು ಇವೆ.
3. The first day of the week is Sunday. (ದಿ ಫರ್ಸ್ಟ್ ಡೇ ಆಫ್ ದಿ ವೀಕ್ ಈಸ್ ಸನ್‌ಡೇ.)	ವಾರದ ಮೊದಲ ದಿನ ಭಾನುವಾರ.
4. Saturday is the last day of the week. (ಸ್ಯಾಟರ್ಡೇ ಈಸ್ ದಿ ಲಾಸ್ಟ್ ಡೇ ಆಫ್ ದಿ ವೀಕ್.)	ಶನಿವಾರ ವಾರದ ಕೊನೆಯ ದಿನ.
5. Sunday is a holiday. (ಸನ್‌ಡೇ ಈಸ್ ಎ ಹಾಲಿಡೇ.)	ಭಾನುವಾರ ರಜೆ ದಿನ.
6. Schools, offices etc. remain closed on that day. (ಸ್ಕೂಲ್ಸ್, ಆಫೀಸೆಸ್ ಎಟ್ಸೆಟ್ರಾ ರಿಮೈನ್ ಕ್ಲೋಸ್ಡ್ ಆನ್ ದಟ್ ಡೇ.)	ಆ ದಿನ ಶಾಲೆಗಳು, ಕಛೇರಿಗಳು ಮುಂತಾದವಗಳು ಮುಚ್ಚಿರುತ್ತದೆ.
7. Children don't go to school on Sunday. (ಚಿಲ್ಡ್ರನ್ ಡೋಣ್ಟ್ ಗೋ ಟು ಸ್ಕೂಲ್ ಆನ್ ಸನ್‌ಡೇ.)	ಮಕ್ಕಳು, ಭಾನುವಾರ ಶಾಲೆಗೆ ಹೋಗುವದಿಲ್ಲ.
8. The name of the days of the week are written with capitals. (ದಿ ನೇಮ್ ಆಫ್ ದಿ ಡೇಸ್ ಆಪ್ ದಿ ವೀಕ್ ಆರ್ ವ್ರಿಟ್ಟನ್ ವಿತ್ ಕ್ಯಾಪಿಟಲ್ಸ್.)	ವಾರ ದಿನೆಗಳ ಹೆಸರನ್ನು ದೊಡ್ಡಕ್ಷರಗಳಲ್ಲಿ ಬರೆಯಲಾಗುವುದು.
9. In many offices is observed a five day week. (ಇನ್ ಮೆನಿ ಆಫೀಸಸ್ ಈಸ್ ಅಬ್ಸೆರ್ವ್‌ಡ್ ಎ ಫೈವ್ ಡೇ ವೀಕ್.)	ಕೆಲವು ಕಛೇರಿಗಳಲ್ಲಿ ವಾರಕ್ಕೆ ಐದು ದಿನಗಳು ಆಚರಿಸಲಾಗುವುದು.

10. On Wednesday we went to visit an exhibition. (ಆನ್ ವೆಡ್ನೆಸ್‌ಡೇ ವೀ ವೆನ್ಟ್ ಟು ವಿಸಿಟ್ ಅನ್ ಎಕ್ಸಿಬಿಷನ್.)	ಬುಧವಾರದಂದು ನಾವು ಒಂದು ಪ್ರದರ್ಶನವನ್ನು ಬೇಟಿ ಮಾಡಲು ಹೋದೆವು.
11. Some keep fast on Tuesday. (ಸಮ್ ಕೀಪ್ ಫಾಸ್ಟ್ ಆನ್ ಟ್ಯೂಸ್‌ಡೇ.	ಕೆಲವರು ಮಂಗಳವಾರದಲ್ಲಿ ಉಪವಾಸವಿರುವರು.
12. Some keep it on Saturday or Friday. (ಸಮ್ ಕೀಪ್ ಇಟ್ ಆನ್ ಸ್ಯಾಟರ್ಡೇ ಆರ್ ಫ್ರೈಡೇ.	ಇನ್ನು ಕೆಲವರು ಅದನ್ನು ಶನಿವಾರ ಅಥವಾ ಶುಕ್ರವಾರ ಆಚರಿಸುವರು.
13. What day is it on first of this month? (ವಾಟ್ ಡೇ ಈಸ್ ಇಟ್ ಆನ್ ಫರ್ಸ್ಟ್ ಆಫ್ ದಿಸ್ ಮಂತ್?)	ಈ ತಿಂಗಳ ಮೊದಲನೆಯ ತಾರೀಖು ಯಾವ ದಿನ?
14. Perhaps, it is Monday. (ಪೆರ್‌ಹಾಪ್ಸ್ ಇಟ್ ಈಸ್ ಮನ್‌ಡೇ.)	ಅದು ಸೋಮವಾರವಾಗಿ ಇರಬಹುದು.
15. I shall, finish my work by Sunday. (ಆಯ್ ಶಾಲ್, ಫಿನಿಷ್ ಮೈ ವರ್ಕ್ ಬೈ ಸನ್‌ಡೇ.)	ನಾನು ನನ್ನ ಕೆಲಸವನ್ನು ಭಾನುವಾರದೊಳಗೆ ಮುಗಿಸುವೆನು.
16. Do return by Monday. (ಡೂ ರಿಟರ್ನ್ ಬೈ ಮನ್‌ಡೇ.)	ಸೋಮವಾರದೊಳಗೆ ಹಿಂತಿರುಗಿಬಿಡು.
17. I have been waiting since Wednesday. (ಆಯ್ ಹ್ಯಾವ್ ಬೀನ್ ವೇಯಿಟ್ಟಿಂಗ್ ಸಿನ್ಸ್ ವೆಡ್‌ನೆಸ್‌ಡೇ.)	ನಾನು ಬುಧವಾರದಿಂದ ಕಾದು ಕೊಂಡಿರುವೆನು.
18. It has been raining cats and dogs since Saturday. (ಇಟ್ ಹಾಸ್ ಬೀನ್ ರೈನಿಂಗ್ ಕ್ಯಾಟ್ಸ್ ಅಂಡ್ ಡಾಗ್ಸ್ ಸಿನ್ಸ್ ಸ್ಯಾಟರ್ಡೇ.)	ಶನಿವಾರದಿಂದ ಭಾರೀ ಮಳೆ ಬೀಳುತ್ತಿದೆ.
19. I was born on Sunday. (ಆಯ್ ವಾಸ್ ಬಾರ್ನ್ ಆನ್ ಸನ್‌ಡೇ.	ನಾನು ಭಾನುವಾರದಲ್ಲಿ ಹುಟ್ಟಿದೆನು.
20. And you? (ಅಂಡ್ ಯೂ?)	ನೀನು?
21. I don't know. (ಆಯ್ ಡೋಣ್ಟ್ ನೋ.)	ನನಗೆ ಗೊತ್ತಿಲ್ಲ?
22. On every second Sunday he visits-us. (ಆನ್ ಎವರಿ ಸೆಕಂಡ್	ಪ್ರತಿ ಎರಡನೆಯ ಭಾನುವಾರ ಅವನು ನಮ್ಮನ್ನು ಭೇಟಿಮಾಡುತ್ತಾನೆ.

ಸನ್‌ಡೇ ಹೀ ವಿಸಿಟ್ಸ್ ಅಸ್.)

23. Do you know how many weeks are there in a month? (ಡೂ ಯೂ ನೋ ಹೌ ಮೆನಿ ವೀಕ್ಸ್ ಆರ್ ದೇರ್ ಇನ್ ಎ ಮನ್‌ತ್?)	ಒಂದು ತಿಂಗಳಲ್ಲಿ ಎಷ್ಟು ವಾರಗಳು ಇವೇ ಎಂದು ನಿಮಗೆ ಗೊತ್ತಿದೆಯೇ?
24. And in a year? (ಅಂಡ್ ಇನ್ ಎ ಇಯರ್?)	ಹಾಗೂ ಒಂದು ವರ್ಷದಲ್ಲಿ?
25. There are full four weeks in a month. (ದೇರ್ ಆರ್ ಫುಲ್ ಫೋರ್ ವೀಕ್ಸ್ ಇನ್ ಎ ಮನ್‌ತ್.)	ಒಂದು ತಿಂಗಳಲ್ಲಿ ಪೂರ್ಣವಾದ ನಾಲ್ಕು ವಾರಗಳು ಇವೆ.
26. There are fifty two weeks in a year. (ದೇರ್ ಆರ್ ಫಿಫ್ಟಿ ಟೂ ವೀಕ್ಸ್ ಇನ್ ಎ ಮನ್‌ತ್.)	ಒಂದು ವರುಷದಲ್ಲಿ ಐವತ್ತೆರಡು ವಾರಗಳು ಇವೆ.
27. Where had you been last week? (ವ್ಯಾರ್ ಹಾಡ್ ಯೂ ಬೀನ್ ಲಾಸ್ಟ್ ವೀಕ್?	ಕಳೆದ ವಾರ ನೀನು ಎಲ್ಲಿ ಹೋಗಿದ್ದೆ?
28. I had been on a pleasure trip to Bombay. (ಅಯ್ ಹಾಡ್ ಬೀನ್ ಆನ್ ಎ ಪ್ಲೇಶರ್ ಟ್ರಿಪ್ ಟು ಬಾಂಬೇ.)	ನಾನು ಪ್ರವಾಸಕ್ಕಾಗಿ ಮುಂಬೈ ಹೊಗಿದ್ದೆ.
29. The seven days of the week are named after the seven planets. (ದಿ ಸೆವನ್ ಡೇಸ್ ಆಪ್ ದಿ ವೀಕ್ ಆರ್ ನೇಮ್ಡ್ ಆಫ್‌ಟರ್ ದಿ ಸೆವನ್ ಪ್ಲಾನೆಟ್ಸ್..)	ವಾರದ ಏಳು ದಿನಗಳಿಗೆ ಏಳು ಗ್ರಹಗಳ ಹೆಸರುಗಳನ್ನು ಇಡಲಾಗಿದೆ.
30. Sunday is named after the Sun. (ಸನ್‌ಡೇ ಈಸ್ ನೇಮ್ಡ್ ಆಫ್‌ಟರ್ ದಿ ಸನ್.)	ಭಾನುವಾರಕ್ಕೆ ಸೂರ್ಯನ ಹೆಸರನ್ನು ಇಡಲಾಗಿದೆ.
31. Monday is named after the Moon. (ಮನ್‌ಡೇ ಈಸ್ ನೇಮ್ಡ್ ಆಫ್ಟರ್ ದಿ ಮೂನ್.)	ಸೋಮುವಾರಕ್ಕೆ ಚಂದ್ರನ ಹೆಸರನ್ನು ಇಡಲಾಗಿದೆ.

ವರ್ಷ ಮತ್ತು ತಿಂಗಳುಗಳು

YEAR AND MONTHS (ಇಯರ್ ಅಂಡ್ ಮಂತ್ಸ್)

1. There are twelve months in a year : January, February, March, April, May, June, July, August, September, October, November and December. (ದೇರ್ ಆರ್ ಟ್ವೆಲ್ವ್ ಮನ್‌ತ್ಸ್ ಇನ್ ಎ ಇಯರ್: ಜನ್ಯೂಅರಿ, ಫೆಬ್ರವರಿ, ಮಾರ್ಚ್, ಏಪ್ರಿಲ್, ಮೇ, ಜೂನ್, ಜೂಲೈ, ಆಗಷ್ಟ್, ಸೆಪ್ಟೆಂಬರ್, ಆಕ್ಟೋಬರ್, ನವೆಂಬರ್ ಅಂಡ್ ಡಿಸೆಂಬರ್.)	ಒಂದು ವರುಷದಲ್ಲಿ ಹನ್ನೆರಡು ತಿಂಗಳುಗಳು ಇವೆ: ಜನವರಿ, ಫೆಬ್ರವರಿ, ಮಾರ್ಚ್, ಏಪ್ರಿಲ್, ಮೇ, ಜ್ಯೂನ್, ಜೂಲೈ, ಆಗಸ್ಟ್, ಸೆಪ್ಟೆಂಬರ್, ಆಕ್ಟೋಬರ್, ನವೆಂಬರ್ ಹಾಗೂ ದಿಸಂಬರ್.
2. January is the first month of the year. (ಜನ್ಯೂಅರಿ ಈಸ್ ದಿ ಫರ್ಸ್ಟ್ ಮನ್‌ತ್ ಆಫ್ ದಿ ಇಯರ್)	ಜನವರಿ, ವರುಷದ ಮೊದಲನೆಯ ತಿಂಗಳು.
3. February is the second and December is the last. (ಫೆಬ್ರವರಿ ಈಸ್ ದಿ ಸೆಕಂಡ್ ಅಂಡ್ ಡಿಸೆಂಬರ್ ಈಸ್ ದಿ ಲಾಸ್ಟ್.	ಫೆಬ್ರವರಿ ಎರಡನೆಯದು ಹಾಗೂ ದಿಸಂಬರ್ ಕೊನೆಯದು.
4. What month is this? (ವಾಟ್ ಮನ್‌ತ್ ಈಸ್ ದಿಸ್?	ಇದು ಯಾವ ತಿಂಗಳು?
5. It is the month of august. (ಇಟ್ ಈಸ್ ದಿ ಮನ್‌ತ್ ಆಫ್ ಆಗಷ್ಟ್.)	ಇದು ಆಗಸ್ಟ್ ತಿಂಗಳು.
6. The last month was July. (ದಿ ಲಾಸ್ಟ್ ಮನ್‌ತ್ ವಾಸ್ ಜೂಲೈ.)	ಕಳೆದು ಹೋದ ತಿಂಗಳು ಜ್ಯೂಲೈ.
7. The next month will be September. (ದಿ ನೆಕ್ಸ್ಟ್ ಮನ್‌ತ್ ವಿಲ್ ಬಿ ಸೆಪ್ಟೆಂಬರ್.)	ಮುಂದಿನ ತಿಂಗಳು ಸೆಪ್ಟೆಂಬರ್ ಆಗಿರುತ್ತದೆ.
8. Today is 26th August. (ಟುಡೇ ಈಸ್ 26ತ್ ಆಗಷ್ಟ್.)	ಇಂದು 26 ಆಗಸ್ಟ್.

9. We became independent on August 15, 1947. (ವಿ ಬಿಕೇಮ್ ಇಂಡಿಪೆಂಡೆಂಟ್ ಆನ್ ಆಗಸ್ಟ್ 15, 1947)	ನಾವು 15 ಆಗಸ್ಟ್, 1947 ರಂದು ಸ್ವತಂತ್ರರಾದೆವು.
10. Before November comes October and after it December. (ಬಿಫೋರ್ ನವೆಂಬೆರ್ ಕಮ್ಸ್ ಅಕ್ಟೋಬೆರ್ ಅಂಡ್ ಆಫ್‌ಟರ್ ಇಟ್ ಡಿಸೆಂಬೆರ್.)	ನವೆಂಬರ್ ತಿಂಗಳ ಮುಂದೆ ಬರುವುದು ಅಕ್ಟೋಬರ್ ಅದರ ಹಿಂದೆ ಬರುವುದು ಡಿಸೆಂಬರ್.
11. Malu was born on 27th September. (ಮಾಲು ವಾಸ್ ಬಾರ್ನ್ ಆನ್ ೨೭ಇತ್ ಸೆಪ್ಟೆಂಬೆರ್.)	ಮಾ[illegible]ಪ್ಟೆಂಬರ್ 27ನೇ ತಾರೀಖು ಹುಟ್ಟಿ[illegible].
12. August is eighth month of the year. (ಆಗಸ್ಟ್ ಈಸ್ ಎಯಿಟ್ತ್ ಮನ್ತ್ ಆಫ್ ದಿ ಇಯರ್.)	ವರುಷದ ಎಂಟನೆಯ ತಿಂಗಳು ಆಗಸ್ಟ್.
13. February is either of 28 days or 29 days. (ಫೆಬ್ರುವರಿ ಈಸ್ ಎಯ್‌ದರ್ ಆಫ್ 28 ಡೇಸ್ ಆರ್ 29 ಡೇಸ್.)	ಫೆಬ್ರುವರಿ 28 ದಿನಗಳೂ ಅಥವಾ 29 ದಿನಗಳಾಗಿ ಇರಬಹುದು.
14. April, June, September and November are of thirty days. (ಏಪ್ರಿಲ್, ಜ್ಯೂನ್, ಸೆಪ್ಟೆಂಬರ್ ಅಂಡ್ ನವೆಂಬರ್ ಆರ್ ಆಫ್ ತರ್ಟಿ ಡೇಸ್.)	ಏಪ್ರಿಲ್, ಜ್ಯೂನ್, ಸೆಪ್ಟೆಂಬರ್ ಮತ್ತು ನವೆಂಬನಲ್ಲಿ ಮೂವತ್ತು ದಿನಗಳು.
15. Both July and August are of 31 days. (ಬೋತ್ ಜೂಲೈ ಅಂಡ್ ಆಗಸ್ಟ್ ಆರ್ ಆಫ್ ೩೧ ಡೇಸ್.)	ಜೂಲೈ ಮತ್ತು ಆಗಸ್ಟ್ ತಿಂಗಳು ಎರಡರಲ್ಲೂ 31 ದಿನಗಳಿವೆ.
16. Winter season sets in from November. (ವಿಂಟರ್ ಸೀಸನ್ ಸೆಟ್ಸ್ ಇನ್ ಫ್ರಮ್ ನವೆಂಬರ್.)	ನವೆಂಬರ್ ತಿಂಗಳಲ್ಲಿ ಚಳಿಗಾಲ ಪ್ರಾರಂಭವಾಗುತ್ತದೆ.
17. Winter suits me so well. (ವಿಂಟರ್ ಸ್ಯೂಟ್ಸ್ ಮೀ ಸೋ ವೆಲ್.)	ಚಳಿಗಾಲ ನನಗೆ ಚೆನ್ನಾಗಿ ಹೊಂದುತ್ತದೆ.
18. I like Rainy season. (ಅಯ್ ಲೈಕ್ ರೇಯ್‌ನಿ ಸೀಸನ್)	ನನಗೆ ಮಳೆ ಗಾಲ ಇಷ್ಟವಾಗುವುದು.

19. The month of March is very pleasant. (ದಿ ಮನ್ತ್ ಆಫ್ ಮಾರ್ಚ್ ಈಸ್ ವೆರಿ ಪ್ಲೆಜಂಟ್.	ಮಾರ್ಚ್ ತಿಂಗಳು ತುಂಬ ಸುಂದರವಾಗಿರುತ್ತದೆ.
20. The festival of Holi is celebrated in this month. (ದಿ ಫೆಸ್ಟಿವಲ್ ಆಫ್ ಹೋಲಿ ಈಸ್ ಸೆಲಿಬ್ರೇಟೆಡ್ ಇನ್ ದಿಸ್ ಮನ್ತ್.)	ಈ ತಿಂಗಳಲ್ಲಿ ಹೋಲಿಯು ಹಬ್ಬ ಆಚರಿಸಲಾಗುವುದು.
21. People throw colours on one another, dance and sing. (ಪೀಪಲ್ ತ್ರೋ ಕಲರ್ಸ್ ಆನ್ ಒನ್ ಅನದರ್, ಡ್ಯಾನ್ಸ್ ಅಂಡ್ ಸಿಂಗ್.	ಜನರು ಒಬ್ಬರ ಮೇಲೆ ಮತ್ತೊಬ್ಬರು ರಂಗುಗಳನ್ನು ಹಾಕುವರು, ಕುಣಿದಾಡುವರು ಮತ್ತು ಹಾಡುವರು.
22. Diwali comes either in October or November. (ದೀವಾಳಿ ಕಮ್ಸ್ ಎಯ್‌ದರ್ ಇನ್ ಅಕ್ಟೋಬರ್ ಆರ್ ನವೆಂಬರ್.)	ದೀಪಾವಳಿ ಅಕ್ಟೋಬರ್ ಅಥವಾ ನವೆಂಬರ್ ತಿಂಗಳಲ್ಲಿ ಬರುವುದು.
23. Diwali is a festival of lights. (ದೀವಾಳಿ ಈಸ್ ಎ ಫೆಸ್ಟಿವಲ್ ಆಫ್ ಲೈಟ್ಸ್.)	ದೀಪಾವಳಿ ದೀಪಗಳ ಹಬ್ಬ.
24. A huge fair is held here in April. (ಎ ಹ್ಯೂಜ್ ಫೇರ್ ಈಸ್ ಹೆಲ್ಡ್ ಹಿರ್ ಇನ್ ಏಪ್ರಿಲ್.)	ಏಪ್ರಿಲ್‌ನಲ್ಲಿ ಇಲ್ಲಿ ಒಂದು ದೊಡ್ಡ ಜಾತ್ರೆ ನಡೆಯುತ್ತದೆ.
25. What month is running now? (ವಾಟ್ ಮನ್ತ್ ಈಸ್ ರನ್ನಿಂಗ್ ನೌ.)	ಈಗ ಯಾವ ತಿಂಗಳು ನಡೆಯುತ್ತಿದೆ?

8

ಸಮಯವೇನು?

WHAT TIME IS IT (ವಾಟ್ ಟೈಮ್ ಈಸ್ ಇಟ್?)

1.	What is the time by your watch? (ವಾಟ್ ಈಸ್ ದಿ ಟೈಮ್ ಬೈ ಯುವರ್ ವಾಚ್?	ನಿಮ್ಮ ಗಡಿಯಾರದಲ್ಲಿ ಎಷ್ಟು ಸಮಯವಾಗಿದೆ?
2.	It is two O'clock. (ಇಟ್ ಈಸ್ ಟೂ ಓ ಕ್ಲಾಕ್.)	ಎರಡು ಗಂಟೆ ಆಗಿದೆ.
3.	It is half past three. (ಇಟ್ ಈಸ್ ಹಾಫ್ ಪಾಸ್ಟ್ ತ್ರೀ.)	ಮೂರುವರೆ ಗಂಟೆಯಾಗಿದೆ.
4.	I get up in the morning at five. (ಅಯ್ ಗೆಟ್ ಅಪ್ ಇನ್ ದಿ ಮಾರ್ನಿಂಗ್ ಅಟ್ ಫೈವ್.	ನಾನು ಬೆಳಿಗ್ಗೆ ಐದು ಗಂಟೆಗೆ ಏಳುವೆನು.
5.	I take tea at six O'clock. (ಅಯ್ ಟೇಕ್ ಟೀ ಅಟ್ ಸಿಕ್ಸ್ ಓ ಕ್ಲಾಕ್.)	ನಾನು ಆರು ಗಂಟೆಗೆ ಚಹಾ ಕುಡಿಯುತ್ತೇನೆ.
6.	At what time do you take your breakfast? (ಅಟ್ ವಾಟ್ ಟೈಮ್ ಡೂ ಯೂ ಟೇಕ್ ಯುವರ್ ಬ್ರೇಕ್‌ಫಾಸ್ಟ್.)	ನೀವು ಯಾವ ಸಮಯಕ್ಕೆ ನಿಮ್ಮ ಬೆಳಗಿನ ತಿಂಡಿಯನ್ನು ತೆಗೆದುಕೊಳ್ಳುವಿರಿ.
7.	At 8 O'clock I take my breakfast. (ಅಟ್ ಎಯಿಟ್ ಓ ಕ್ಲಾಕ್ ಅಯ್ ಟೇಕ್ ಮ್ಯೆ ಬ್ರೇಕ್‌ಫಾಸ್ಟ್.)	ನಾನು ನನ್ನ ಬೆಳಗಿನ ತಿಂಡಿಯನ್ನು ಎಂಟು ಗಂಟೆಗೆ ತೆಕೆದುಕೊಳ್ಳುವೆನು.
8.	My school begins at nine O'clock. (ಮೈ ಸ್ಕೂಲ್ ಬಿಗಿನ್ಸ್ ಅಟ್ ನೈನ್ ಓ ಕ್ಲಾಕ್.)	ನನ್ನ ಶಾಲೆ ಒಂಬತ್ತು ಗಂಟೆಗೆ ಪ್ರಾರಂಭವಾಗುತ್ತದೆ.
9.	By quarter past three I am back home. (ಬೈ ಕ್ವಾರ್ಟರ್ ಪಾಸ್ಟ್ ತ್ರೀ ಅಯ್ ಆವ್ ಬ್ಯಾಕ್ ಹೋಮ್)	ಮೂರುಕ್ಕಾಲು ಗಂಟೆಗೆ ನಾನು ಮನಗೆ ಹಿಂತಿರುಗುವೆನು.
10.	I go to bed at ten in the night. (ಅಯ್ ಗೋ ಟೂ ಬೆಡ್ ಅಟ್ ಟೆನ್ ಇನ್ ದಿ ನೈಟ್.)	ರಾತ್ರಿಯಲ್ಲಿ ನಾನು ಹತ್ತು ಗಂಟೆಗೆ ಮಲಗುವೆನು.

11. It is ten past three. (ಇಟ್ ಈಸ್ ಟೆನ್ ಪಾಸ್ಟ್ ತ್ರೀ.) — ಮೂರು ಹತ್ತು ಆಗಿದೆ.
12. Tell me when it is 20 minutes to four. (ಟೆಲ್ ಮೀ ವೆನ್ ಇಟ್ ಈಸ್ 20 ಮಿನಿಟ್ಸ್.) — ನಾಲ್ಕು ಗಂಟೆಗೆ ಇಪ್ಪತ್ತು ನಿಮಿಷಗಳು ಇರುವಾಗ ನನಗೆ ಹೇಳು.
13. Now, it is quarter to four. (ನೌನ್ ಇಟ್ ಈಸ್ ಕ್ವಾರ್ಟರ್ ಟೂ ಫೋರ್.) — ಈಗ, ಮುರುಮುಕ್ಕಾಲು ಗಂಟೆಯಾಗಿದೆ.
14. He leaves his home at half past five. (ಹೀ ಲೀವ್ಸ್ ಹಿಸ್ ಹೋಂ ಅಟ್ ಹಾಫ್ ಪಾಸ್ಟ್ ಫೈವ್.) — ಅವನು ಅವನ ಮನೆಯನ್ನು ಐದುವರೆ ಗಂಟೆಗೆ ಬಿಡುವನು.
15. The train departs at 11 a.m. (ದಿ ಟ್ರೈನ್ ಡಿಪಾರ್ಟ್ಸ್ ಅಟ್ ಇಲೆವನ್ ಎ.ಎಂ.) — ರೈಲು ಬೆಳಿಗ್ಗೆ 11 ಗಂಟೆಗೆ ಹೊರಡುತ್ತದೆ.
16. His aeroplane takes off at ten to six. (ಹಿಸ್ ಏರೋಪ್ಲೇನ್ ಟೇಕ್ಸ್ ಆಫ್ ಅಟ್ ಟೆನ್ ಟು ಸಿಕ್ಸ್.) — ಅವನ ವಿಮಾನ ಐದು ಐವತ್ತಕ್ಕೆ ಹೊರಡಲಿದೆ.
17. The mail train is reaching the station late by two hours. (ದಿ ಮೆಯಿಲ್ ಟ್ರೈನ್ ಈಸ್ ರೀಚಿಂಗ್ ದಿ ಸ್ಟೇಷನ್ ಲೇಟ್ ಬೈ ಟೂ ಆವರ್ಸ್.) — ಮೈಲ್ ರೈಲು ೨ ಗಂಟೆಯ ಕಾಲ ತಡಾವಗಿ ಸ್ಟೇಷನನ್ನು ಸೇರುತ್ತದೆ.
18. I have to reach the station by 14.30 hours. (ಅಯ್ ಹಾವ್ ಟು ರೀಚ್ ದಿ ಸ್ಟೇಷನ್ ಬೈ ೧೪.೩೦ ಆವರ್ಸ್.) — ನಾನು 14.30 (ಮಧ್ಯಾಹ್ನ ಎರಡೂವರೆ) ಗಂಟೆಯಲ್ಲಿ ಸ್ಟೇಷನನ್ನು ಸೇರಬೇಕು.
19. It has been raining since 2 p.m. (ಇಟ್ ಹಾಸ್ ಬೀನ್ ರೆಯ್‌ನಿಂಗ್ ಸಿನ್ಸ್ ಟೂ ಪಿ.ಎಂ.) — ಮಧ್ಯಾಹ್ನ ಎರಡು ಗಂಟೆಯಿಂದ ಮಳೆ ಬೀಳುತ್ತಿದೆ.
20. As soon as it strikes seven you start. (ಆಸ್ ಸೂನ್ ಆಸ್ ಇಟ್ ಸ್ಟ್ರೈಕ್ಸ್ ಸೆವನ್ ಯೂ ಸ್ಟಾರ್ಟ್.) — ಏಳು ಗಂಟೆ ಆದ ಕೂಡಲೇ ನೀನು ಹೋಗು.
21. The Principal comes at 10 O'clock. (ದಿ ಪ್ರಿಂಸಿಪಾಲ್ ಕಮ್ಸ್ ಅಟ್ ಟೆನ್ ಓ ಕ್ಲಾಕ್.) — ಪ್ರಿಂಸಿಪಾಲರು ಹತ್ತು ಗಂಟೆಗೆ ಬರುವರು.

Note - a.m ಮತ್ತು p.m. ಎನ್ನುವುದು ಲ್ಯಾಟಿನ್ ಪದಗಳಾದ Anti-meridian and Post-meridian ಎಂಬುದರ ಸಂಕ್ಷಿಪ್ತ ರೂಪಗಳು. ಮೊದಲನೆಯದು am ಅಂದರೆ before noon ಮತ್ತು ಎರಡನೆಯದು afternoon ಎಂದಾಗುತ್ತದೆ. ರಾತ್ರಿ 12 ಗಂಟೆಯಿಂದ ಮಾರನೇ ದಿನ 12 ಗಂಟೆಗಳ ತನಕ before noon ಎಂದು ಮದ್ಯಾನ್ನ 12 ರಿಂದ ರಾತ್ರಿ 12 ರ ವರೆಗೂ after noon ಎಂದೂ ಕರೆಯಲಾಗುವುದು.

ರೈಲು ಇಲಾಖೆ ಸೇನಾ ಇಲಾಖೆಗಳಲ್ಲಿ am ಮತ್ತು pm ಎಂಬ ಗೊಂದಲವನ್ನು ತಪ್ಪಿಸಲು 24 ಗಂಟೆಗಳ ಕಾಲವನ್ನು ಅನುಸರಿಸುತ್ತಾರೆ. ಮಧ್ಯಾಹ್ನ 3 ಗಂಟೆಗೆ 14 ಗಂಟೆ ಎಂದು ಹೇಳುತ್ತೇವೆ ಮತ್ತು ಮುಂಜಾನೆ 3 ಗಂಟೆಗೆ 03 ಗಂಟೆಗಳು ಎಂದು ಹೇಳುತ್ತೇವೆ. ಇದೇ ವಿಧವಾಗಿ ಬೆಳಿಗ್ಗೆ 6 ಗಂಟೆಯಂದರೆ 06 ಗಂಟೆ ಮತ್ತು ಸಾಯಿಂಕಾಲ 6 ಗಂಟೆಯೆಂದರೆ 18 ಗಂಟೆಗಳು ಎಂದರ್ಥ.

9

ವಾಕ್ಯ

THE SENTENCE (ದ ಸೆನ್ಟೆನ್ಸ್)

ನಾವು ಮಾತನಾಡುವುದಕ್ಕಾಗಿ ವಾಕ್ಯಗಳನ್ನು ಬಳಸುತ್ತೇವೆ. ವಾಕ್ಯದಲ್ಲಿರುವ ಪದಗಳು ಪೂರ್ಣ ಅರ್ಥವನ್ನು ಕೊಡಬೇಕು. ವಾಕ್ಯಗಳಲ್ಲಿ ನಾಲ್ಕು ವಿಧ-

1. ಹೇಳಿಕೆಗಳು Statements -

Ram is a boy. (ರಾಮ್ ಈಸ್ ಎ ಬಾಯ್) ರಾಮ್ ಒಬ್ಬ ಹುಡುಗ.
I have no money. (ಅಯ್ ಹ್ಯಾವ್ ನೋ ಮನಿ) ನನ್ನ ಬಳಿ ಹಣ ಇಲ್ಲ.
ಯಾವುದೇ ವಾಕ್ಯದಲ್ಲಿ ಸಾಮಾನ್ಯ ವಿಷಯಗಳ ಬಗ್ಗೆ ಹೇಳುವಾಗ ಅದು ಒಂದು ಹೇಳಿಕೆಯಾಗಿರುತ್ತದೆ. ಇಧರಲ್ಲಿ ಎರಡು ವಿಧ-affirmative (ಸಕಾರಾತ್ಮಕ) negative (ನಕಾರಾತ್ಮಕ).

2. ಪ್ರಶ್ನಾರ್ಥಕ Interrogative -

What is your name? (ವಾಟ್ ಈಸ್ ಯುವರ್ ನೇಮ್?) ನಿನ್ನ ಹೆಸರು ಏನು?
Is she not tall? (ಈಸ್ ಶೀ ನಾಟ್ ಟಾಲ್?) ಅವಳು ಎತ್ತರವಾಗಿ ಇಲ್ಲವೇನು?

3. ಆಜ್ಞಾಪಕ Imperative -

Bring the book. (ಬ್ರಿಂಗ್ ದ ಬುಕ್.) ಪುಸ್ತಕವನ್ನು ತೆಗೆದುಕೊಂಡು ಬಾ.

Do not make a noise. (ಡೂ ನಾಟ್ ಮೇಕ್ ಎ ನಾಯ್ಸ್.) ಶಬ್ದ ಮಾಡ ಬೇಡ.
Please shut the window. (ಪ್ಲೀಸ್ ಶಟ್ ದ ವಿಂಡೋ.) ದಯವಿಟ್ಟು ಕಿಟಕಿಯನ್ನು ಮುಚ್ಚಿ.

4. ಉದ್ಗಾರಕ Exclamatory -

How beautiful! (ಹೌ ಬ್ಯೂಟಿಪುಲ್!) ಎಷ್ಟು ಸುಂದರ!
Oh! how tragic (ಓಹ್! ಹಾಉ ಟ್ರಾಜಿಕ್!) ಹಾ! ಎಂಥ ದುಃಖಕರ!
Alas! he is dead! (ಅಲಾಸ್! ಹೀ ಈಸ್ ಡೆಡ್!) ಅಯ್ಯೋ! ಅವನು ಸತ್ತು ಹೋದನು!

ಉದ್ಗಾರಕ ವಾಕ್ಯಗಳಲ್ಲಿ ತೀವ್ರವಾದ ಭಾವನೆಗಳು ಮತ್ತು ಆಶ್ಚರ್ಯವಾದ ಭಾವನೆಗಳಿರುತವೆ.

ನಕಾರಾತ್ಮಕ ವಾಕ್ಯಗಳು Negative Sentences
(ನೆಗಟಿವ್ ಸೆನ್ಟೆನ್ಸೆಸ್)

ನಕಾರಾತ್ಮಕ ವಾಕ್ಯಗಳಿಗೆ ಸಹಾಯ ಮಾಡುವ ಕ್ರಿಯಾ ಪದಗಳೆಂದರೆ-can, do, did, is, am, are, was, were ಇವುಗಳೊಂದಿಗೆ ಸೇರಿಸಿ not ವಾಕ್ಯಗಳನ್ನು ರಚಿಸುತ್ತೇವೆ.

He is not coming. (ಹೀ ಈಸ್ ನಾಟ್ ಕಮಿಂಗ್.)	ಅವನು ಬರುವುದಿಲ್ಲ.
You can not go. (ಯೂ ಕೆನಾಟ್ ಗೊ.)	ನೀನು ಹೋಗಲಿಕ್ಕೆ ಆಗುವುದಿಲ್ಲ.
It is not raining now. (ಇಟ್ ಈಸ್ ನಾಟ್ ರೇಯ್‌ನಿಂಗ್ ನೌ.)	ಈಗ ಮಳೆ ಬೀಳುತ್ತಿಲ್ಲ.
He does not work hard. (ಹೀ ಡಸ್ ನಾಟ್ ವರ್ಕ್ ಹಾರ್ಡ್.)	ಅವನು ಕಷ್ಟಪಟ್ಟು ದುಡಿಯುವುದಿಲ್ಲ.
I do not know you. (ಅಯ್ ಡು ನಾಟ್ ನೋ ಯೂ.)	ನೀನು ಯಾರೆಂದು ನನಗೆ ಗೊತ್ತಿಲ್ಲ.
Today is not Sunday. (ಟುಡೇ ಈಸ್ ನಾಟ್ ಸನ್‌ಡೇ.)	ಇಂದು ಭಾನುವಾರವಲ್ಲ.
The book is not on the table (ದ ಬುಕ್ ಈಸ್ ನಾಟ್ ಆನ್ ದ ಟೇಬಲ್.)	ಪುಸ್ತಕ ಮೇಜಿನ ಮೇಲೆ ಇಲ್ಲ.
They are not good friends. (ದೇ ಆರ್ ನಾಟ್ ಗುಡ್ ಫ್ರೆನ್‌ಡ್ಸ್.)	ಅವರುಗಳು ಒಳ್ಳೆಯ ಸ್ನೇಹಿತರುಗಳಲ್ಲ.
I can not do this sum. (ಅಯ್ ಕೇನ್ ನಾಟ್ ಡೂ ದಿಸ್ ಸಮ್.)	ನನ್ನಿಂದ ಈ ಲೆಕ್ಕವನ್ನು ಮಾಡಲಾಗುವುದಿಲ್ಲ.
The doctor has not come yet. (ದ ಡಾಕ್ಟರ್ ಹಾಸ್ ನಾಟ್ ಕಮ್ ಯಟ್.)	ಇನ್ನೂ ವೈದ್ಯರು ಬಂದಿಲ್ಲ.
Girish was not there. (ಗಿರೀಷ್ ವಾಸ್ ನಾಟ್ ದೇರ್.)	ಗಿರೀಶ್ ಅಲ್ಲಿ ಇರಲಿಲ್ಲ.
This question is not difficult. (ದ ಕ್ವೆಶ್ಚನ್ ಈಸ್ ನಾಟ್ ಡಿಫ್ಫಿಕಲ್ಟ್.)	ಈ ಪ್ರಶ್ನೆ ಕಠಿಣವಾದುದಲ್ಲ.
He was not there. (ಹೀ ವಾಸ್ ನಾಟ್ ದೇರ್.)	ಅವನು ಅಲ್ಲಿ ಇರಲಿಲ್ಲ.
They were not reading. (ದೇ ವೇರ್ ನಾಟ್ ರೀಡಿಂಗ್.)	ಅವರು ಓದುತಿಲ್ಲ
They will not wait for us. (ದೇ ವಿಲ್ ನಾಟ್ ವೇಯಿಟ್ ಫಾರ್ ಅಸ್.)	ಅವರು ನಮಗಾ[illegible]ವುದಿಲ್ಲ.

I shall not go by bus, (ಅಯ್ ಶ್ಯಾಲ್ ನಾಟ್ ಗೋ ಬೈ ಬಸ್.)	ನಾನು ಬಸ್ಸಿನಲ್ಲಿ ಹೋಗುವುದಿಲ್ಲ.
Kamal has not done his work. (ಕಮಲ್ ಹ್ಯಾಸ್ ನಾಟ್ ಡನ್ ಹಿಸ್ ವರ್ಕ್.)	ಕಮಲ್ ತನ್ನ ಕೆಲಸವನ್ನು ಮಾಡಿಲ್ಲ.
He will not take ill of it. (ಹೀ ವಿಲ್ ನಾಟ್ ಟೇಕ್ ಇಲ್ ಆಫ್ ಇಟ್.	ಅವನು ಅದರ ಬಗ್ಗೆ ತಪ್ಪು ತಿಳಿಯುವುದಿಲ್ಲ.
Do not pluck the flowers (ಡೂ ನಾಟ್ ಪ್ಲಕ್ ದ ಫ್ಲವರ್ಸ್.)	ಹೂಗಳನ್ನು ಕೀಳಬೇಡ.
I do not take tea (ಅಯ್ ಡೂ ನಾಟ್ ಟೇಕ್ ಟೀ.)	ನಾನು ಚಹಾ ಕುಡಿಯುವುದಿಲ್ಲ.
Now you should go. (ನೌ ಯೂ ಶುಡ್ ಗೋ.)	ಈಗ ನೀವು ಹೋಗಬೇಕು.
Ram did not come. (ರಾಮ್ ಡಿಡ್ ನಾಟ್ ಕಮ್.)	ರಾಮ್ ಬಂದಿಲ್ಲ.
I have not seen her. (ಅಯ್ ಹ್ಯಾವ್ ನಾಟ್ ಸೀನ್ ಹರ್.)	ನಾನು ಅವಳನ್ನು ನೋಡಿಲ್ಲ.
You need not go there. (ಯೂ ನೀಡ್ ನಾಟ್ ಗೋ ದೇರ್.)	ನೀನು ಅಲ್ಲಿ ಹೋಗಬೇಕಿಲ್ಲ.
They have not gone. (ದೇ ಹ್ಯಾವ್ ನಾಟ್ ಗಾನ್.)	ಅವರು ಇನ್ನೂ ಹೋಗಿಲ್ಲ.
Leela did not sing. (ಲೀಲಾ ಡಿಡ್ ನಾಟ್ ಸಿಂಗ್.)	ಲೀಲಾ ಹಾಡಲಿಲ್ಲ.
She was not writing. (ಶೀ ವಾಸ್ ನಾಟ್ ವ್ರೈಟಿಂಗ್.)	ಅವಳು ಬರೆಯುತ್ತಿರಲಿಲ್ಲ.
Geeta had not come. (ಗೀತಾ ಹ್ಯಾಡ್ ನಾಟ್ ಕಮ್.)	ಗೀತಾ ಇನ್ನು ಬಂದಿಲ್ಲ.
Dhanpat does not work here. (ಧನ್‌ಪತ್ ಡಸ್ ನಾಟ್ ವರ್ಕ್ ಹಿಯರ್)	ದನ್‌ಪಥ್ ಇಲ್ಲಿ ಕೆಲಸ ಮಾಡುತ್ತಿಲ್ಲ.
This is not my dog. (ದಿಸ್ ಈಸ್ ನಾಟ್ ಮೈ ಡಾಗ್.)	ಇದು ನನ್ನ ನಾಯಿ ಅಲ್ಲ.
She hasn't a good dress. (ಶೀ ಹಸಣ್ಟ್ ಎ ಗುಡ್ ಡ್ರೆಸ್.)	ಅವಳಿಗೆ ಒಂದು ಒಳ್ಳೆಯ ಉಡುಪೂ ಇಲ್ಲ.
I don't have money. (ಅಯ್ ಡೋನ್‌ಟ್ ಹ್ಯಾವ್ ಮಣಿ.)	ನನ್ನ ಬಳಿ ಹಣವಿಲ್ಲ.

They can not come now. (ದೇ ಕೇನ್ ನಾಟ್ ಕಮ್ ನೌ.)	ಅವರು ಈಗ ಬರಬಾರುದು.
Gopal is not a bad boy. (ಗೋಪಾಲ್ ಈಸ್ ನಾಟ್ ಎ ಬ್ಯಾಡ್ ಬಾಯ್.	ಗೋಪಾಲ್ ಕೆಟ್ಟ ಹುಡುಗನಲ್ಲ.
He has not been paid for two months. (ಹೀ ಹ್ಯಾಸ್ ನಾಟ್ ಬೀನ್ ಪೈಡ್ ಫಾರ್ ಟೂ ಮನ್ತ್ಸ್.)	ಎರಡು ತಿಂಗಳಿಂದ ಅವನಿಗೆ ಸಂಬಳ ನೀಡಲಾಗಿಲ್ಲ.
You ought not to disobey your parents. (ಯೂ ಆಉಟ್ ನಾಟ್ ಟು ಡಿಸ್ಒಬೇಯ್ ಯುವರ್ ಪ್ಯಾರೆಂಟ್ಸ್.)	ನೀವು ನಿಮ್ಮ ತಂದೆ-ತಾಯಿಗಳ ಮಾತುಗಳನ್ನು ಉಚ್ಚಾಯಿಸ ಬಾರದು.

(ಪ್ರಶ್ನಾರ್ಥಕ ವಾಕ್ಯಗಳು)INTERROGATIVE SENTENCES (ಇನ್ಟರೋಗೇಟಿವ್ ಸೆನ್‌ಟೆನ್ಸೆಸ್)

Is she writing a letter (ಈಸ್ ಶೀ ವೈಟಿಂಗ್ ಎ ಲೆಟ್ಟರ್.)	ಅವಳು ಕಾಗದವನ್ನು ಬರೆಯುತ್ತಿದ್ದಾಳಿಯೇ?
Has the bus gone? (ಹ್ಯಾಸ್ ದ ಬಸ್ ಗಾನ್?)	ಬಸ್ ಹೊರಟು ಹೊಯಿತಾ?
Did you come? (ಡಿಡ್ ಯೂ ಕಮ್?)	ನೀನು ಬಂದಿದ್ದೇಯಾ?
Will you wait for me? (ವಿಲ್ ಯೂ ವೆಯಿಟ್ ಫಾರ್ ಮೀ?)	ನೀನು ನನಗಾಗಿ ಕಾಯ್ದಿರುವೇಯಾ?
Are they lazy? (ಆರ್ ದೇ ಲೇಜಿ?)	ಅವರು ಮೈಗಳ್ಳರೆ?
Is it raining? (ಈಸ್ ಇಟ್ ರೆಯ್‌ನಿಂಗ್?)	ಮಳೆ ಸುರಿಯುತ್ತಿದ್ದೇಯೆ?
Do you like tea? (ಡು ಯೂ ಲೈಕ್ ಟೀ?)	ನಿಮಗೆ ಚಹಾ ಇಷ್ಟವೇ?
Does he come daily? (ಡಸ್ ಹೀ ಕಮ್ ಡೆಯ್‌ಲಿ?)	ಅವನು ಪ್ರತಿದಿನ ಬರುತ್ತಿದ್ದಾನಾ?
Who opened my letter? (ಹೂ ಓಪನ್‌ಡ್ ಮೈ ಲೆಟ್ಟರ್?)	ನನ್ನ ಕಾಗದವನ್ನು ಯಾರು ತೆರೆದಿದ್ದು?
What's the time? (ವಾಟ್ಸ್ ದಿ ಟೈಮ್?)	ಈಗ ಸಮಯವೆಷ್ಟು?
Who is there? (ಹೂ ಇಸ್ ದೇರ್?)	ಅಲ್ಲಿ ಇರುವುದು ಯಾರು?
When will you return? (ವೆನ್ ವಿಲ್ ಯೂ ರಿಟರ್ನ್?)	ನೀನು ಯಾವಾಗ ಹಿಂತಿರುಗುವೇ?
Where is my book? (ವೇರ್ ಈಸ್ ಮೈ ಬುಕ್?)	ನನ್ನ ಪುಸ್ತಕ ಎಲ್ಲಿದೆ?

How is your father? (ಹೌ ಈಸ್ ಯುವರ್ ಫಾದರ್?)	ನಿನ್ನ ತಂದೆ ಹೇಗಿದ್ದಾರೆ?
Whom do you want? (ಹೂಮ್ ಡು ಯೂ ವಾಣ್ಟ್?)	ನಿನಗೆ ಯಾರು ಬೇಕು?
What's your name? (ವಾಟ್ಸ್ ಯುವರ್ ನೇಮ್?)	ನಿನ್ನ ಹೆಸರು ಏನು?
Which book do you choose? (ವಿಚ್ ಬುಕ್ ಡೂ ಯೂ ಚೂಸ್?)	ನೀನು ಯಾವ ಪುಸ್ತಕವನ್ನು ಆಯ್ಕೆ ಮಾಡುವೆ?
Would you like milk or tea? (ವುಡ್ ಯು ಲೈಕ್ ಮಿಲ್ಕ್ ಆರ್ ಟೀ?)	ನೀನು ಹಾಲು ಕುಡಿಯುವೆಯ ಅಥವಾ ಚಹಾವನ್ನಾ?
Shall we go now? (ಶೆಲ್ ವೀ ಗೋ ನೌ ?)	ನಾವು ಈಗ ಹೊರಡೋಣವೇ?
Are you coming or not? (ಆರ್ ಯೂ ಕಮಿಂಗ್ ಆರ್ ನಾಟ್?)	ನೀನು ಬರುವೆಯಾ ಇಲ್ಲವೆ?
Did you do it or Ramesh? (ಡಿಡ್ ಯೂ ಡೂ ಇಟ್ ಆರ್ ರಮೇಶ್?)	ಇದನ್ನು ಮಾಡಿದ್ದು ನೀನಾ ಅಥವಾ ರಮೇಶನೇ?
You have got the book? (ಯೂ ಹಾವ್ ಗಾಟ್ ದ ಬುಕ್?)	ನಿನ್ನ ಬಳಿ ಪುಸ್ತಕವು ಇದೇ ತಾನೆ?
Had you not been there? (ಹ್ಯಾಡ್ ಯೂ ನಾಟ್ ಬೀನ್ ದೇರ್?)	ನೀನು ಅಲ್ಲಿ ಇರಲಿಲ್ಲವೇ?
Were they not playing? (ವೇರ್ ದೇ ನಾಟ್ ಪ್ಲೇಯಿಂಗ್?)	ಅವರು ಆಡುತ್ತಿಲ್ಲವೇ?
Has the train not left yet? (ಹ್ಯಾಸ್ ದ ಟ್ರೈಯಿನ್ ನಾಟ್ ಲೆಫ್ಟ್ ಯಟ್?)	ರೈಲು ಇನ್ನು ಹೊರಡಲಿಲ್ಲವೇ?
Who will not help her? (ಹೂ ವಿಲ್ ನಾಟ್ ಹೆಲ್ಪ್ ಹರ್?)	ಯಾರು ತಾನೇ ಅವಳಿಗೆ ಸಹಾಯ ಮಾಡುವುದಿಲ್ಲ?

IMPERATIVE SENTENCES
(ಇಮ್ಪೆರೆಟಿವ್ ಸೇನ್ಟೆನ್ಸೆಸ್)

Go now. (ಗೋ ನೌ)	ಈಗ ಹೋಗು.
Be cautious. (ಬೀ ಕಾಷಿಯಸ್.)	ಎಚ್ಚರವಾಗಿ ಇರು.
Open the book. (ಓಪೆನ್ ದ ಬುಕ್.)	ಪುಸ್ತಕವನ್ನು ತೆರೆ.
Please, do this. (ಪ್ಲೀಸ್ ಡೂ ದಿಸ್.)	ದಯವಿಟ್ಟು, ಇದನ್ನು ಮಾಡು.
Be reasonable please. (ಬೀ ರೀಸೊನೆಬ್ಲ್.)	ದಯವಿಟ್ಟು ನ್ಯಾಯವಾಗಿ ನಡೆದುಕೊಳ್ಳಿರಿ.

You be Quiet. (ಯೂ ಬೀ ಕ್ವೈಯಟ್.)
ನೀನು ಶಾಂತವಾಗಿ ಇರು.

You mind your own business. (ಯೂ ಮೈಂಡ್ ಯುವರ್ ಓನ್ ಬಿಸಿನೆಸ್.)
ನೀನು ನಿನ್ನ ಕೆಲಸವನ್ನು ಮಾತ್ರ ನೋಡಿಕೊ.

Somebody come here. (ಸಮ್‌ಬಡಿ ಕಮ್ ಇಅರ್.)
ಯಾರಾದರೂ ಇಲ್ಲಿ ಬನ್ನಿ.

Ram, you go over there. (ರಾಮ್, ಯೂ ಗೋ ಓವರ್ ದೇರ್.)
ರಾಮ್, ನೀನು ಅಲ್ಲಿ ಹೋಗು.

Let us move now. (ಲೆಟ್ ಅಸ್ ಮೂವ್ ನೌ.)
ಈಗ ನಾವು ಮುಂದುವರಿಸೋಣ.

Let them come. (ಲೆಟ್ ದಮ್ ಕಮ್.)
ಅವರು ಬರಲಿ.

Don't do this. (ಡೋಣ್ಟ್ ಡೂ ದಿಸ್.)
ಇದನ್ನು ಮಾಡ ಬೇಡ.

Don't allow any one to enter. (ಡೋಣ್ಟ್ ಅಲೋ ಎನಿ ವನ್ ಟು ಎಂಟರ್.)
ಯಾರನ್ನೂ ಒಳಗೆ ಪ್ರವೇಶಿಸಲು ಅನುಮತಿಸಬೇಡ.

Let us enjoy a walk. (ಲೆಟ್ ಅಸ್ ಎನ್ಜಾಯ್ ಎ ವಾಕ್.)
ಆನಂದವಾಗಿ ನಡೆಯೋಣ.

Do have some more tea. (ಡೂ ಯೂ ಹ್ಯಾವ್ ಸಮ್ ಮೋರ್ ಟೀ.)
ಇನ್ನು ಸ್ವಲ್ಪ ಚಹಾ ತಗೆದುಕ್ಕೊಳ್ಳಿ.

Do this now. (ಡೂ ದಿಸ್ ನೌ.)
ಈಗ ಇದನ್ನು ಮಾಡು.

Do let us go to his house. (ಡೂ ಲೆಟ್ ಅಸ್ ಗೋ ಟು ಹಿಸ್ ಹೌಸ್.)
ನಮ್ಮನ್ನು ಅವನ ಮನೆಗೆ ಹೋಗಲು ಬಿಡಿ.

EXCLAMATORY SENTENCES
(ಎಕ್ಸ್‌ಕ್ಲಮೆಟೊರಿ ಸೆನ್ಟೆನ್ಸೆಸ್)

How delightful is the scene (ಹೌ ಡಿಲೈಟ್‌ಫುಲ್ ಈಸ್ ದ ಸೀನ್)
ದೃಶ್ಯ ಎಷ್ಟು ಸುಂದರವಾಗಿದೆ !

How wonderful! (ಹೌ ವಂಡರ್‌ಫುಲ್!)
ಎಷ್ಟು ಆಶ್ಚರ್ಯಕರವಾದದ್ದು !

What a fall! (ವಾಟ್ ಎ ಫಾಲ್!)
ಎಂತಹ ಬೀಳು!

What a Long Queue! (ವಾಟ್ ಎ ಲಾಂಗ್ ಕ್ಯೂ!)	ಎಷ್ಟು ಉದ್ದವಾದ ಸಾಲು!
How many years I waited (ಹೌ ಮೆನಿ ಇಯರ್ಸ್ ಅಯ್ ವೇಯ್ಟೆಡ್)	ಎಷ್ಟೊಂದು ವರುಷಗಳಿಂದ ನಾನು ಕಾದೆ.
What a shame! (ವಾಟ್ ಎ ಶೇಮ್!)	ಎಂತಹ ಅಪಮಾನ!
Ah me! (ಆಹ್ ಮೀ!)	ಹಾ ನಾನು!
Well done! (ವೆಲ್ ಡನ್!)	ಶಭಾಷ್!
Good God! (ಗುಡ್ ಗಾಡ್!)	ಅಯ್ಯೋ ದೇವರೆ!

10

ಕೆಲವು ನಿಶ್ಚಯಿಸಿದ ಹೋಲಿಕೆಗಳು

SOME SET COMPARISONS (ಸಮ್ ಸೆಟ್ ಕಂಪೇರಿಸನ್ಸ್)

1.	as bitter as gall. (ಏಸ್ ಬಿಟ್ಟೆರ್ ಏಸ್ ಗಾಲ್)	ಹಾಗಲಕಾಯಿಯಷ್ಟು ಕಹಿ
2.	as black as coal. (ಏಸ್ ಬ್ಲಾಕ್ ಏಸ್ ಕೋಲ್)	ಕಲ್ಲಿದ್ದಿಲಿನಷ್ಟು ಕಪ್ಪು
3.	as blind as bat. (ಏಸ್ ಬ್ಲೈಂಡ್ ಏಸ್ ಬ್ಯಾಟ್)	ಬಾವಲಿಯಷ್ಟು ಕುರುಡು
4.	as brittle as glass (ಏಸ್ ಬ್ರಿಟ್ಟಲ್ ಏಸ್ ಗ್ಲಾಸ್)	ಬಾಟಲಿನಷ್ಟು ಸೂಕ್ಷ್ಮವಾದದ್ದು
5.	as brave as lion (ಏಸ್ ಬ್ರೇವ್ ಏಸ್ ಲೈಯನ್)	ಸಿಂಹದಂತ ಧೈರ್ಯಶಾಲಿ
6.	as busy as bee.(ಏಸ್ ಬುಸೀ ಏಸ್ ಬೀ.)	ಜೇನು ನೊಣದಷ್ಟು ಕಾರ್ಯಮಗ್ನತೆ.
7.	as bright as a day. (ಏಸ್ ಬ್ರೈಟ್ ಏಸ್ ಏ ಡೇ.)	ಬೆಳ್ಳಗಿನ ದಿನದಷ್ಟು ಪ್ರಕಾಶ
8.	as clear as crystal. (ಏಸ್ ಕ್ಲಿಯರ್ ಏಸ್ ಕ್ರಿಸ್ಟಲ್.)	ಸ್ಫಟಿಕದಂತ ಶುಭ್ರತೆ
9.	as changeable as weather. (ಏಸ್ ಚೇಂಜಿಬಲ್ ಏಸ್ ವೆದರ್.)	ವಾತಾವರಣದ ಹಾಗೆ ಬದಲಾಯಿಸುವುದು
10.	as cool as cucumber (ಏಸ್ ಕೂಲ್ ಏಸ್ ಕೂಕುಂಬರ್)	ಸೌತೇಕಾಯಿನಷ್ಟು ತಣ್ಣಗಿರುವುದು
11.	as cold as marble (ಏಸ್ ಕೋಲ್ಡ್ ಏಸ್ ಮಾರ್ಬಿಲ್)	ಅಮೃತಶಿಲೆಯಷ್ಟು ತಣ್ಣಗಿರುವುದು
12.	as cunning as fox (ಏಸ್ ಕನ್ನಿಂಗ್ ಏಸ್ ಫಾಕ್ಸ್)	ನರಿಯ ಹಾಗೆ ಮೋಸಗಾರ
13.	as cheerful as lark. (ಏಸ್ ಚೀರ್‌ಫುಲ್ ಏಸ್ ಲಾರ್ಕ್)	ಲಾರ್ಕ್ ಪಕ್ಷಿಯಂತೆ ಖುಷಿಯಾಗಿರುವುದು
14.	as dark as pitch. (ಏಸ್ ಡಾರ್ಕ್ ಏಸ್ ಪಿಚ್)	ಡಾಂಬರ್‌ಮೇಣದಷ್ಟು ಕಪ್ಪು
15.	as dry as dust (ಏಸ್ ಡ್ರೈ ಏಸ್ ಡಸ್ಟ್)	ಧೂಳಿನಷ್ಟು ಶುಷ್ಕವಾಗಿರುವುದು
16.	as deep as well. (ಏಸ್ ಡೀಪ್ ಏಸ್ ವೆಲ್)	ಬಾವಿಯಷ್ಟು ಆಳ

17. as dead as stone. (ಏಸ್ ಡೆಡ್ ಏಸ್ ಸ್ಟೋನ್) ಕಲ್ಲಿನಷ್ಟು ನಿರ್ಜೀವ
18. as fresh as a rose. (ಏಸ್ ಫ್ರೆಷ್ ಏಸ್ ಎ ರೋಸ್) ಗುಲಾಬಿಯಷ್ಟು ತಾಜಾ
19. as fresh as dew. (ಏಸ್ ಫ್ರೆಶ್ ಏಸ್ ಡ್ಯೂ.) ಇಬ್ಬನಿಯಷ್ಟು ತಾಜಾ
20. as firm as rock (ಏಸ್ ಫಿರ್ಮ್ ಏಸ್ ರಾಕ್) ಬಂಡೆ ಕಲ್ಲಿನಷ್ಟು ಕಠಿಣ
21. as free as wind. (ಏಸ್ ಫ್ರೀ ಏಸ್ ವಿಂಡ್) ಗಾಳಿಯಷ್ಟು ಸಡಿಲ
22. as fit as fiddle (ಏಸ್ ಫಿಟ್ ಏಸ್ ಫಿಡಲ್) ಕುದರೆಯ ಲಾಳದಂತೆ ಸರಿಯಾಗಿ ಹೊಂದು
23. as gentle as lamb. (ಏಸ್ ಜೆಂಟಲ್ ಏಸ್ ಲ್ಯಾಂಬ್) ಕುರಿಮರಿಯಷ್ಟು ಸಾಧು
24. as greedy as a wolf. (ಏಸ್ ಗ್ರೀಡಿ ಏಸ್ ಎ ವುಲ್ಫ್) ತೋಳದಷ್ಟು ದುರಾಸೆಯುಳ್ಳ
25. as green as grass. (ಏಸ್ ಗ್ರೀನ್ ಏಸ್ ಗ್ರಾಸ್) ಹುಲ್ಲಿನಷ್ಟು ಹಸಿರು
26. as good as gold. (ಏಸ್ ಗುಡ್ ಏಸ್ ಗೋಲ್ಡ್) ಚಿನ್ನದಷ್ಟು ಒಳ್ಳೆಯದು
27. as happy as a king (ಏಸ್ ಹ್ಯಾಪ್ಪಿ ಏಸ್ ಕಿಂಗ್) ರಾಜನ ಹಾಗೆ ಖುಷಿಯಾಗಿರು
28. as hard as flint. (ಏಸ್ ಹಾರ್ಡ್ ಏಸ್ ಫ್ಲಿಂಟ್) ಕಿಡಿಗಲ್ಲಿನಷ್ಟು ಕಠಿಣ
29. as light as a feather. (ಏಸ್ ಲೈಟ್ ಏಸ್ ಎ ಫೆದರ್) ರೆಕ್ಕೆಯಷ್ಟು ಹಗುರ
30. as loud as thunder. (ಏಸ್ ಲೌಡ್ ಏಸ್ ತಂಡರ್) ಗುಡುಗಿನಷ್ಟು ಶಬ್ದ
31. as old as hills. (ಏಸ್ ಓಲ್ಡ್ ಏಸ್ ಹಿಲ್ಸ್) ಬೆಟ್ಟಗಳಷ್ಟು ಪುರಾತನ
32. as pale as death. (ಏಸ್ ಪೇಲ್ ಏಸ್ ಡೆತ್) ಸತ್ತ ಹಾಗೆ ಮಂಕಾಗಿರುವುದು
33. as proud as a peacock. (ಏಸ್ ಪ್ರೌಡ್ ಏಸ್ ಪೀಕಾಕ್) ನವಿಲಿನಂತೆ ಹೆಮ್ಮೆ ಪಡುವುದು
34. as Quick as thought (ಏಸ್ ಕ್ವಿಕ್ ಏಸ್ ಥಾಟ್) ಆಲೋಚನೆಯಷ್ಟು ವೇಗವಾಗಿರುವುದು

35. as red as rose. (ಏಸ್ ರೆಡ್ ಏಸ್ ರೋಸ್)	ಗುಲಾಬಿಯಷ್ಟು ಕೆಂಪಗಿರುವುದು
36. as round as ball. (ಏಸ್ ರೌಂಡ್ ಏಸ್ ಬಾಲ್)	ಚೆಂಡಿನಷ್ಟು ಗೋಲವಾಗಿರುವುದು
37. as sharp as razor. (ಏಸ್ ಶಾರ್ಪ್ ಏಸ್ ರೇಜರ್)	ರೇಜರ್‌ನಷ್ಟು ಹರಿತವಾಗಿರುವುದು
38. as silent as grave. (ಏಸ್ ಸೈಲೆನ್ಟ್ ಏಸ್ ಗ್ರೇವ್)	ಸ್ಮಶಾನದಂತೆ ಮೌನವಾಗಿರುವುದು
39. as silly as a sheep. (ಏಸ್ ಸಿಲ್ಲಿ ಏಸ್ ಎ ಶೀಪ್)	ಕುರಿಯಂತೆ ತುಂಬಾ ಅಲ್ಪಬುದ್ಧಿಯುಳ್ಳದ್ದು
40. as sure as death. (ಏಸ್ ಶ್ಯೂರ್ ಏಸ್ ಡೆತ್)	ಸಾವಿನ ಹಾಗೆ ನಿಶ್ಚಿತವಾಗಿರುವುದು
41. as soft as butter. (ಏಸ್ ಸಾಫ್ಟ್ ಏಸ್ ಬಟ್ಟರ್)	ಬೆಣ್ಣೆಯಂತೆ ಮೃದುವಾಗಿರುವುದು
42. as sweet as honey. (ಏಸ್ ಸ್ವೀಟ್ ಏಸ್ ಹಣಿ)	ಜೇನಿನಂತ ಸಿಹಿಯಾಗಿರುವುದು
43. as swift as an arrow. (ಏಸ್ ಸ್ವಿಫ್ಟ್ ಏಸ್ ಏನ್ ಏರೋ)	ಬಾಣದಷ್ಟು ವೇಗವಾಗಿ ಚಲಿಸುವುದು
44. as white as snow (ಏಸ್ ವೈಟ್ ಏಸ್ ಸ್ನೋ)	ಮಂಜುಗಡ್ಡೆಯಷ್ಟು ಬಿಳುಪಾಗಿರುವುದು.
45. as wise as Solomon. (ಏಸ್ ವೈಸ್ ಏಸ್ ಸಾಲೋಮನ್)	ಸಾಲಮನ್ ಹಾಗೆ ಬುದ್ಧಿವಂತನಾಗಿರುವುದು

11

ಗಾದೆಗಳು

PROVERBS (ಪ್ರಾವೆರ್ಬಸ್)

1. Union is strength. (ಯೂನಿಯನ್ ಈಸ್ ಸ್ಟ್ರೆಂಗ್‌ಥಿ.)	ಒಗ್ಗಟ್ಟೇ ಬಲ
2. Health is wealth (ಹೆಲ್ತ್ ಈಸ್ ವೆಲ್ತ್)	ಆರೋಗ್ಯವೇ ಭಾಗ್ಯ
3. Might is right. (ಮೈಟ್ ಈಸ್ ರೈಟ್)	ಶ್ರೀಮಂತರು ಏನು ಹೇಳಿದರೂ ಸರಿ
4. Honesty is the best policy (ಹಾನಸ್ಟೀ ಈಸ್ ದ ಬೆಸ್ಟ್ ಪಾಲಿಸಿ.)	ಯಾವಾಗಲೂ ಪ್ರಮಾಣಿಕತೆ ಮನುಷ್ಯನನ್ನು ಕಾಪಾಡುತ್ತದೆ.
5. Where there is a will there is a way (ವೇರ್ ದೇರ್ ಈಸ್ ಎ ವಿಲ್ ದೇರ್ ಈಸ್ ಎ ವೇ.)	ಮನಸ್ಸಿದ್ದರೆ ಮಾರ್ಗ
6. A friend in need is a friend indeed (ಎ ಫ್ರೆಂಡ್ ಇನ್ ನೀಡ್ ಈಸ್ ಎ ಫ್ರೆಂಡ್ ಇನ್‌ಡೀಡ್.)	ಆಪತ್ತಿಗಾದವನೇ ನಿಜವಾದ ಗೆಳೆಯ
7. Money makes the mare go (ಮನಿ ಮೇಕ್ಸ್ ದ ಮೇರ್ ಗೋ)	ದುಡ್ಡೇ ದೊಡ್ಡಪ್ಪ.
8. To cast pearls before a swine (ಟು ಕ್ಯಾಸ್ಟ್ ಪರ್ಲ್ಸ್ ಬಿಫೋರ್ ಎ ಸ್ವೈನ್.)	ಕತ್ತೆಗೇನು ಗೊತ್ತು ಗಂಧದ ವಾಸನೆ
9. Death's day is the doom's day (ಡೆತ್ಸ್ ಡೇ ಈಸ್ ದ ಡೂಮ್ಸ್ ಡೇ.)	ಸಾವೇ ವಿಧಿಯ ಕೊನೆಯ ದಿನ
10. Charity begins at home (ಚ್ಯಾರಿಟಿ ಬಿಗಿನ್ಸ್ ಅಟ್ ಹೋಂ)	ಮನುಷ್ಯನ ಮೊದಲ ಕರ್ತವ್ಯ ತನ್ನ ಬಂಧು ಬಳಗದವರಿಗೆ
11. An empty vessel makes much noise. (ಏನ್ ಎಂಪ್ಟಿ ವೆಸ್ಸೆಲ್ ಮೇಕ್ಸ್ ಮಚ್ ನಾಯ್ಸ್)	ತುಂಬಿದ ಕೊಡ ತುಳುಕುವದಿಲ್ಲ
12. Blood is thicker than water (ಬ್ಲಡ್ ಈಸ್ ತಿಕ್ಕರ್ ದೆನ್ ವಾಟರ್)	ನೀರಿಗಿಂತ ರಕ್ತವು ಮಂದ

13. To blow one's own trumpet. (ಟು ಬ್ಲೋ ಒನ್ಸ್ ಓನ್ ಟ್ರಂಪೆಟ್)()	ತಮ್ಮನ್ನು ತಾವೇ ಹೊಗಳಿಕೊಳ್ಳುವುದು
14. To indulge in one's praise. (ಟು ಇಂಡಲ್ಜ್ ಇನ್ ಒನ್ಸ್ ಪ್ರೆಯ್ಜ್)	ತಮ್ಮನ್ನು ತಾವೇ ಹೊಗಳಿಕೊಳ್ಳುವುದರಲ್ಲಿ ಮಗ್ನರಾಗಿರುವುದು
15. Beauty weeps, fortune enjoys' (ಬ್ಯೂಟಿ ವೀಪ್ಸ್, ಫಾರ್ಚ್ಯೂನ್ ಎಂಜಾಯ್ಸ್)	ಸೌಂದರ್ಯದಿಂದ ದುಃಖ, ಅದೃಷ್ಟದಿಂದ ಸುಖ.
16. As you sow, so shall you reap (ಆಸ್ ಯೂ ಸೋ, ಸೋ ಶೇಲ್ ಯೂ ರೀಪ್)	ಬಿತ್ತಿದ್ದನ್ನು ಬೆಳೆದುಕೋ -ಮಾಡಿದ್ದುಣ್ಣೋ ಮಾರಾಯ
17. Handsome is he that handsome does (ಹ್ಯಾಂಡ್‌ಸಮ್ ಈಸ್ ಹೀ ತಟ್ ಹ್ಯಾಂಡ್‌ಸಮ್ ಡಸ್)	ಸದ್ವರ್ತನೆಯೇ ಸೌಂದರ್ಯ
18. Hope sustains life. (ಹೋಪ್ ಸಸ್ಟೆಯಿನ್ಸ್ ಲೈಫ್)	ಭರವಸೆಯಿಂದ ಜೀವವೂ ಉಳಿಯುತ್ತದೆ
19. A drop in the ocean. (ಎ ಡ್ರಾಪ್ ಇನ್ ದ ಓಷನ್.)	ಸಾಗರದಲ್ಲಿ ಒಂದು ಹನಿಯಂತೆ
20. A figure among cyphres. (ಎ ಫಿಗರ್ ಅಮಂಗ್ ಸೈಫ್ರೆಸ್)	ಲೆಕ್ಕಕ್ಕಿಲ್ಲದ ಮನುಷ್ಯ
21. The wearer best knows where the shoe pinches. (ದ ವೇರರ್ ಬೆಸ್ಟ್ ನೋಸ್ ವೇರ್ ದ ಶೂ ಪಿಂಚೆಸ್)	ಅನುಭವಿಸುವವರಿಗೆ ಮಾತ್ರ ಗೊತ್ತು ನೋವಿನ ತೀವ್ರತೆ
22. Fate is inevitable (ಫೇಟ್ ಈಸ್ ಇನ್ಎವಿಟಬಲ್)	ವಿಧಿ ಬರಹದಿಂದ ತಪ್ಪಿಸಿಕೊಳ್ಳಲಾಗದು
23. Coming events cast their shadows. (ಕಮಿಂಗ್ ಈವೆಂಟ್ಸ್ ಕ್ಯಾಸ್ಟ್ ದೇರ್ ಶ್ಯಾಡೋಸ್.)	ಮುಂಬರುವ ಸಂದರ್ಭಗಳು ತಮ್ಮ ನೆರಳನ್ನು ಸೂಚಿಸುತ್ತವೆ
24. To make castles in the air. (ಟು ಮೇಕ್ ಕ್ಯಾಸ್ಟ್‌ಲ್ಸ್ ಇನ್ ದ ಏರ್)	ಗಾಳಿಯಲ್ಲಿ ಗೋಪುರಗಳನ್ನು ಕಟ್ಟುವುದು.
25. Tit for tat. (ಟಿಟ್ ಫಾರ್ ಟಾಟ್)	ಏಟಿಗೆ ಏಟು
26. It is never too late to mend. (ಇಟ್ ಈಸ್ ನೆವರ್ ಟೂ ಲೇಟ್ ಟು ಮೆಂಡ್)	ಈಗಲೂ ಕಾಲ ಮಿಂಚಿಲ್ಲ

27. Something is better than nothing. (ಸಮ್‌ತಿಂಗ್ ಈಸ್ ಬೆಟರ್ ದೆನ್ ನಥಿಂಗ್) — ಏನೂ ಇಲ್ಲದಿರುವುದಿಕ್ಕಿಂತ ಇದು ಲೇಸು

28. Make hay while the sun shines. (ಮೇಕ್ ಹೇ ವೈಲ್ ದಿ ಸನ್ ಶೈನ್ಸ್) — ಅವಕಾಶಗಳನ್ನು ಸಿಕ್ಕಿದಾಗ ಉಪಯೋಗಿಸು

29. Riches have wings. (ರಿಚ್ಚಸ್ ಹೇವ್ ವಿಂಗ್ಸ್) — ದುಡ್ಡಿನಿಂದ -ಸಿರಿತನದಿಂದ ಸಕಲವೂ ಲಭ್ಯ

30. Pure gold does not fear the flame. (ಪ್ಯೂರ್ ಗೋಲ್ಡ್ ಡಸ್ ನಾಟ್ ಫಿಯರ್ ದ ಫ್ಲೇಮ್) — ತಮ್ಮಲ್ಲಿ ತಪ್ಪಿಲ್ಲದಿದ್ದರೆ ಯಾವುದಕ್ಕೂ ಅಂಜಬಾರದು. ಅಪ್ಪಟ ಚಿನ್ನ ಬೆಂಕಿಗೆ ಹೆದರದು.

31. One flower Makes no garland. (ಒನ್ ಫ್ಲವರ್ ಮೇಕ್ಸ್ ನೋ ಗಾರ್ಲೆಂಡ್) — ಒಂದು ಹೂವಿನಿಂದ ಹೂಮಾಲೆಯಾಗುವುದಿಲ್ಲ

32. While in Rome do as the Romans do. (ವೈಲ್ ಇನ್ ರೋಮ್ ಡೂ ಏಸ್ ದ ರೋಮನ್ಸ್ ಡೂ) — ಕಾಲಕ್ಕೆ ತಕ್ಕಂತೆ ನಡೆದುಕೊಳ್ಳುವುದು.

33. No pains, no gains. (ನೋ ಪೆಯಿನ್ಸ್, ನೋ ಗೆಯಿನ್ಸ್.) — ಕಷ್ಟವಿಲ್ಲದೆ ಸುಖವಿಲ್ಲ, ಕೈಕೆಸರಾದರೆ ಬಾಯಿ ಮೊಸರು.

34. Much cry a little wool. (ಮಚ್ ಕ್ರೈ ಎ ಲಿಟ್ಟಲ್ ವುಲ್) — ಹೆಚ್ಚಾಗಿ ಕಷ್ಟಪಟ್ಟರೆ ಸ್ವಲ್ಪವಾದರೂ ಸುಖ ಸಿಗುವುದು.

35. Out of sight out of mind. (ಅಉಟ್ ಆಫ್ ಸೈಟ್ ಅಉಟ್ ಆಫ್ ಮೈಂಡ್) — ದೃಷ್ಟಿಗೂ ಆಲೋಚನೆಗೂ ಸಿಗಲಾರದಂತಹದು.

36. Haste makes waste. (ಹೇಸ್ಟ್ ಮೇಕ್ಸ್ ವೇಸ್ಟ್) — ಅವಸರದಲ್ಲಿ ಮಾಡುವ ಕೆಲಸದಲ್ಲಿ ಅಚ್ಚುಕಟ್ಟುತನವಿರುವುದಿಲ್ಲ.

37. Misfortune never come alone. (ಮಿಸ್‌ಫಾರ್ಟ್ಯೂನ್ ನೆವರ್ ಕಮ್ಸ್ ಎಲೋನ್) — ಆಪತ್ತು ಬಂದರೆ ಒಂದೊಂದಾಗಿ ಬರುವದಿಲ್ಲ.

38. A burnt child dreads the fire. (ಎ ಬರ್ನ್ಟ್ ಚೈಲ್ಡ್ ಡ್ರೆಡ್ಸ್ ದ ಫೈಯರ್) — ಒಂದು ಸಲ ಬೆಂಕಿಯನ್ನು ಮುಟ್ಟಿದ ಮಗು ಮತ್ತೊಮ್ಮೆ ಬೆಂಕಿಯನ್ನು ನೋಡಿದರೆ ಭಯಪಡುತ್ತದೆ.

39. Many a little makes a mickle. (ಮೆನಿ ಎ ಲಿಟ್ಟಲ್ ಮೇಕ್ಸ್ ಎ ಮಿಕ್ಕಲ್) — ಹನಿ ಹನಿ ಕೂಡಿ ಹಳ್ಳವಾಗುವುದು, ತೆನಿ ತೆನಿ ಕೂಡಿ ರಾಶಿಯಾಗುವುದು.

40. Money begets money. (ಮನಿ ಬೀಗೆಟ್ಸ್ ಮನಿ)	ಹಣದಿಂದ ಹಣ ಬರುತ್ತದೆ
41. Man Proposes God disposes. (ಮ್ಯಾನ್ ಪ್ರಪೋಸಸ್ ಗಾಡ್ ಡಿಸ್ಪೋಸೆಸ್)	ಮನುಷ್ಯನೊಂದು ಬಗೆದರೆ ದೈವವೊಂದು ಬಗೆಯುವದು.
42. To live from hand to mouth. (ಟು ಲಿವ್ ಫ್ರಮ್ ಹ್ಯಾಂಡ್ ಟು ಮೌತ್)	ಚಾಪೆಯಿರುವಷ್ಟು ಕಾಲು ಚಾಚು.
43. To cry over spilt milk. (ಟು ಕ್ರೈ ಓವರ್ ಸ್ಪಿಲ್ಟ್ ಮಿಲ್ಕ್)	ಕೈಜಾರಿದ ಮೇಲೆ ಅತ್ತು ಪ್ರಯೋಜನವಿಲ್ಲ
44. From frying pan to fire (ಫ್ರಮ್ ಫ್ರೈಯಿಂಗ್ ಪ್ಯಾನ್ ಟು ಫೈಯರ್)	ಬಾಣಲಿಯಿಂದ ತಪ್ಪಿಸಿಕೊಂಡು ಒಲೆಯಲ್ಲಿ ಬಿದ್ದಂತೆ.
45. To kill two birds with one stone. (ಟು ಕಿಲ್ ಟೂ ಬರ್ಡ್ಸ್ ವಿತ್ ಒನ್)	ಒಂದೇ ಏಟಿಗೆ ಎರಡು ಪಕ್ಷಿಗಳನ್ನು ಸಾಯಿಸುವುದು.
46. To make mountain of a mole hill. (ಟು ಮೇಕ್ ಮೌನ್‌ಟೆಯಿನ್ ಆಫ್ ಎ ಮೋಲ್)	ಹಂತ-ಹಂತವಾಗಿ ಮುಂದುವರಿಯುವುದು.
47. He jests at scars, who never felt a wound. (ಹೀ ಜೆಸ್ಟ್ಸ್ ಅಟ್ ಸ್ಕಾರ್ಸ್, ಹೂ ನೆವರ್ ಫೆಲ್ಟ್ ಎ ವೂಂಡ್)	ಧರ್ಯವಿದ್ದರೆ ಯಾವುದನ್ನು ಬೇಕಾದರೂ ಸಾಧಿಸಬಹುದು.
48. Forced labour is better than idleness. (ಫೋರ್ಸ್‌ಡ್ ಲೇಬರ್ ಈಸ್ ಬೆಟರ್ ದನ್ ಐಡಿಲ್‌ನೆಸ್)	ಸುಮ್ಮನೆ ಕೂರುವುದಕ್ಕಿಂತ ಆಡಿಯಾಳಾಗಿ ಕೆಲಸ ಮಾಡು
49. Example is better than percept. (ಎಕ್ಸಾಂಪಿಲ್ ಈಸ್ ಬೆಟ್ಟರ್ ದೆನ್ ಪೆರ್‌ಸೆಪ್ಟ್)	ಕೊಡುವ ಉಪದೇಶಕ್ಕಿಂತ ಮಾಡುವ ಕಾರ್ಯವೇ ಮೇಲು.
50. Every potter praises his pot. (ಎವರಿ ಪಾಟ್ಟರ್ ಪ್ರೆಯ್‌ಸೆಸ್ ಹಿಸ್ ಪಾಟ್)	ಹೆತ್ತವರಿಗೆ ಹೆಗ್ಗಣ ಮುದ್ದು.
51. Diamond cuts diamond. (ಡೈಯಮಂಡ್ ಕಟ್ಸ್ ಡೈಯಮಂಡ್)	ಮುಳ್ಳನ್ನು ಮುಳ್ಳಿನಿಂದ ತೆಗೆಯುವದು
52. Man is the maker of his own destiny. (ಮ್ಯಾನ್ ಈಸ್ ದಿ ಮೇಕರ್ ಆಫ್ ಹಿಸ್ ಓನ್ ಡೆಸ್ಟಿಣಿ.)	ತಪ್ಪು ಮಾನವನದು, ಕ್ಷಮೆ ದೇವರದು.

53. To add insult to injury. (ಟು ಆ್ಯಡ್ ಇನ್‌ಸಲ್ಟ್ ಟು ಇನ್‌ಜುರಿ)	ಉರಿಯುವ ಬೆಂಕಿಗೆ ಎಣ್ಣೆ ಹಾಕುವುದು.
54. To err is human. (ಟು ಎರ್ ಈಸ್ ಹ್ಯೂಮನ್)	ತಪ್ಪು ಮಾಡುವುದು ಮಾನವನಿಗೆ ಸಹಜ
55. A man is known by the company he keeps. (ಎ ಮ್ಯಾನ್ ಈಸ್ ನೋನ್ ಬೈ ದ ಕಂಪೆನಿ ಹೀ ಕೀಪ್ಸ್)	ಮನುಷ್ಯನನ್ನು ತಾನು ಇರುವ ಸಂಗದಿಂದ ತಿಳಿದುಕೊಳ್ಳಬಹುದು
56. Drowning man catches at a straw. (ಡ್ರೌನಿಂಗ್ ಮ್ಯಾನ್ ಕ್ಯಾಚಸ್ ಅಟ್ ಎ ಸ್ಟ್ರಾ.)	ಮುಳುಗುವ ಮನುಷ್ಯನಿಗೆ ಹುಲ್ಲಕಡ್ಡಿಯೇ ಆದಾರ
57. Contentment is happiness. (ಕನ್‌ಟೆಂಟ್‌ಮೆಂಟ್ ಈಸ್ ಹ್ಯಾಪ್ಪಿನೆಸ್)	ತೃಪ್ತಿಯೇ ಆನಂದ
58. Slow and steady wins the race. (ಸ್ಲೋ ಅಂಡ್ ಸ್ಟೆಡಿ ವಿನ್ಸ್ ದ ರೇಸ್)	ನಿಧಾನವೇ ಪ್ರಧಾನ
59. All's well that ends well. (ಆಲ್ಸ್ ವೆಲ್ ದಟ್ ಎಂಡ್ಸ್ ವೆಲ್)	ಒಳ್ಳೆಯ ಕಾರ್ಯಗಳನ್ನು ಒಳ್ಳೆಯದರಿಂದಲೇ ಆರಂಭಿಸಬೇಕು
60. Do good and cast in to the river. (ಡೂ ಗುಡ್ ಅಂಡ್ ಕ್ಯಾಸ್ಟ್ ಇನ್ಟು ದ ರಿವರ್)	ಆದಷ್ಟು ಒಳ್ಳೆಯದನ್ನು ಮಾಡು ಉಳಿದಿದ್ದನ್ನು ದೈವಕ್ಕೆ ಬಿಡು
61. Cut your coat according to your cloth. (ಕಟ್ ಯುವರ್ ಕೋಟ್ ಅಕ್ಕಾರ್ಡಿಂಗ್ ಟು ಯುವರ್ ಕ್ಲಾತ್)	ಸಂದರ್ಭಕ್ಕೆ ತಕ್ಕಂತೆ ಹೊಂದುಹೋಗು.
62. Birds of the same feather flock together. (ಬರ್ಡ್ಸ್ ಆಫ್ ದ ಸೇಮ್ ಫೆದರ್ ಫ್ಲಾಕ್ ಟುಗೆದರ್)	ಸಮಾನವಾದ ವ್ಯಕ್ತಿತ್ವವುಳ್ಳವರು ಒಂದೇ ಕಡೆ ಇರುತ್ತಾರೆ.
63. To carry coal to new castle. (ಟು ಕ್ಯಾರಿ ಕೋಲ್ ಟು ನ್ಯೂ ಕ್ಯಾಸ್ಟಲ್)	ಕೋಟೆಗೆ ಕಲ್ಲಿದ್ದಿಲನ್ನು ಕೊಂಡು ಹೋಗು
64. Everybody worships the rising sun. (ಎವರಿಬಡಿ ವರ್ಶಿಪ್ಸ್ ದ ರೈಸಿಂಗ್ ಸನ್)	ಎಲ್ಲರೂ ಉದಯಿಸುವ ಸೂರ್ಯನನ್ನು ಆರಾಧಿಸುತ್ತಾರೆ.

65. Everything is fair in love and war. (ಎವರಿತಿಂಗ್ ಈಸ್ ಫ್ಯಾರ್ ಇನ್ ಲವ್ ಅಂಡ್ ವಾರ್)	ಯುದ್ಧದಲ್ಲಿ ಎಲ್ಲರು ಮಾಡುವುದೂ ಸರಿ.
66. Love is blind (ಲವ್ ಈಸ್ ಬ್ಲೈಂಡ್)	ಪ್ರೇಮಕ್ಕೆ ಕಣ್ಣಿಲ್ಲ.
67. Barking dogs seldom bite. (ಬಾರ್ಕಿಂಗ್ ಡಾಗ್ಸ್ ಸೆಲ್ಡಂ ಬೈಟ್)	ಬೊಗಳುವ ನಾಯಿ ಕಚ್ಚುವುದಿಲ್ಲ
68. All that glitters is not gold. (ಆಲ್ ದಟ್ ಗ್ಲಿಟ್ಟರ್ಸ್ ಈಸ್ ನಾಟ್ ಗೋಲ್ಡ್)	ಹೊಳೆಯುವುದೆಲ್ಲಾ ಹೊನ್ನಲ್ಲ.
69. First deserve then desire. (ಫರ್ಸ್ಟ್ ಡಿಸರ್ವ್ ದೆನ್ ಡಿಸೈರ್)	ಸಾಮರ್ಥ್ಯಕ್ಕೆ ತಕ್ಕಂತೆ ವೃತ್ತಿಯನ್ನು ಬಯಸಬೇಕು
70. A wolf in lambs clothing. (ಎ ವುಲ್ಫ್ ಇನ್ ಲ್ಯಾಂಬ್ಸ್ ಕ್ಲೋತಿಂಗ್)	ತೋಳದಂತೆ ಗೋಮುಖ ವ್ಯಾಘ್ರ, ಮುಂಗೋಪಿ
71. As the king so are the subjects. (ಎಸ್ ದ ಕಿಂಗ್ ಸೋ ಆರ್ ದ ಸಬ್ಜೆಕ್ಟ್ಸ್)	'ಯಥಾ ರಾಜಾ ತಥಾ ಪ್ರಜಾ', ಪ್ರಭುವಿನಂತೆ ಪ್ರಜೆಗಳು.
72. A bad workman quarrels with his tools. (ಎ ಬ್ಯಾಡ್ ವರ್ಕ್‌ಮ್ಯಾನ್ ಕ್ವಾರಲ್ಸ್ ವಿತ್ ಹಿಸ್ ಟೂಲ್ಸ್)	ಕೈಲಾಗದವನು ಮೈ ಪರಚಿಕೊಂಡ
73. A nine days wonder. (ಎ ನೈನ್ ಡೇಸ್ ವಂಡರ್)	ಅಲ್ಪಸಮಯದ ಆಕರ್ಷಣೆ
74. A little knowledge is a dangerous thing. (ಎ ಲಿಟ್ಟಲ್ ನಾಲೆಡ್ಜ್ ಈಸ್ ಎ ಡೇನ್ಜರಸ್ ಥಿಂಗ್)	ಅಲ್ಪಜ್ಞಾನದಿಂದ ಅನಾಹುತ
75. Between two stools we come to the ground. (ಬಿಟ್ವೀನ್ ಟೂ ಸ್ಟೂಲ್ಸ್ ವೀ ಕಮ್ ಟು ದ ಗ್ರೌಂಡ್)	ಆ ಕಡೆಗೂ ಆಗದ ಈ ಕಡೆಗೂ ಆಗದ ತ್ರಿಶಂಖು ಸ್ಥಿತಿ
76. Beneath the rose lies the serpent. (ಬಿನೀಥ್ ದ ರೋಸ್ ಲೈಸ್ ದ ಸೆರ್ಪೆಂಟ್)	ಗುಲಾಬಿಯ ಹೂವಿನ ಕೆಳಗೆ ಹಾವು ಇರುತ್ತದೆ.
77. Cattle do not die from crow's cursing. (ಕ್ಯಾಟಲ್ ಡೂ ನಾಟ್ ಡೈ ಫ್ರಂ ಕ್ರೋಸ್ ಕರ್ಸಿಂಗ್)	ನಾಯಿ ಬೊಗಳಿದರೆ ದೇವಲೋಕ ಹಾಳಾಗುವುದಿಲ್ಲ

78. Fortune favours the brave. (ಫಾರ್ಚ್ಯೂನ್ ಫೇವೊರ್ಸ್ ದ ಬ್ರೇವ್)	ಧೈರ್ಯವಿದ್ದವನಿಗೆ ದೈವವೂ ಅನುಕೂಲ.
79. It is work that makes a workman. (ಇಟ್ ಈಸ್ ವರ್ಕ್ ದಟ್ ಮೇಕ್ಸ್ ಎ ವರ್ಕ್‌ಮ್ಯಾನ್)	ನಮ್ಮ ಕೌಶಲ್ಯದಿಂದ ನಮ್ಮ ವೃತ್ತಿಯನ್ನು ನಿರ್ಣಯಿಸಬಹುದು.
80. Penny wise pound foolish. (ಪೆನ್ನಿ ವೈಸ್ ಪೌಂಡ್ ಫೂಲಿಷ್)	ಕಾಸಿಗೆ ಜಾಣ, ಕೋಟೆಗೆ ಕೋಣ
81. Strike the iron while it is hot. (ಸ್ಟ್ರೈಕ್ ದಿ ಅಯರ್ನ್ ವೈಲ್ ಇಟ್ ಈಸ್ ಹಾಟ್)	ಅನುಕೂಲಕ್ಕೆ ತಕ್ಕಂತೆ ಕಾರ್ಯ ಸಾಧಿಸು.

12

ಸಾಮಾನ್ಯ ತಪ್ಪುಗಳು
COMMON ERRORS ()

1. Wrong-The peoples are pleased with the work.
   Right-The people are pleased with the work.
2. W.- The gentry of the city was present in the show.
   R.- The gentry of the city were present in the show.
3. W.- They engaged two maids-servant.
   R.- They engaged two maid-servants.
4. W.- Give my respect to your father.
   R.- Give my respects to your father.
5. W.- He gave all the informations.
   R.- He gave all the information.
6. W.- I like poetries to read.
   R.- I like poetry to read.
7. W.- the sceneries of Simla are beautiful.
   R.- The scenery of Simla is beautiful.
8. W.- He gave her a hundred rupee note.
   R.- He gave her a hundred rupee note.
9. W.- He took great pain to win the match.
   R.- He took great pains to win the match.
10. W.- Let us help the poors.
    R.- Let us help the poor.
11. W.- He is true to his words.
    R.- He is true to his word.
12. W.- Her hair are thick.
    R.- Her hair is thick.
13. W.- The teacher said that he will come tomorrow.
    R.- The teacher said that he would come tomorrow.
14. W.- The father asked if he is ill.
    R.- The father asked if he was ill
15. W.- I wanted to know how you have done.
    R.- I wanted to know how you had done.

16. W.- He said that the earth was round.
R.- He said that the earth is round.
17. W.- If I was the principal of the college.
R.- If I were the principal of the College.
18. W.- Walk carefully lest you fall.
R.- Walk careTully lest you should fall.
19. W.- I found that the book is not there.
R.- I found that the book was not there.
20. W.- She shall sing next.
R.- She will sing next.
21. W.- Shall you accompany me?
R.- Will you accompany me?
22. W.-I will not favour him.
R.- I shall not favour him.
23. W.-We will come tomorrow.
R.- We shall come tomorrow.
24. W.-I am too glad to see you.
R.- I am very glad to see you.
25. W.-It is very hot to work.
R.- It is too hot to work.
26. W.-Now. he is very well.
R.- Now, he is quite well.
27. W.-If you work hard then you can top.
R.- If you work hard, you can top.
28. W.-No sooner the teacher came the boys stooped talking.
R.- No sooner did the teacher came than the boys stopped talking.
29. W.-I had hardly left that he came.
R.- I had hardly left when he came
30. W.-He works hardly.
R.- He works hard.
31. W.-Unless you do not listen, you will not succeed.
R.- Unless you listen, you will not succeed.
32. W.-Copy this poem word by word.
R.- Copy this poem word for word.

33. W.-You should abstain of wine.
R.- You should abstain from wine.
34. W.-I have invited him for dinner.
R.- I have invited him to dinner.
35. W.-I have dispensed the services of the dishonest servant.
R.- I have dispensed with the services of the dishonest servant.
36. W.- He is blind from an eye.
R.- He is blind of an eye.
37. W.- He has been appointed on the post of clerk.
R.- He has been appointed to the post of a clerk.
38. W.- Compare Nehru to Tito.
R.- Compare Nehru with Tito.
39. W.- We reached at the station late.
R.- We reached the station late.
40. W.- He killed the bird by a gun.
R.- He killed the bird with a gun.
41. W.- The man is mortal.
R.- Man is mortal.
42. W.- Wanted a M.A. in English.
R.- Wanted an M.A. in English.
43. W.- He is a honourable person.
R.- He is an honourable person.
44. W.- Headmaster is out of person.
R.- The headmaster is out of station.
45. W.- Himalaya protects us.
R.- The Himalaya protects us.
46. W.- I have read Ramayana and Bible.
R.- I have read the Ramayana and the Bible.
47. W.- I left Delhi previous day.
R.- I left Delhi the previous day.
48. W.- Ganges is a sacred river.
R.- The Ganges is a sacred river.
49. W.- She is a best student.
R.- She is the best student.

50. W.- She is ill for three months.
R.- She has been ill for three months.
51. W.- Do you know to swim?
R.- Do you know how to swim?
52. W.- which city you like most?
R.- Which city do you like most?
53. W.- Being Sunday the school was closed.
R.- It being Sunday the school was closed.
54. W.- I have to give a test.
R.- I have to take a test.
55. W.- The teacher will take a test.
R.- The teacher will give a test.
56. W.- The captain with other players were present.
R.- The captain with other players was present.
57. W.- Every boy and girl were given prizes.
R.- Every boy and girl was given prizes.
58. W.- Either you or they is at fault.
R.- Either you or they are at fault.
59. W.- The committee was divided on the issue.
R.- the committee were divided on the issue.
60. W.- The committee were unanimous.
R.- The Committee was unanimous.
61. W.- Five Thousand rupees are a big amount.
R.- Five thousand rupees is a big amount.
62. W.- If you will absent yourself you will be fined.
R.- If you absent yourself, you will be fined.
63. W.- Neither he come nor he wrote a letter.
R.- Neither did he come nor he write a letter.
64. W.- Being a rainy day the match did not take place.
R.- It being a rainy day the match did not take place.
65. W.- The criminal was hung.
R.- The criminal was hanged.
66. W.- He has no issues.
R.- He has no issue.
67. W.- He came with the members.
R.- He came with the members of his family.

68. W.- These news are good.
R.- This news is good.
69. W.- I am thankful for you advices.
R.- I am thankful for your pieces of advice

Gentry (ಜೆಂಟ್ರಿ) = ವೈಭವಶಾಲಿಗಳು; maid-servant (ಮೇಡ್ ಸರ್ವೆಂಟ್) = ಪರಿಚಾರಿಕೆ; poetry (ಪೋಯಟ್ರೀ) = ಕವಿತೆ; scenery (ಸೀನರೀ) = ದೃಶ್ಯ; Thick (ಥಿಕ್) = ದಪ್ಪ ; Next (ನೆಕ್ಸ್ಟ್) = ಅನಂತರದ; accompany (ಅಕಮ್ಪನೀ) = ಜತೆಯಲ್ಲಿ; favour (ಫೇವರ್) = ಪಕ್ಷಪಾತ; Quite (ಕ್ವಾಇಟ್) = ಪೂರ್ಣವಾಗಿ; Hardly (ಹಾರ್ಡ್ಲಿ) = ಇನ್ನೂ ; hard (ಹಾರ್ಡ್) = ಕಠಿಣ; unless (ಅನ್‌ಲೆಸ್) = ಹೊರತು; succeed (ಸಕ್ಸೀಡ್) = ಕೃತಾರ್ಥ; abstain (ಅಬ್‌ಸ್ಟೈನ್) = ದೂರವಿರು; invite (ಇನ್‌ವೈಟ್) = ಆಮಂತ್ರಿಸು; dinner (ಡಿನ್ನರ್) = ಭೋಜನ; dispense with (ಡಿಸ್ಪೆನ್ಸ್ ವಿತ್) = ವರ್ಜ್ಯಮಾಡು, ಕೆಲಸದಿಂದ ಬಿಡಿಸು; appoint (ಅಪಾಯಿಂಟ್) = ನಿಯಮಿಸು; compare (ಕಂಪ್ಯೇರ್) = ಹೋಲಿಸು; mortal (ಮಾರ್ಟಲ್) = ಮರಣಾಧೀನ; honourable (ಹಾನೊರಬಲ್) = ಮಾನಯೋಗ್ಯ; protect (ಪ್ರೊಟೆಕ್ಟ್) = ರಕ್ಷಿಸು; previous (ಪ್ರೀವಿಯಸ್) = ಮುಂಚಿನ; sacred (ಸೇಕ್ರಡ್) = ಪವಿತ್ರವಾದ; swim (ಸ್ವಿಮ್) = ಈಜಾಡು; prize (ಪ್ರೈಸ್) = ಬಹುಮಾನ; fault (ಫಾಲ್ಟ್) = ದೋಷ; unanimous (ಯುನೇನಿಮಸ್) = ಏಕಮನಸ್ಸಿನ; criminal (ಕ್ರಿಮಿನಲ್) = ಅಪರಾಧಿ; issue (ಇಷ್ಯೂ) = ಮಕ್ಕಳು, ಸಂತತಿ; advice (ಅಡ್ವೈಸ್) = ಸಲಹೆ, ಆಲೋಚನೆ.

13

ಅನೇಕಸಲ ಕಲಬೆರಿಕೆಯಾಗುವ ಶಬ್ದಗಳು

WORDS OFTEN CONFUSED (ವರ್ಡ್ಸ್ ಆಫೆನ್ ಕನ್ಫ್ಯೂಸ್ಡ್)

1. accept (ಆಕ್ಸೆಪ್ಟ್) ಅಂಗೀಕರಿಸು, ಸ್ವೀಕರಿಸು.
   except (ಎಕ್ಸೆಪ್ಟ್) ಹೊರತು.
2. admit (ಅಡ್ಮಿಟ್) ಒಪ್ಪಿಕೊಳ್ಳು, ಅಪ್ಪಣೆಕೊಡು.
   confess (ಕನ್‌ಫೆಸ್) ಪಾಪನಿವೇದನೆ ಮಾಡು, ತಪ್ಪು ಒಪ್ಪಿಕೊಳ್ಳು.
3. advice (ಅಡ್‌ವೈಸ್) ಸಲಹೆ, ಆಲೋಚನೆ.
   advise (ಅಡ್‌ವೈಸ್) ಬುದ್ಧಿಹೇಳು, ಉಪದೇಶಿಸು.
4. answer (ಆನ್ಸರ್) ಪ್ರಶ್ನೆಗೆ ಉತ್ತರ ನೀಡು.
   reply (ರಿಪ್ಲೈ) ಪ್ರತ್ಯುತ್ತರ ಕೊಡು.
5. audience (ಆಡಿಅನ್ಸ್) ಕೇಳುವವರ ಸಭೆ.
   spectators (ಸ್ಪೆಕ್ಟೇಟರ್) ವೀಕ್ಷಕರು.
6. bag (ಬ್ಯಾಗ್) ಚೀಲ, ಸಂಚಿ.
   beg (ಬೆಗ್) ಬೇಡಿಕೊಳ್ಳು, ಬಿಕ್ಷೆ.
7. bed (ಬೆಡ್) ಹಾಸಿಗೆ, ಶಯನ, ನದಿಯ ಒಡಲು.
   bad (ಬ್ಯಾಡ್) ಕೆಟ್ಟ, ದುರುಳ
8. childish (ಚೈಲ್ಡಿಶ್) ಹುಡುಗಾಟ
   childlike (ಚೈಲ್ಡ್‌ಲೈಕ್) ಶಿಶುಸ್ವಭಾವದ, ಸಾಧು.
9. climate (ಕ್ಲೈಮೇಟ್) ವಾಯುಗುಣ
   weather (ಹವಾಮಾನ)
10. council (ಕೌನ್ಸಿಲ್) ಮಂತ್ರಿ ಮಂಡಲ, ಸಭೆ,
    counsel (ಕೌನ್ಸೆಲ್) ಆಲೋಚನೆ, ವಿಚಾರ, ವಿವೇಚನೆ.
11. couple (ಕಪಲ್) ಗಂಡ-ಹೆಂಡತಿ, ದಂಪತಿಗಳು
    pair (ಪೇರ್) ಜೋಡಿ, ಜೊತೆ.
12. cheque (ಚೆಕ್) ಬ್ಯಾಂಕಿನವರು ಹಣ ಕೊಡುವುದಕ್ಕೆ ಬರೆದ ಆಜ್ಞಾಪತ್ರ.
    check (ಚೆಕ್) ತಡೆ, ಪ್ರತಿಬಂಧ, ಅಡ್ಡಿ
13. cost (ಕಾಸ್ಟ್) ಬೆಲೆ, ಕ್ರಯ
    coast (ಕೋಸ್ಟ್) ಸಮುದ್ರ ತೀರ, ಕರಾವಳಿ
14. cot (ಕಾಟ್) ಗುಡಿಸಲು, ಮಂಚ
    coat (ಕೋಟ್) ಅಂಗಿ, ಚರ್ಮ.
15. dispense (ಡಿಸ್ಪೆನ್ಸ್) ಹಂಚಿ ಕೊಡು, ಔಷದ ಮಾಡಿ ಕೊಡು.
    dispense with (ಡಿಸ್ಪೆನ್ಸ್ ವಿತ್) ವರ್ಜ್ಯಮಾಡು, ಕೆಲಸದಿಂದ ಬಿಡಿಸು.

16. difference (ಡಿಫರನ್ಸ್) ಭೇದ, ವ್ಯತ್ಯಾಸ, ಅಂತರ, ಭಿನ್ನಾಭಿಪ್ರಾಯ.
deference (ಡೆಫರನ್ಸ್) ದಾಕ್ಷಿಣ್ಯ, ಗೌರವ, ಲಕ್ಷ್ಯ.

17. duel (ಡ್ಯೂಎಲ್) ಮಲ್ಲಯುದ್ಧ, ದ್ವಂದ್ವಯುದ್ಧ.
dual (ಡ್ಯೂಅಲ್) ಇಬ್ಬಗೆಯ, ಜೋಡಿ.

18. deny (ಡಿನೈ) ನಿಷೇಧಮಾಡು, ನಿರಾಕರಿಸು.
refuse (ರೆಫ್ಯೂಜ್) ಕಸ, ಎಂಜಲು, ಅಂಗೀಕರಿಸದಿರು, ತಿರಸ್ಕರಿಸು.

19. discover (ಡಿಸ್ಕವರ್) ಕಂಡುಹಿಡಿ, ಹುಡುಕಿತೆಗೆ.
explore (ಎಕ್ಸ್‌ಪ್ಲೋರ್) ಪರಿಶೋಧಿಸು, ವಿಚಾರಿಸು.

20. eligible (ಎಲಿಜಿಬಲ್) ಯೋಗ್ಯ, ಅರ್ಹ, ತಕ್ಕ.
illegible (ಇಲಿಜಿಬಲ್) ಓದಲಾಗದ, ಅಸ್ಪಷ್ಟ.

21. exceed (ಎಕ್ಸೀಡ್) ಹೆಚ್ಚಾಗು, ಮಿತಿ ಮೀರು.
exced (ಎಕ್ಸಿಡ್)

22. excess (ಇಕ್ಸೆಸ್) ಮಿತಿಮೀರುವಿಕೆ, ಅತಿರೇಕ.
access (ಅಕ್ಸೆಸ್) ಪ್ರವೇಶ, ಸೇರುವ ಅಪ್ಪಣೆ.

23. excite (ಎಕ್ಸೈಟ್) ಜಾಗ್ರತೆಗೊಳಿಸು, ಪ್ರೇರೇಪಿಸು.
incite (ಇನ್ಸೈಟ್) ಎಬ್ಬಿಸು, ಹುರಿದುಂಬಿಸು.

24. expand (ಎಕ್ಸ್‌ಪ್ಯಾಂಡ್) ವಿಸ್ತರಿಸು, ಅರಳಿಸು.
expend (ಎಕ್ಸ್‌ಪೆಂಡ್) ವೆಚ್ಚಮಾಡು, ಖರ್ಚುಮಾಡು.

25. fair (ಫೇರ್) ಚೆಲುವಾದ, ಸಂತೆ.
fare (ಫೇರ್) ಬಾಡಿಗೆ, ಸಂಭವಿಸು.

26. farther (ಫಾರ್ದರ್) ಇನ್ನೂ ದೂರವಾಗಿ, ಮತ್ತೊಂದು.
further (ಫರ್ದರ್) ಮುಂದಕ್ಕೆ, ಇನ್ನಷ್ಟು ದೂರ.

27. hanged (ಹ್ಯಾಂಗ್ಡ್) ನೇಣು ಹಾಕಿಕೊಳ್ಳು.
hung (ಹ್ಯಾಂಗ್) ಜೋತಾಡುತ್ತಿರುವ

28. heart (ಹಾರ್ಟ್) ಹೃದಯ, ಧೈರ್ಯ.
hart (ಹಾರ್ಟ್) ಗಂಡು ಜಿಗರಿ.
hurt (ಹರ್ಟ್) ಗಾಯಮಾಡು, ನೋಯಿಸು.

29. hair (ಹೇಅರ್) ಕೂದಲು.
hare (ಹೇಅರ್) ಮೊಲ.

30. hail (ಹೇಲ್) ಆಣಿಕಲ್ಲು.
hale (ಹೇಲ್) ಸೌಖ್ಯವುಳ್ಳ.

31. know (ನೋ) ಅರಿ, ತಿಳಿ.
no (ನೋ) ಏನೂ ಇಲ್ಲ, ಅಲ್ಲ.

32. leave (ಲೀವ್) ಅಪ್ಪಣೆ, ರಜೆ.
live (ಲಿವ್) ಬದುಕು, ವಾಸಿಸು.

33. Loose (ಲೂಸ್) ಬಿಚ್ಚಿದ, ಸಡಿಲ.
lose (ಲೂಜ್) ಕಳೆದುಕೊಳ್ಳು, ಸೋಲು.

34. notorious (ನಟೋರಿಯಸ್) ಕೆಟ್ಟಹೆಸರು ಪಡೆದ, ಅಪಕೀರ್ತಿ ಪಡೆದ.
famous (ಫೇಮಸ್) ಪ್ರಸಿದ್ಧ.

35. practical (ಪ್ರಾಕ್ಟಿಕಲ್) ಕಾರ್ಯರೂಪದ, ವ್ಯವಹಾರಿಕ.
practicable (ಪ್ರಾಕ್ಟಿಕಬಲ್) ಕೃತಿಯ, ಪ್ರಾಯೋಗಿಕ.

36. principle (ಪ್ರಿನ್ಸಿಪಲ್) ಮೂಲಕಾರಣ, ಸರ್ವಸಾಮಾನ್ಯ.
principal (ಪ್ರಿನ್ಸಿಪಾಲ್) ಮುಖ್ಯ, ಪ್ರಧಾನ, ಶ್ರೇಷ್ಠ

37. personal (ಪರ್ಸನಲ್) ಸ್ವಂತ, ಸ್ವಕೀಯ.
personnel (ಪರ್ಸೋನೆಲ್) ಉದ್ಯೋಗಸ್ಥರ ಮಂಡಲಿ.

38. physic (ಪಿಜಿಕ್) ಔಷಧೀಯ
physique (ಪಿಝಿಕ್) ಶರೀರದ ರಚನೆ, ಪ್ರಕೃತಿ.

39. quiet (ಕ್ವಾಯಟ್) ಸ್ವಾಸ್ಥ್ಯ, ನಿಶ್ಚಲತೆ, ಶಾಂತಿ.
quite (ಕ್ವೈಟ್) ಕೇವಲ, ಅತ್ಯಂತ, ಬಹಳವಾಗಿ.

40. rain (ರೇನ್) ಮಳೆ.
reign (ರೇನ್) ಆಳಿಕೆ, ರಾಜಾಧಿಕಾರ.
rein (ರೈನ್) ಲಗಾಮು, ಹತೋಟಿ.

41. rout (ರೌಟ್) ದೊಂಬಿ, ವ್ಯೂಹಭಂಗ.
route (ರೂಟ್) ಮಾರ್ಗ, ದಾರಿ.

42. son (ಸನ್) ಮಗ, ಕುಮಾರಿ.
sun (ಸನ್) ಸೂರ್ಯ, ಬಿಸಿಲು.

43. stationary (ಸ್ಟೇಷನರಿ) ಅಚಲ, ಸ್ಥಿರ.
stationery (ಸ್ಟೇಶನರಿ) ಲೇಖನ ಸಾಮಗ್ರಿ.

44. umpire (ಅಂಪಾಯರ್) ಪಂಚಾಯತ, ಮಧ್ಯಸ್ಥ.
empire (ಎಂಪಾಯರ್) ಸಾಮ್ರಾಜ್ಯ, ಚಕ್ರಾಧಿಪತ್ಯ.

45. veracious (ವೆರೇಶಿಯಸ್) ಸತ್ಯಶೀಲ, ನಿಜವಾದ.
voracious (ವೊರೇಶಸ್) ತಿಂಡಿಬಾಕ, ಬಹಳ ಹಸಿದಿರುವ.

14

ಒಂದು ಶಬ್ದದ ಬದಲಿ

ONE WORD SUBSTITUTION (ವನ್ ವರ್ಡ್ ಸಬ್‌ಸ್ಟಿಟ್ಯೂಷನ್)

1. One who does not believe in the existence of God - atheist (ಎಥೀಇಸ್ಟ್) ನಾಸ್ತಿಕ.
2. One who does something as a hobby - amateur (ಅಮೆಟ್ಯೂರ್) ವಿದ್ಯಾಕಾಂಕ್ಷಿ.
3. A life story by the person himself - autobiography (ಆಟೋಬೈಯೋಗ್ರಫಿ) ಆತ್ಮಕಥನ.
4. An assembly of person who listen - audience (ಆಡಿಎನ್ಸ್) ಪ್ರೇಕ್ಷಕ.
5. An act of pardoning in general - amnesty (ಅಮ್ನೆಸ್ಟಿ) ಕ್ಷಮಾಪಣೆ.
6. An event recurring annually - annual (ಅನ್ಯೂಯಲ್) ವಾರ್ಷಿಕ.
7. One who is unable to pay his debt - bankrupt (ಬ್ಯಾಂಕ್ರಪ್ಟ್) ದಿವಾಳಿಖೋರ.
8. Having two feet - biped (ಬೈಪೆಡ್) ದ್ವಿಪಾದಿ.
9. State of being unmarried - celibacy (ಸೆಲಿಬಸಿ) ಬ್ರಹ್ಮಚರ್ಯ.
10. A fellow worker in the same office - colleague (ಕೊಲೀಗ್) ಸಹೋದ್ಯಗಸ್ಥ.
11. A stanza having two lines - couplet (ಕಪ್‌ಲೇಟ್) ದ್ವಿಪದ.
12. A man who readily believes - credulous (ಕ್ರೆಡ್ಯೂಲಸ್) ಸುಲಭವಾಗಿ ನಂಬುವ.
13. Where neither water nor vegetation is found - desert (ಡೆಜರ್ಟ್) ಮರುಳುಗಾಡು.
14. Government of the people - democracy (ಡಿಮಾಕ್ರಸಿ) ಪ್ರಜಾಪ್ರಭುತ್ವ.
15. A book dealing with words in alphabetical order - dictionary (ಡಿಕ್‌ಶನರಿ) ನಿಘಂಟು, ಶಬ್ದಕೋಶ.
16. A game in which neither party wins-draw (ಡ್ರಾ) ಸಮಾನವಾದ ಆಟ.
17. A continuous lack of rain - drought (ಡ್ರಾಟ್) ಅನಾವೃಷ್ಟಿ.
18. A disease prevalent among community at special time - epidemic (ಎಪಿಡೆಮಿಕ್) ಸಾಂಕ್ರಾಮಿಕ.
19. Things without which we cannot do - essential (ಇಸೆನ್‌ಶ್ಲ್) ಅವಶ್ಯ.
20. Set manners of conduct - etiquette (ಎಟಿಕೆಟ್) ಸಭ್ಯಾಚಾರ.
21. A speech delivered without preparation - extempore (ಎಕ್ಸ್‌ಟೆಂಪೊರ್) ಪೂರ್ವಸಿದ್ಧತೆ ಇಲ್ಲದೆ ಭಾಷಣ.

22. Made to be absent for a long time from one's own country - exile (ಎಕ್ಸೈಲ್) ಗಡೀಪಾರುಮಾಡು.
23. A thing fit to be eaten - edible. (ಎಡಿಬಲ್) ತಿನ್ನತಕ್ಕ.
24. A person filled with wrong enthusiasm in religion - fanatic (ಫನಟಿಕ್) ಮತಭ್ರಾಂತ.
25. Something which results in death - fatal. (ಫೇಟಲ್) ಪ್ರಾಣಾಂತಿಕ.
26.One who believes in fate - fatalist. (ಫೇಟಲಿಸ್ಟ್) ಅದೃಷ್ಟವಾದಿ.
27. Art and science of language - grammar. (ಗ್ರಾಮರ್) ವ್ಯಾಕರಣ.
28. A long list of words with their meanings - glossary. (ಗ್ಲಾಸರಿ) ಶಬ್ದಾರ್ಥಕೋಶ.
29. A person who eats in excess - glutton. (ಗ್ಲಟನ್) ಕೂಳುಬಾಕ, ತಿಂಡಿಪೋತ
30. Killing of human being - homicide. (ಹೋಮಿಸೈಡ್) ನರಹತ್ಯೆ
31. The point where the earth and the sky seems to meet - horizon. (ಹೊರ್‍ರೈಝುನ್) ದಿಗಂತ.
32. A state of warfare - hostility. (ಹಾಸ್ಟಿಲಿಟಿ) ಕಲಹ.
33. That which cannot be believed - incredible (ಇನ್‌ಕ್ರೇಡಿಬಲ್) ನಂಬಲಾರದ.
34. One who cannot read or write - illiterate. (ಇಲ್ಲಿಟರೇಟ್) ನಿರಕ್ಷರಕುಕ್ಷಿ.
35. That which is bound to happen - inevitable (ಇನ್‌ವಿಟಿಬಲ್) ಅನಿವಾರ್ಯ.
36. That which cannot be recalled - irrevocable. (ಇರ್ರೆವೊಕಬ್‌ಲ್) ಹಿಂತೆಗೆಯಲಶಕ್ಯವಾದ.
37. That which cannot be seen - invisible. (ಇನ್ವಿಝಿಬಲ್) ಅದೃಶ್ಯ.
38. That which catches fire easily - inflammable. (ಇನ್‌ಫ್ಲೇಮೇಬಲ್) ಬೆಂಕಿ ಹತ್ತುವ.
39. False sensual preposition - illusion. (ಇಲೂಝುನ್) ಭ್ರಮೆ.
40. That which kills insects - insecticide. (ಇನ್ಸೆಕ್ಟಿಸೈಡ್) ಕ್ರಿಮಿನಾಶಕ.
41. A place where prisoners are kept - jail. (ಜೇಲ್) ಸೆರೆಮನೆ.
42. A thing concerning moon - lunar. (ಲೂನರ್) ಚಂದ್ರಮಂಡಲ
43. A person who dies for the sake of his country - martyr. (ಮಾರ್ಟಿರ್) ಹುತಾತ್ಮ.
44. Having the same name - namesake. (ನೇಮ್‌ಸೇಕ್) ನಾಮ್ ಕೇವಸ್ತೆ
45. A badly behaved child - naughty. (ನಾಟಿ)ತುಂಟ.
46. All powerful - omnipotent (ಆಮ್ನಿಪೊಟೆಂಟ್) ಸರ್ವಶಕ್ತಿ.
47. Present everywhere - omnipresent (ಆಮ್ನಿಪ್ರೆಝೆಂಟ್) ಸರ್ವವ್ಯಾಪಿ.
48. One who sees bright side of things - optimist (ಆಪ್ಟಿಮಿಸ್ಟ್) ಆಶಾವಾದಿ.

49. Having lot of fat in one's body - obesity. (ಒಬೆಸಿಟಿ) ಬೊಜ್ಜು.
50. Not transmitting light - opaque. (ಒಪೆಕ್) ಅಪಾರ ದರ್ಶಕ.
51. A person without father and mother - orphan. (ಆರ್ಫನ್) ಅನಾಥ.
52. A thing of the east - oriental. (ಓರಿಎಂಟಲ್) ಪೂರ್ವದೇಶದ.
53. One who loves one's country too much - patriot. (ಪೇಟ್ರಿಅಟ್) ದೇಶಪ್ರೇಮಿ.
54. Medical examination of dead human body - postmortem. (ಪೋಸ್ಟ್‌ಮಾರ್ಟೆಮ್) ಶವಪರೀಕ್ಷೆ.
55. After the death - posthumous. ([illegible]ಸ್ಟ್ಯುಮಸ್) ಮರಣೋತ್ತರ
56. A place where ships seek shelte[illegible]. ([illegible]ಅಟ್‌ಕ) ರೇವು.
57. One who pretends skill in medici[illegible] surgery - quack. (ಕ್ವಕ್) ಢೋಂಗಿ ವೈದ್ಯ.
58. To use a woman by force - rape. (ರೇಪ್) ಹಟಸಂಭೋಗ.
59. Too much of official formality - red tapism. (ರೆಡ್ ಟೇಪಿಸಂ) ವಿಳಂಬಕಾರಕ ಕ್ರಮ.
60. The art of making idols - sculpture. (ಸ್ಕಲ್ಪ್‌ಚರ್) ಶಿಲ್ಪಿ.
61. Which does not favour any one religion - secular. (ಸೆಕ್ಯೂಲರ್) ಜಾತ್ಯತೀತ.
62. A piece of music by one person - solo. (ಸೋಲೊ) ಒಂಟಿಯಾಗಿ ಬಾರಿಸಿದ್ದು, ಒಬ್ಬನ ಸಂಗೀತ.
63. A place where horses are kept - stable. (ಸ್ಟೇಬಲ್) ಕುದುರೇಲಾಯ.
64. To make free from living germs - sterilize. (ಸ್ಟೆರಿಲೈಜ್) ಸಂಸ್ಕರಿಸಿದ
65. A person who abstains from all kinds of intoxication - teetotaller. (ಟೀಟೋಟ್‌ಲರ್) ಮದ್ಯಪಾನ ವರ್ಜಿತ.
66. One who believes in God - theist. (ಥೀಇಸ್ಟ್) ಆಸ್ತಿಕ.
67. A writing which ends in death or sorrow - tragedy. (ಟ್ರೆಜಿಡಿ) ದುಃಖಾಂತ ಲೇಖನ.
68. Having three legs - tripod. (ಟ್ರ್ಯಾಪಾಡ್) ಮುಕ್ಕಾಲು.
69. Having information till today - up-to-date. (ಅಪ್-ಟು-ಡೇಟ್) ಇತ್ತೀಚಿನ.
70. One who uses a diet of vegetables as food - vegetarian. (ವೆಜಿಟೇರಿಯನ್) ಶಾಖಾಹಾರಿ.
71. A person who undertakes service of one's own free will - volunteer. (ವಾಲಂಟಿಅರ್) ಸ್ವಯಂಸೇವಕ.
72. A place where animals and birds are kept - zoo. (ಝೂ) ಮೃಗಶಾಲೆ.

15

ಶಿಷ್ಟಾಚಾರ

ETIQUETTE (ಎಟಿಕ್ವೆಟ್)

1. ನೀವು ಹೇಗಿದ್ದೀರಿ ?	How do you do? (ಹೌ ಡು ಯು ಡೂ?)
2. ನಮಸ್ತೇ, ನಿಮ್ಮ ಹೆಸರೇನು ?	Hello, your good name? (ಹೆಲ್ಲೋ, ಯುವರ್ ಗುಡ್ ನೇಮ್?)
3. ನೀವು ಶ್ರೀ ಶರ್ಮಾರವರೇ ?	Are you Mr.Sharma? (ಆರ್ ಯೂ ಮಿಸ್ಟರ್. ಶರ್ಮಾ?)
4.. ನಾನು ಚೆನ್ನಾಗಿದ್ದೇನೆ. ನೀವು ಹೇಗಿದ್ದೀರಿ?	I'm well, how are you? (ಐಆಮ್ ವೆಲ್, ಹೌ ಆರ್ ಯೂ?)
5. ನಾನೂ ಚೆನ್ನಾಗಿದ್ದೇನೆ.	Yes, I am quite well. (ಯೆಸ್, ಐ ಆಮ್ ಕ್ವೈಯಟ್ ವೆಲ್.)
6.. ನೀವು ಮಾರುಕಟ್ಟೆಗೆ ಹೋಗುತ್ತೀರಾ ?	Are you going to the bazaar? (ಆರ್ ಯೂ ಗೋಯಿಂಗ್ ಟು ತಿ ಬಸಾರ್?)
7. ಹೌದು. ನೀವೂ ಬರುತ್ತೀರಾ ?	Yes, are you also coming. (ಯೆಸ್, ಆರ್ ಯೂ ಆಲ್ಸೋ ಕಮಿಂಗ್.)
8. ದಯವಿಟ್ಟು ಒಳಗೆ ಬನ್ನಿ.	Please come in. (ಪ್ಲೀಸ್ ಕಮ್ ಇನ್.)
9. ದಯವಿಟ್ಟು ಸ್ವಲ್ಪ ಚಹಾ ತೆಗೆದುಕೊಳ್ಳಿ.	Please have some tea. (ಪ್ಲೀಸ್ ಹೇವ್ ಸಮ್ ಟೀ.)
10. ನಿಮ್ಮಿಷ್ಟದಂತೆ ಆಗಲಿ.	As you please (ಆಸ್ ಯೂ ಪ್ಲೀಸ್.)
11. ದಯವಿಟ್ಟು ನೀವು ನನಗೆ ಒಂದು ಸಹಾಯನ್ನು ಮಾಡಬಲ್ಲಿರಾ ?	Will you please do me a favour? (ವಿಲ್ ಯು ಪ್ಲೀಸ್ ಡೂ ಮಿ ಎ ಫೇವೊರ್?)
12. ಸರಿ. ಏನು ಹೇಳಿ.	Well, what's that? (ವೆಲ್, ವಾಟ್ಸ್ ತಟ್?)
13. ಒಳ್ಳೆಯದು. ಒಪ್ಪಿಕೊಳ್ಳಿ.	Well, accept it. (ವೆಲ್, ಅಕ್ಸೆಪ್ಟ್ ಇಟ್.)
14. ಮಹಾಶಯರೇ, ದಯವಿಟ್ಟು ನನಗೆ ಸ್ವಲ್ಪ ಹಣವನ್ನು ಕೊಡಿ.	Please sir, give me some money. (ಪ್ಲೀಸ್ ಸರ್, ಗಿವ್ ಮೀ ಸಮ್ ಮಣಿ.)
15. ನಾನು ಒಳಗೆ ಬರಬಹುದಾ ?	May I come in? (ಮೇ ಐ ಕಮ್ ಇನ್?)
16. ನೀವು ಯಾರನ್ನು ನೋಡಬೇಕಾಗಿದೆ?	Whom do you want to see? (ವೂಮ್ ಡು ಯು ವಾಂಟ್ ಟು ಸೀ?)

17. ಸರಿ ಸಹೋದರನೇ, ಇಲ್ಲಿ ಬನ್ನಿ.	Well brother, come here. (ವೆಲ್ ಬ್ರದರ್, ಕಮ್ ಹಿಯರ್.)
18. ನಿಮ್ಮ ಕೈಯಲ್ಲಿ ಸಾಧ್ಯವಾದರೆ ನನಗೆ ಒಂದು ಸಹಾಯ ಮಾಡಿ.	If possible do me a favour. (ಇಫ್ ಪಾಸ್ಸಿಬ್ಲ್ ಡೂ ಮಿ ಎ ಫೇವೊರ್.)
19. ದಯವಿಟ್ಟು ನನಗೆ ಸ್ವಲ್ಪ ಹಣ ಕೊಡಿ.	Please, give me some money. (ಪ್ಲೀಸ್, ಗಿವ್ ಮಿ ಸಮ್ ಮಣಿ.)
20. ದಯವಿಟ್ಟು ಕ್ಷಮಿಸಿ. ನನ್ನಲ್ಲಿ ಈಗ ಹಣವಿಲ್ಲ.	Please excuse me, I don't have right now. (ಪ್ಲೀಸ್ ಎಕ್ಸಕ್ಯೂಸ್ ಮೀ, ಐ ಡೋನ್ಟ್ ಹೇವ್ ರೈಟ್ ನೌ.)
21. ನಿಮಗೆ ತೊಂದರೆ ಕೊಟ್ಟಿದ್ದಕ್ಕೆ ನನ್ನನ್ನು ಕ್ಷಮಿಸಿ.	I'm sorry to have troubled you. (ಐಆಮ್ ಸಾರಿ ಟೂ ಹಾವ್ ಟ್ರಬ್ಲ್ಡ ಯೂ.)
22. ಗುಡ್ ಮಾರ್ನಿಂಗ್. ನಿಮಗೆ ಏನು ಸಮಸ್ಯೆ?	Good morning, what's the trouble with you? (ಗುಡ್ ಮಾರ್ನಿಂಗ್, ವಾಟ್ಸ್ ದಿ ಟ್ರಬಿಳ್ ವಿತ್ ಯೂ?)
23. ನಾನು ನಿಮಗೆ ಯಾವ ರೀತಿಯ ಸೇವೆ ಮಾಡಬೇಕು ?	What service can I do for you? (ವಾಟ್ ಸರ್ವಿಸ್ ಕ್ಯಾನ್ ಐ ಡೂ ಫಾರ್ ಯೂ?)
24. ನೀವು ನನ್ನನ್ನು ಊಟಕ್ಕೆ ಕರೆದುದ್ದಕ್ಕೆ ಧನ್ಯವಾದಗಳು.	Thanks for your invitation to lunch. (ತ್ಯಾಂಕ್ಸ್ ಫಾರ್ ಯುವರ್ ಇನ್‌ವಿಟೇಷನ್ ಟು ಲಂಚ್.)
25. ದಯವಿಟ್ಟು ನಿಮ್ಮ ಪರಿಚಯ....?	Your introduction please? (ಯುವರ್ ಇಂಟ್ರೊಡಕ್ಷನ್ ಪ್ಲೀಸ್?)
26. ನಿಮ್ಮನ್ನು ಪರಿಚಯ ಮಾಡಿಕೊಳ್ಳಲು ನನಗೆ ತುಂಬಾ ಸಂತೋಷವೆನಿಸುತ್ತದೆ.	I am very glad to have your introduction. (ಐ ಆಮ್ ವೆರಿ ಗ್ಲಾಡ್ ಟು ಹಾವ್ ಯುವರ್ ಇಂಟ್ರೊಡಕ್ಷನ್.)
27. ನನ್ನ ನಮಸ್ಕಾರಗಳನ್ನು ನಿಮ್ಮ ತಂದೆಯವರಿಗೂ ತಿಳಿಸಿ.	Please give my compliments to father. (ಪ್ಲೀಸ್ ಗಿವ್ ಮೈ ಕಾಮ್‌ಪ್ಲಿಮೆಂಟ್ಸ್ ಟು ಫಾದರ್.)
28. ಹೊಸ ವರ್ಷದ ಶುಭಾಶಯಗಳು !	A very happy new year! (ಎ ವೆರಿ ಹ್ಯಾಪ್ಪಿ ನ್ಯೂ ಯಿಯರ್!)
29. ನಿಮ್ಮ ಹುಟ್ಟುಹಬ್ಬದ ಸಂದರ್ಭಕ್ಕಾಗಿ ನನ್ನ ಹೃತ್ಪೂರ್ವಕ ಶುಭಾಶಯಗಳು.	Hearty congratulations on your birthday. (ಹಾರ್ಟಿ ಕಂಗ್ರಾಟುಲೇಷನ್ ಆನ್ ಯುವರ್ ಬರ್ತ್‌ಡೇ.

30. ನಿಮಗೆ ಶುಭವಾಗಲಿ	Wish you the best of luck. (ವಿಶ್ ಯೂ ದಿ ಬೆಸ್ಟ್ ಆಫ್ ಲಕ್.)
31. ನಿಮ್ಮ ಗಡಿಯಾರದಲ್ಲಿ ಈಗ ಸಮಯವೆಷ್ಟು?	what's the time by your watch? (ವಾಟ್ಸ್ ದಿ ಟೈಮ್ ಬೈ ಯುಅರ್ ವಾಚ್?)
32. ಸರಿ ಈಗ ನನ್ನನ್ನು ಹೋಗಲು ಬಿಡಿ.	Well, now allow me to go. (ವೆಲ್, ನೌ ಅಲೋ ಮೀ ಟು ಗೋ.)
33. ನೀವು ಬಂದಿದ್ದಕ್ಕೆ ಧನ್ಯವಾದಗಳು	Thanks for your visit. (ತಾಂಕ್ಸ್ ಫಾರ್ ಯುಅರ್ ವಿಸಿಟ್.)
34. ಬಹುಶಃ ನೀವು ತಪ್ಪು ತಿಳಿದು ಕೊಂಡಿದ್ದೀರಾ.	Perhaps you are mistaken. (ಪೆರ್‌ಹಾಪ್ಸ್ ಯೂ ಆರ್ ಮಿಸ್ಟೇಕನ್.)
35. ಗುಡ್ ಬೈ. ಮತ್ತೆ ಭೇಟಿಯಾಗೋಣ..	Good bye, see you again. (ಗುಡ್‌ಬೈ, ಸೀ ಯೂ ಅಗೇಯ್ನ್.)
36. ನಿಮಗೆ ಯಾವಾಗಲೂ ಸ್ವಾಗತ	You are always welcome. (ಯೂ ಆರ್ ಆಲ್ವೇಸ್ ವೆಲ್ಕಮ್.)
37. ಈ ಸಂಪ್ರದಾಯಗಳೆಲ್ಲಾ ಬೇಡ.	Please don't stand on formalities (ಪ್ಲೀಸ್ ಡೋನ್ಟ್ ಸ್ಟಾಂಡ್ ಆನ್ ಫಾರ್ಮಾಲಿಟೀಸ್.)
38. ಆರಾಮವಾಗಿ ಕುಳಿತುಕೊಳ್ಳಿ.	Please be seated comfortably. (ಪ್ಲೀಸ್ ಬೀ ಸೀಟೆಡ್ ಕಮ್‌ವರ್ಟಬ್ಲಿ.)
39. ನಿಮ್ಮನ್ನು ಮತ್ತೆ ನೋಡಲು ನನಗೆ ಸಂತೋಷಪಡುತ್ತೇನೆ.	I'm glad to see you again. (ಐಆವಮ್ ಗ್ಲಾಡ್ ಟು ಸೀ ಯೂ ಅಗೆಯ್ನ್.)

16

ಶರೀರ ಮತ್ತು ಆರೋಗ್ಯ

BODY AND HEALTH (ಬಾಡಿ ಅಂಡ್ ಹೆಲ್ತ್)

1. ಆತ್ಮಕ್ಕೆ ಶರೀರವೇ ನಿವಾಸ.	The body is the house of soul. (ದಿ ಬಾಡಿ ಈಸ್ ದಿ ಹೌಸ್ ಆಫ್ ಸೋಲ್.)
2. ಶರೀರದ ಆರೋಗ್ಯವು ನ್ನು ಚೆನ್ನಾಗಿ ನೋಡಿಕೊಳ್ಳಿ.	Look after the body well. (ಲುಕ್ ಆಫ್ಟರ್ ದಿ ಬಾಡಿ ವೆಲ್.)
3. ಮನುಷ್ಯನ ಶರೀರವು ಅದ್ಭುತವಾದುದು.	Human body is a wonderful thing. (ಹ್ಯೂಮನ್ ಬಾಡಿ ಈಸ್ ಎ ವಂಡರ್‌ಫುಲ್ ತಿಂಗ್.)
4. ದುರ್ಬಲವಾದ ಶರೀರವು ಒಂದು ಶಾಪ	A weak body is a curse. (ಎ ವೀಕ್ ಬಾಡಿ ಈಸ್ ಎ ಕರ್ಸ್.)
5. ಆರೋಗ್ಯಕರವಾದ ಬದ್ಧಿಯು ಆರೋಗ್ಯಕರವಾದ ಶರೀರದಲ್ಲಿ ಮಾತ್ರ	Healthy mind lives in a healthy body. (ಹೆಲ್ತಿ ಮೈಂಡ್ ಲಿವ್ಸ್ ಇನ್ ಎ ಹೆಲ್ತಿ ಬಾಡಿ.)
6. ಸೌಂದರ್ಯಕ್ಕೆ ಆರೋಗ್ಯಕರವಾದ ಶರೀರವೇ ಅಡಿಪಾಯ.	Good health is the basis of beauty. (ಗುಡ್ ಹೆಲ್ತ್ ಈಸ್ ದಿ ಬೇಸಿಸ್ ಆಫ್ ಬ್ಯೂಟಿ.)
7. ನಮ್ಮ ಶರೀರಕ್ಕೆ ಆಹಾರ ಬೇಕು.	Our body needs food. (ಅವರ್ ಬಾಡಿ ನೀಡ್ಸ್ ಫುಡ್.)
8. ಆಹಾರವು ನಮಗೆ ಶಕ್ತಿಯನ್ನು ನೀಡುತ್ತದೆ.	Food provides us energy. (ಫುಡ್ ಪ್ರೊವೈಡ್ಸ್ ಅಸ್ ಎನರ್ಜಿ.)
9. ಸೂಕ್ತವಾದ ಹೊತ್ತಿನಲ್ಲಿ ಸೂಕ್ತವಾದ ಆಹಾರವನ್ನು ತೆಗೆದುಕೊಳ್ಳಿ.	Always take balanced diet. (ಆಲ್ವೇಸ್ ಟೇಕ್ ಬ್ಯಾಲಂಸ್ಡ್ ಡೈಯಟ್.)
10. ಆರೋಗ್ಯವೇ ಭಾಗ್ಯ.	Health is a means not an end. (ಹೆಲ್ತ್ ಈಸ್ ಎ ಮೀನ್ಸ್ ನಾಟ್ ಆನ್ ಎಂಡ್.)
11. ಅವನಿಗೆ ಆರೋಗ್ಯ ಸರಿಯಿಲ್ಲ.	He is not keeping good health. (ಹೀ ಈಸ್ ನಾಟ್ ಕೀಪಿಂಗ್ ಗುಡ್ ಹೆಲ್ತ್.)
12. ನನಗೆ ತುಂಬಾ ನೆಗಡಿಯಾಗಿದೆ.	I have bad cold. (ಐ ಹಾವ್ ಬ್ಯಾಡ್ ಕೋಲ್ಡ್.)
13. ಪ್ರತಿನಿತ್ಯವೂ ವ್ಯಾಯಾಮ ಮಾಡಿ.	Take exercise daily. (ಟೇಕ್ ಎಕ್ಸರ್ಸೈಸ್ ಡೇಯ್‌ಲಿ.)

14. ಅವಳಿಗೆ ಮೈ ಪೂರ್ತಿ ನೋವಿದೆ.	Her whole body is aching. (ಹೆರ್ ವೋಲ್ ಬಾಡಿ ಈಸ್ ಏಚ್ಚಿಂಗ್.)
15. ನಿಮಗೆ ಪೂರ್ಣ ವಿಶ್ರಾಂತಿ ಬೇಕು.	You require complete rest. (ಯೂ ರಿಗ್‌ವೈಯರ್ ಕಂಪ್ಲೀಟ್ ರೆಸ್ಟ್.)
16. ನನಗೆ ಈ ದಿನ ಆರೋಗ್ಯ ಸರಿಯಿಲ್ಲ.	I'm not feeling well today. (ಐ ಆಮ್ ನಾಟ್ ಪೀಲಿಂಗ್ ವೆಲ್ ಟುಡೇ.)
17. ಅನಿತಾ ಔಷಧಿಯನ್ನು ತೆಗೆದುಕೊಂಡಳೇ?	Did Anita take medicine? (ಡಿಡ್ ಅನಿತಾ ಟೇಕ್ ಮೆಡಿಸಿನ್?)
18. ನೀವು ವೈದ್ಯಕೀಯ ಪರೀಕ್ಷೆಯನ್ನು ಮಾಡಿಸಿಕೊಳ್ಳಿ.	You get yourself medically examined. (ಯೂ ಗೆಟ್ ಯುವರ್‌ಸೆಲ್ಫ್ ಮೆಡಿಕಲ್ಲಿ ಎಕ್ಸಾಮಿಂಡ್.)
19. ಅವನಿಗೆ ಏನು ಕಾಯಿಲೆ ?	What is he suffering from? (ವಾಟ್ ಈಸ್ ಹೀ ಸಫ್ಫೆರಿಂಗ್ ಫ್ರಮ್?)
20. ಆರೋಗ್ಯವೇ ಭಾಗ್ಯ	Health is wealth. (ಹೆಲ್ತ್ ಈಸ್ ವೆಲ್ತ್.)
21. ವೈದ್ಯರನ್ನು ಕರೆಯಿರಿ.	Call in the doctor. (ಕಾಲ್ ಇನ್ ದಿ ಡಾಕ್ಟರ್.)
22. ಒಳ್ಳೆಯ ವೈದ್ಯರನ್ನು ನೋಡಿ.	Consult some good doctor. (ಕನ್ಸಲ್ಟ್ ಸಮ್ ಗುಡ್ ಡಾಕ್ಟರ್.)
23. ಅವನು ಒಬ್ಬ ಪೆದ್ದ.	He is a quack. (ಹೀ ಈಸ್ ಎ ಕ್ವಾಕ್.)
24. ಸೀತಾಳಿಗೆ ತಲೆಸುತ್ತು ಬಂತು	Sita felt giddy. (ಸೀತಾ ಫೆಲ್ಟ್ ಗಿಡ್ಡಿ.)
25. ನಿಮ್ಮ ವ್ಯಾಧಿಯನ್ನು ಕಂಡು ಹಿಡಿಯಲಾಯಿತಾ?	Has your disease been diagnosed? (ಹಾಸ್ ಯುವರ್ ಡಿಸೀಸ್ ಬೀನ್ ಡೈಯಾಗನೈಸ್ಡ್?)
26 ಆಗಾಗ ಬೇದಿ ಔಷಧಿಯನ್ನು ತೆಗೆದುಕೊಳ್ಳಿ.	Take purgative sometimes. (ಟೇಕ್ ಪರ್‌ಗೇಟಿವ್ ಸಮ್‌ಟೈಮ್ಸ್.)
27. ಅದು ಜ್ವರಕ್ಕೆ ತುಂಬಾ ಒಳ್ಳೆಯ ಔಷಧಿ.	It's the best remedy for fever. (ಇಟ್ಸ್ ದಿ ಬೆಸ್ಟ್ ರೆಮೆಡಿ ಫಾರ್ ಫೀವರ್.)
28. ಅವನಿಗೆ ತುಂಬಾ ತೀವ್ರವಾದ ತಲೆನೋವಿದೆ.	He has severe headache. (ಹೀ ಹಾಸ್ ಸಿವಿಯರ್ ಹೆಡ್‌ಹೇಕ್.)
29. ಅತಿಯಾಗಿ ತಿನ್ನುವುದನ್ನು ತಪ್ಪಿಸಿ.	Avoid over eating. (ಅವಾಯ್ಡ್ ಓವರ್ ಈಟಿಂಗ್.)
30. ಅತಿಯಾಗಿ ಕೆಲಸ ಮಾಡಿದರೆ ಆರೋಗ್ಯ ಕೆಡುತ್ತದೆ.	Over work tells upon the health. (ಓವರ್ ವರ್ಕ್ ಟೆಲ್ಸ್ ಅಪಾನ್ ದಿ ಹೆಲ್ತ್.)
31.ಅವನು ಯಾವ ರೋಗದಿಂದ ನರಳುತ್ತಿದ್ದಾನೆ?	What ails him. (ವಾಟ್ ಎಯ್ಲ್ಸ್ ಹಿಮ್?)

32. ಅವನು ಒಂದು ಮಾರಕ ರೋಗದಿಂದ ನರಳುತ್ತಿದ್ದಾನೆ.
He has been suffering from a fatal disease. (ಹೀ ಹಾಸ್ ಬೀನ್ ಸಫ್ಫರಿಂಗ್ ಫ್ರಮ್ ಎ ಫಾಟಲ್ ಡಿಸೀಸ್.)

33. ಅವನು ಕ್ಷಯ ರೋಗದಿಂದ ಸತ್ತುಹೋದ.
He died of T.B. (ಹೀ ಡೈಡ್ ಆಫ್ ಟಿ.ಬಿ.)

34. ದೊಡ್ಡಅಮ್ಮ ಒಂದು ಸಂಕ್ರಾಮಿಕ ರೋಗ.
Smallpox is a contagious disease. (ಸ್ಮಾಲ್‌ಪಾಕ್ಸ್ ಈಸ್ ಎ ಕಂಟೇಜಿಯಸ್ ಡಿಸೀಸ್.)

35. ಅವನು ಮಲಬದ್ಧತೆಯಿಂದ ನರಳುತ್ತಿದ್ದಾನೆ.
He has been suffering from constipation. (ಹೇ ಹಾಸ್ ಬೀನ್ ಸಫ್ಫೆರಿಂಗ್ ಫ್ರಮ್ ಕಾಸ್ಟಿಪೇಷನ್.)

36. ಎರಡು ಗಂಟೆಗಳಿಗೊಮ್ಮೆ ಔಷಧಿಗಳನ್ನು ತೆಗೆದುಕೊಳ್ಳಿ.
Take the medicine every two hours. (ಟೇಕ್ ದಿ ಮೆಡಿಸಿನ್ ಎವರಿ ಟೂ ಹೌರ್ಸ್.)

36. ನನಗೆ ಸುಸ್ತಾಗಿದೆ.
I'm exhausted. (ಐಆವಮ್ ಎಕ್ಸ್‌ಹಾಸ್ಟೆಡ್.)

37. ಅವರು ನನ್ನ ಆರೋಗ್ಯದ ಬಗ್ಗೆ ವಿಚಾರಿಸಲು ಬಂದರು.
He came to enquire after my health. (ಹೀ ಕೇಮ್ ಟು ಎನ್‌ಕ್ವಯರ್ ಆಫ್ಟರ್ ಮೈ ಹೆಲ್ತ್.)

17

ಅಭಿನಂದನೆ ಮತ್ತು ಕೃತಜ್ಞತೆ

GREETINGS AND GRATITUDE (ಗ್ರೀಟಿಂಗ್ಸ್ ಅಂಡ್ ಗ್ರಾಟಿಟ್ಯೂಡ್)

1. ಹೊಸ ವರ್ಷಕ್ಕಾಗಿ ಶುಭಾಶಗಳು	All good wishes for a happy new year. (ಆಲ್ ಗುಡ್ ವಿಶ್ಶೆಸ್ ಫಾರ್ ಎ ಹ್ಯಾಪಿ ನ್ಯೂ ಇಯರ್.)
2. ಹೊಸವರ್ಷದ ಶುಭಾಶಗಳು.	New year greetings. (ನ್ಯೂ ಇಯರ್ ಗ್ರೀಟಿಂಗ್ಸ್.)
3. ನಿಮಗೆ ಜನಬಲ ಮತ್ತು ಐಶ್ವರ್ಯವನ್ನು ದೇವರು ಅನುಗ್ರಹಿಸಲಿ	May God bless you with man and money. (ಮೆ ಗಾಡ್ ಬ್ಲೆಸ್ ಯೂ ವಿತ್ ಮಾನ್ ಅಂಡ್ ಮಣಿ.)
4. ನಿಮಗೆ ದೀಪಾವಳಿಯ ಶುಭಾಶಯಗಳು	Happy Diwali to you! (ಹ್ಯಾಪಿ ದಿವಾಲಿ ಟು ಯೂ!)
5. ಈ ಸಂತೋಷದ ಸಂದರ್ಭದಲ್ಲಿ ನಿಮಗೆಲ್ಲಾ ಹಾರ್ದಿಕ ಶುಭಾಶಯಗಳು	You all are welcome on this happy occasion. (ಯೂ ಆಲ್ ಆರ್ ವೆಲ್ಕಮ್ ಆನ್ ದಿಸ್ ಹ್ಯಾಪಿ ಅಕ್ಕೇಷನ್.)
6. ನನ್ನ ಈದ್ ಶುಭಕಾಮನೆಗಳನ್ನು ಸ್ವೀಕರಿಸಿ.	Accept my Id greetings. (ಅಕ್ಸೆಪ್ಟ್ ಮೈ ಈಧ್ ಗ್ರೀಟಿಂಗ್ಸ್.)
7. ನಿಮ್ಮ ಆಹ್ವಾನಕ್ಕೆ ಧನ್ಯವಾದಗಳು	Thanks for invitation. (ತಾಂಕ್ಸ್ ಫಾಲ್ ಇನ್‌ವಿಟೇಷನ್.)
8. ಹಾರೈಕೆಗಳೊಂದಿಗೆ	With best wishes. (ವಿತ್ ಬೆಸ್ಟ್ ವಿಷಸ್.)
9. ದಯವಿಟ್ಟು ನಮ್ಮ ಮನೆಗೆ ಬನ್ನಿ.	Please come to my house. (ಪ್ಲೀಸ್ ಕಮ್ ಟು ಮೈ ಹೌಸ್.)
10. ನಿಮ್ಮ ಪದವಿಯನ್ನು ತಿಳಿದುಕೊಳ್ಳಬಹುದೇ?	May I know your designation? (ಮೇ ಐ ನೋ ಯುವರ್ ಡೆಸಿಗ್ನೇಷನ್?)
11. ಅಧ್ಯಕ್ಷರ ಸ್ಥಾನವನ್ನು ಒಪ್ಪಿಕೊಳ್ಳಿ.	Please take the chair of the president. ಪ್ಲೀಸ್ ಟೇಕ್ ದಿ ಚ್ಯಾರ್ ಆಫ್ ದಿ ಪ್ರೆಸಿಡೆಂಟ್.)
12. ನಿಮ್ಮ ಕೃತಜ್ಞತೆಗಳನ್ನು ನಾನು ಸ್ವೀಕರಿಸುತ್ತೇನೆ..	I acknowledge your obligation. (ಐ ಅಕ್ನಾಲೆಜ್ಜ್ ಯುವರ್ ಆಬ್ಲಿಗೇಷನ್.)
13. ನಿಮ್ಮ ಉಪಕಾರವನ್ನು ಸ್ಮರಿಸುತ್ತೇನೆ.	I'm grateful to you (ಐಆಮ್ ಗ್ರೇಟ್‌ಫುಲ್ ಟು ಯೂ.)

14. ಪದೋನ್ನತಿಯ ಸಂದರ್ಭವಾಗಿ ಅಭಿನಂದನೆಗಳು	Felicitations on promotion. (ಫೆಲಿಸಿಟೇಷನ್ಸ್ ಆನ್ ಪ್ರೊಮೋಶನ್.)
15. ನಾನು ಅವರನ್ನು ಹಾರೈಸಿದೆನೆಂದು ತಿಳಿಸಿ.	Give my good wishes to him. (ಗಿವ್ ಮೈ ಗುಡ್ ವಿಶ್ಶಸ್ ಟು ಹಿಮ್.)
16. ನನ್ನ ನೆನಪುಗಳನ್ನು ಮೀರಾಗೆ ತಿಳಿಸಿ	Remember me nicely to Meera. (ರಿಮೆಂಬರ್ ಮೀ ನೈಸೆಲಿ ಟು ಮೀರಾ.)
17. ನಿಮಗೆ ಹುಟ್ಟು ಹಬ್ಬದ ಹಾರ್ದಿಕ ಅಭಿನಂದನೆಗಳು	Hearty congratulations on your birth day. (ಹಾರ್ಟಿ ಕಂಗ್ರಾಟುಲೇಷನ್ಸ್ ಆನ್ ಯುವರ್ ಬರ್ತ್‌ಡೇ.)
18. ಇಂತಹ ದಿನ ನಿಮಗೆ ಮತ್ತೆ ಮತ್ತೆ ಬರಲಿ ಎಂದು ಹಾರೈಸುವ	Many happy returns of the day. (ಮೆನಿ ರಿಟರ್ನ್ಸ್ ಆಪ್ ದಿ ಡೇ.)
19. ಸುಂದರವಾದ ಒಂದು ಉಡುಗೊರೆಗೆ ಧನ್ಯವಾದಗಳು	Thanks for such a beautiful present. (ತ್ಯಾಂಕ್ಸ್ ಫಾರ್ ಸಚ್ ಎ ಬ್ಯೂಟಿಫುಲ್ ಪ್ರೆಸೆಂಟ್.)
20. ಬೇರೆಯವರಿಗೆ ಅನುಕರಣೆ ತೋರುವುದರಲ್ಲಿ ನಾವು ಏನನ್ನೂ ಕಳೆದುಕೊಳ್ಳುವುದಿಲ್ಲ.	Courtesy costs nothing. (ಕರ್ಟಿಸಿ ಕಾಸ್ಟ್ಸ್ ನತ್ತಿಂಗ್.)
21. ಅವನು ತುಂಬಾ ಕರುಣಾಮಯಿ	He is a very courteous. (ಹೀ ಈಸ್ ವೆರಿ ಕರ್ಟಿಯಸ್.)
22. ನಿಮ್ಮ ಸಹಾಯಕ್ಕಾಗಿ ಬೇಡುತ್ತೇನೆ.	I entreat you for help. (ಐ ಎನ್‌ಟ್ರೀಟ್ ಯೂ ಫಾರ್ ಹೆಲ್ಪ್.)
23. ದೇವರು ಅದನ್ನು ನಿಷೇಧಿಸಿದರು.	God forbid it. (ಗಾಡ್ ಫೋರ್‌ಬಿಡ್ ಇಟ್.)
24. ನಾನು ನಿನಗೆ ತುಂಬಾ ಋಣಿಯಾಗಿದ್ದೇನೆ.	I'm very much indebted to you. (ಐಆಮ್ ವೆರಿ ಮಚ್ ಇನ್‌ಡೆಟ್ಟೆಡ್ ಟು ಯೂ.)
25. ದೇವರಿಗೆ ತುಂಬಾ ತುಂಬಾ ಧನ್ಯವಾದಗಳು.	Many many thanks to God. (ಮೆನಿ ಮೆನಿ ತ್ಯಾಂಕ್ಸ್ ಟು ಗಾಡ್.)

18

ಮನೆ ಮತ್ತು ಕುಟುಂಬ

HOME AND FAMILY (ಹೋಮ್ ಅಂಡ್ ಫ್ಯಾಮಿಲಿ)

1. ಇದು ನಮ್ಮ ಮನೆ.	This is our home. (ದಿಸ್ ಈಸ್ ಅವರ್ ಹೋಮ್.)
2. ಮನೆ ಎನ್ನುವುದು ಒಂದು ಭಾವನೆಯ ಹೆಸರು	Home is the name of a feeling. (ಹೋಮ್ ಈಸ್ ದಿ ನೇಮ್ ಆಫ್ ಎ ಫೀಲಿಂಗ್.)
3. ಇಟ್ಟಿಗೆ ಮತ್ತು ಕಲ್ಲುಗಳಿಂದ ಕಟ್ಟಡ ಮನೆಯಲ್ಲ.	The building made of bricks and stones is not a home. (ದಿ ಬಿಲ್ಡಿಂಗ್ ಮೇಡ್ ಆಫ್ ಬ್ರಿಕ್ಸ್ ಅಂಡ್ ಸ್ಟೋನ್ಸ್ ಈಸ್ ನಾಟ್ ಎ ಹೋಮ್.)
4. ಕಟ್ಟಡಕ್ಕೂ ಮತ್ತು ಮನೆಗೂ ವ್ಯತ್ಯಾಸವಿದೆ.	There is a difference between a house and a home. (ತೇರ್ ಈಸ್ ಎ ಡಿಫ್ಫೆರೆನ್ಸ್ ಬಿಟ್ವೀನ್ ಎ ಹೌಸ್ ಅಂಡ್ ಎ ಹೋಮ್.)
5. ತುಂಬಾ ಜನ ಕಟ್ಟಡಗಳಲ್ಲಿ ವಾಸಿಸುತ್ತಾರೆ. ಆದರೆ ಮನೆಗಳಲ್ಲಲ್ಲ.	Many people live in houses not in homes. (ಮೆನಿ ಪೀಪಲ್ ಲಿವ್ ಇನ್ ಹೌಸೆಸ್ ನಾಟ್ ಇನ್ ಹೋಮ್ಸ್.)
6. ನೆಮ್ಮದಿ ಮತ್ತು ಸಂತೋಷಕ್ಕೆ ಮನೆಯೇ ಮೂಲ.	Home is a source of peace and happiness. (ಹೋಮ್ ಈಸ್ ಎ ಸೋರಸ್ ಆಪ್ ಪೀಸ್ ಅಂಡ್ ಹ್ಯಾಪ್ಪಿನೆಸ್.)
7. ಪೂರ್ವವೊ ಪಶ್ಚಿಮವೋ ಮನೆಯೆಂಬುದೇ ಉತ್ತಮ.	East or west home is the best. (ಈಸ್ಟ್ ಆರ್ ವೆಸ್ಟ್ ಹೋಮ್ ಈಸ್ ದಿ ಬೆಸ್ಟ್.)
8. ಮನೆ ಎಲ್ಲರನ್ನೂ ಒಂದಾಗಿ ಒಟ್ಟುಗೂಡಿಸುತ್ತದೆ.	Home connects all with one another. (ಹೋಮ್ ಕನ್ನೆಕ್ಟ್ಸ್ ಆಲ್ ವಿತ್ ಒನ್ ಆನದರ್.)
9. ಏಕತೆ ಎನ್ನುವ ಭಾವನೆಯು ಮನೆಗೆ ಆಧಾರವಾಗಿರುತ್ತದೆ	This sense of oneness is the basis of family. (ದಿಸ್ ಸೆನ್ಸ್ ಆಫ್ ಒನ್ನೆಸ್ ಈಸ್ ದಿ ಬೇಸಿಸ್ ಆಫ್ ಫ್ಯಾಮಿಲಿ.)

10. ಮಕ್ಕಳಿಗೆ ಮನೆಯೇ ಮೊದಲ ಪಾಠಶಾಲೆ	Home is the first school for children. (ಹೋಮ್ ಈಸ್ ದಿ ಫರ್ಸ್ಟ್ ಸ್ಕೂಲ್ ಫಾರ್ ಚಿಲ್ಡ್ರನ್.)
11. ಪ್ರೀತಿ ಮತ್ತು ವಾತ್ಸಲ್ಯಕ್ಕೆ ಮನೆಯೇ ಆದರ.	Home is a thing of love and affection. (ಹೋಮ್ ಈಸ್ ಎ ದಿಂಗ್ ಆಫ್ ಲವ್ ಅಂಡ್ ಅಫೆಕ್ಷನ್.)
12. ಈಗ ಕುಟುಂಬಗಳು ತೀರಾ ಸಣ್ಣದಾಗುತ್ತಿವೆ.	Now, the families are becoming smaller. (ನೌ, ದಿ ಫ್ಯಾಮಿಲೀಸ್ ಆರ್ ಬಿಕಮಿಂಗ್ ಸ್ಮಾಲ್ಲರ್.)
13. ಅವನು ಬಾಡಿಗೆ ಮನೆಯಲ್ಲಿದ್ದಾನೆ.	He lives in a rented house. (ಹೀ ಲಿವ್ಸ್ ಇನ್ ಎ ರೆಂಟೆಡ್ ಹೌಸ್.)
14. ಆ ಮನೆ ಬಾಡಿಗೆಗೆ ಇದೆ.	That house is to let. (ದಟ್ ಹೌಸ್ ಈಸ್ ಟು ಲೆಟ್.)
15. ನಾವು ಒಂದು ಸಣ್ಣ ಮನೆಯನ್ನು ಬಾಡಿಗೆಗೆ ತೆಗೆದುಕೊಂಡಿದ್ದೇವೆ.	We have rented a small house. (ವೀ ಹಾವ್ ರೆಂಟೆಡ್ ಎ ಸ್ಮಾಲ್ ಹೌಸ್.)
16. ಅವರು ಸರ್ಕಾರಿ ಕ್ವಾರ್ಟರ್ಸ್‌ನಲ್ಲಿದ್ದಾರೆ.	They live in a government quarters. (ತೇ ಲಿವ್ ಇನ್ ಎ ಕವರ್ನ್‌ಮೆಂಟ್ ಕ್ವಾರ್ಟರ್ಸ್.)
17. ನಿಮ್ಮ ಕುಟುಂಬದಲ್ಲಿ ಎಷ್ಟು ಜನರಿದ್ದಾರೆ?	How many members are there in your family? (ಹೌ ಮೆನಿ ಮೆಂಬರ್ಸ್ ಆರ್ ತೇರ್ ಇನ್ ಯುಅರ್ ಫ್ಯಾಮಿಲಿ.)
18. ನಿಮಗೆ ಸೋದರ ಸೋದರಿಯರು ಎಷ್ಟು ಜನ ?	How many brothers and sisters are you? (ಹೌ ಮೆನಿ ಬ್ರದರ್ಸ್ ಅಂಡ್ ಸಿಸ್ಟೆರ್ಸ್ ಆರ್ ಯೂ.)
19. ನಿಮ್ಮ ತಂದೆಯವರು ಏನು ಮಾಡುತ್ತಿದ್ದಾರೆ?	What's is your father doing? (ವಾಟ್ಸ್ ಯುಅರ್ ಫಾದರ್ ಡೂಯಿಂಗ್?)
20. ನಿಮ್ಮ ಅಣ್ಣನವರು ಏನು ಮಾಡುತ್ತಿದ್ದಾರೆ ?	What's is your elder brother. (ವಾಟ್ಸ್ ಯುಅರ್ ಎಲ್ಡರ್ ಬ್ರದೆರ್.)
21. ನಿಮ್ಮ ತಾಯಿಯವರ ಆರೋಗ್ಯ ಸರಿಯಿಲ್ಲವೇ?	Has your mother been not keeping well? (ಹಾಸ್ ಯುಅರ್ ಮದರ್ ಬೀನ್ ನಾಟ್ ಕೀಪಿಂಗ್ ವೆಲ್?)
22. ಅವರಿಗೆ ಎಷ್ಟು ಜನ ಮಕ್ಕಳು?	How many children has he? (ಹೌ ಮೆನಿ ಚಿಲ್ಡ್ರನ್ ಹಾಸ್ ಹೀ?)

23. ಅವರು ಬಾಲ್ಯದಿಂದಲೂ ವಿಧವೆ. She is a widow from childhood. (ಶೀ ಈಸ್ ಎ ವಿಡೋ ಫ್ರಮ್ ಚೈಲ್ಡ್‌ಹುಡ್.)

24. ಅವರು ಯಾವಾಗಿನಿಂದ ವಿಧುರ ? Since when has he been a widower? (ಸಿನ್ಸ್ ವೆನ್ ಹಾಸ್ ಹೀ ಬೀನ್ ಎ ವಿಡೋವರ್?)

25. ಮನೆಯನ್ನು ಅಲಂಕರಿಸುವುದೂ ಒಂದು ಕಲೆ. Home decoration is also an art. (ಹೋಮ್ ಡೆಕೊರೇಷನ್ ಈಸ್ ಆಲ್ಸೋ ಆನ್ ಆರ್ಟ್.)

26. ಸರಿತ ಒಂದು ನಿಪುಣ ಗೃಹಿಣಿ. Sarita is an expert house-wife. (ಸರಿತಾ ಈಸ್ ಆನ್ ಎಕ್ಸ್‌ಪರ್ಟ್ ಹೌಸ್-ವೈಫ್.)

27. ವರಾಂಡವನ್ನು ಪೊರಕೆಯಿಂದ ಗುಡಿಸು. Sweep the courtyard with the broom. (ಸ್ವೀಪ್ ದಿ ಕೋರ್ಟ್‌ಯಾರ್ಡ್ ವಿತ್ ದಿ ಬ್ರೂಮ್.)

28. ಬಟ್ಟೆಗಳನ್ನು ಬಿಸಿಲಿನಲ್ಲಿ ಒಣಗಿಹಾಕು. Spread the clothes in the sun. (ಸಪ್ರೆಡ್ ದಿ ಕ್ಲೋತ್ಸ್ ಇನ್ ದಿ ಸನ್.)

29. ನನಗೆ ಹಾಸಿಗೆಯನ್ನು ಸಿದ್ಧಮಾಡು. Make the bed for me. (ಮೇಕ್ ದಿ ಬೆಡ್ ಫಾರ್ ಮಿ.)

30. ನನಗೆ ಒಬ್ಬಂಟಿ ಜೀವನ ಬೇಸರವೆನಿಸಿದೆ. I'm fed up with lonely life. (ಐಆಮ್ ಫೆಡ್ ಅಪ್ ವಿತ್ ಲೋನ್ಲಿ ಲೈಫ್.)

31. ನಿಮ್ಮ ಚಿಕ್ಕಪ್ಪನವರು ಬಂದರೇ? Is your uncle in? (ಈಸ್ ಯುಆರ್ ಅಂಕಿಲ್ ಇನ್?)

32. ಅವರು ತುಂಬಾ ವಯಸ್ಸಾದವರಂತೆ ಕಾಣುತ್ತದೆ. He looks very aged. (ಹೀ ಲುಕ್ಸ್ ವೆರಿ ಏಜ್ಡ್.)

33. ಗೌರಿ ಏನು ಮಾಡುತ್ತಿದ್ದಾಳೆ? What's Gauri to you? (ವಾಟ್ಸ್ ಗೌರಿ ಟು ಯೂ?)

34. ಯಾರಾದರೂ ನನ್ನನ್ನು ಕಾಣಲಿಕ್ಕೆ ಬಂದರೆ ? Did any one come to see me? (ಡಿಡ್ ಎನಿ ಒನ್ ಕಮ್ ಟು ಸೀ ಮಿ?)

35. ನೋಡು, ಬಾಗಿಲನ್ನು ಯಾರು ತಟ್ಟುತ್ತಿದ್ದಾರೆ ? See, who is knocking at the door? (ಸೀ, ಹೂ ಈಸ್ ನಾಕ್ಕಿಂಗ್ ಆಟ್ ದಿ ಡೋರ್?)

36. ಅಮ್ಮ ನೀನು ಇನ್ನೂ ಎಚ್ಚರವಾಗಿದ್ದೀಯೇ?	Mother, you are still awake? (ಮಧರ್, ಯೂ ಆರ್ ಸ್ಟಿಲ್ ಅವೇಕ್?)
37. ಅಕ್ಕ ತಂಗಿಯರಿಬ್ಬರೂ ಮಾತನಾಡುತ್ತಿದ್ದರು.	Both the sister were gossiping. (ಬೋತ್ ದಿ ಸಿಸ್ಟರ್ ವೆರ್ ಗಾಸ್ಸಿಪಿಂಗ್.)
38. ನೀನು ಸ್ವಲ್ಪಹೊತ್ತು ವಿಶ್ರಾಂತಿ ತೆಗೆದುಕೊ.	You take rest for a while. (ಯೂ ಟೇಕ್ ರೆಸ್ಟ್ ಫಾರ್ ಎ ವೈಲ್.)
39. ಅವರಿಗೆ ಫೋನ್ ಮಾಡಿ.	Please ring him up. (ಪ್ಲೀಸ್ ರಿಂಗ್ ಹಿಮ್ ಅಪ್.)
40. ಕೆಲಸದವಳು ರಜೆಯಲ್ಲಿದ್ದಾಳೆ.	The maid-servant is on leave. (ದಿ ಮೆಯಿಡ್-ಸೆರ್ವಂಟ್ ಈಸ್ ಆನ್ ಲೀವ್.)
41. ನೀನು ಪಾತ್ರೆಗಳನ್ನು ತೊಳೆ.	You clean the utensils. (ಯೂ ಕ್ಲೀನ್ ದಿ ಯೂಟೆಂಸಿಲ್ಸ್.)
42. ಮಾದಕ ವಸ್ತುಗಳಿಂದ ದೂರವಿರು.	Abstain from narcotics. (ಅಬ್‌ಸ್ಟೆಯ್‌ನ್ ಫ್ರಮ್ ನಾರ್ಕಟಿಕ್ಸ್.)
43. ಅವಳು ಅವರ ಅಮ್ಮನ ಮನೆಗೆ ಹೋಗಿದ್ದಾಳೆ.	She has gone to her mother's house. (ಶೀ ಹ್ಯಾಸ್ ಗಾನ್ ಟು ಹೆರ್ ಮದರ್ಸ್ ಹೌಸ್.)

19

ನಾವು ಮತ್ತು ಹವಾಮಾನ

WE AND WEATHER (ವಿ ಅಂಡ್ ವೆದರ್)

1. ಈ ದಿನ ತುಂಬಾ ಶೆಖೆಯಾಗುತ್ತಿದೆ.	It's very sultry today. (ಇಟ್ಸ್ ವೆರಿ ಸಲ್ಟ್ರಿ ಟುಡೇ.)
2. ತಣ್ಣನೆಯ ಗಾಳಿ ಇನ್ನೂ ಎರಡು ದಿನಗಳಿಗೆ ಇರುತ್ತದೆ.	The cold wave will last two more days. (ದಿ ಕೋಲ್ಡ್ ವೇವ್ ವಿಲ್ ಲಾಸ್ಟ್ ಟೂ ಮೋರ್ ಡೇಸ್.)
3. ಮಳೆ ಬರುವ ಹಾಗಿದೆ.	It is likely to rain. (ಇಟ್ ಈಸ್ ಲೈಕ್ಲಿ ಟು ರೆಯಿನ್.)
4. ಭಾರತವು ಒಂದು ಮಳೆಮಾರುತ ದೇಶ.	India is a country of monsoon. (ಇಂಡಿಯಾ ಈಸ್ ಎ ಕಂಟ್ರಿ ಆಫ್ ಮಾನ್ಸೂನ್.)
5. ಪಶ್ಚಿಮ ಬಿರುಗಾಳಿ ಬೀಸುತ್ತಿದೆ.	The west wind is blowing. (ದಿ ವೆಸ್ಟ್ ವಿಂಡ್ ಈಸ್ ಬ್ಲೋಯಿಂಗ್.)
6. ಆಲಿಕಲ್ಲಿನ ಮಳೆ ಬೀಳುವ ಸಂಭವವಿದೆ.	There is a possibility of a hailstorm. (ತೇರ್ ಈಸ್ ಎ ಪಾಸ್ಸಿಬಿಲಿಟಿ ಆಫ್ ಎ ಹೆಯಿಲ್‌ಸ್ಟಾರ್ಮ್.)
7. ವಸಂತ ಋತುವಿನಲ್ಲಿ ಮಾವಿನ ಹೂಬಿಡುತ್ತದೆ.	The mango bloom in spring. (ದಿ ಮಾಂಗೋ ಬ್ಲೂಮ್ ಇನ್ ಸ್ಪ್ರಿಂಗ್.) See, the Cuckoo is singing. (ಸೀ, ದಿ ಕುಕ್ಕೂ ಈಸ್ ಸಿಂಗಿಂಗ್.)
8. ಆಕಾಶವು ಮೋಡದಿಂದ ಮುಚ್ಚಿರುತ್ತದೆ.	The sky will remain over cast. (ದಿ ಸ್ಕೈ ವಿಲ್ ರಿಮೇಯ್ನ್ ಓವರ್‌ಕಾಸ್ಟ್.)
9. ಬಿಸಿಗಾಳಿ ಬೀಸುತ್ತದೆ. ತಲೆಯನ್ನು ಮುಚ್ಚಿಕೊಳ್ಳಿ.	Hot wave is blowing, cover your head. (ಹಾಟ್ ವೇವ್ ಈಸ್ ಬ್ಲೋಯಿಂಗ್, ಕವರ್ ಯುಅರ್ ಹೆಡ್.)
10. ಕಾಲಗಳು ನಮ್ಮನ್ನು ಬಾಧಿಸುತ್ತವೆ.	Seasons affect us. (ಸೀಸನ್ಸ್ ಅಫೆಕ್ಟ್ ಅಸ್.)
11. ಹೋಲಿ ಹಬ್ಬವು ವಸಂತಋತುವಿನ ಹಬ್ಬ.	Holi is the festival of spring. (ಹೋಲಿ ಈಸ್ ದಿ ಫೆಸ್ಟಿವಲ್ ಆಫ್ ಸ್ಪ್ರಿಂಗ್.)

12. ಮಗ್ ಜಾತ್ರೆಯ ಪ್ರಾರಂಭವಾಗಿದೆ.	Magh fair has started. (ಮೆಗ್ ಫ್ಯಾರ್ ಹಾಸ್ ಸ್ಟಾರ್ಟೆಡ್.)
13. ಅವರು ಹವಾಮಾನ ವರದಿ ಇಲಾಖೆಯಲ್ಲಿ ಕೆಲಸ ಮಾಡುತ್ತಿದ್ದಾರೆ.	He is employed in meteorological department. (ಹೀ ಈಸ್ ಎಂಪ್ಲಾಯ್ಡ್ ಇನ್ ಮೆಟೀಯರೋಲಾಜಿಕಲ್ ಡಿಪಾರ್ಟ್‌ಮೆಂಟ್.)
14. ಹವಾಮಾನ ವರದಿಯನ್ನು ಕೇಳಿ.	Listen the weather forecast. (ಲಿಸ್ಸೆನ್ ಟು ದಿ ವೆದರ್ ಫೋರ್‌ಕ್ಯಾಸ್ಟ್.)
15. ಬೇಸಿಗೆಕಾಲ ನನಗೆ ಹೊಂದುವುದಿಲ್ಲ.	The summer season does not suit me. (ದಿ ಸಮ್ಮೆರ್ ಸೀಸನ್ ಡಸ್ ನಾಟ್ ಸ್ಯೂಟ್ ಮಿ.)
16. ಅವನು ಶರತ್ಕಾಲದ ವಿರಾಮದಲ್ಲಿ ಬರುತ್ತಾನೆ.	He will come in autumn break. (ಹೀ ವಿಲ್ ಕಮ್ ಇನ್ ಆಟಮ್ ಬ್ರೇಕ್.)
17. ಎಲ್ಲರೂ ಮಳೆಗಾಗಿ ಕಾಯುತ್ತಿದ್ದಾರೆ.	All are waiting for rains. (ಆಲ್ ಆರ್ ವೆಯ್ಟಿಂಗ್ ಫಾರ್ ರೆಯಿನ್ಸ್.)
18. ಹೆಂಗಸರು ಬಿಸಿಲು ಕಾಯಿಸಿಕೊಳ್ಳುತ್ತಿದ್ದಾರೆ.	The women were basking in the sun. (ದಿ ವುಮೆನ್ ವೇರ್ ಬೇಸ್ಕಿಂಗ್ ಇನ್ ದಿ ಸನ್.)
19. ಬಿಕ್ಷುಕ ಚಳಿಯಿಂದ ನಡುಗುತ್ತಿದ್ದ.	The beggar was shivering with cold. (ದಿ ಬೆಗ್ಗರ್ ವಾಸ್ ಶಿವರಿಂಗ್ ವಿತ್ ಕೋಲ್ಡ್.)
20. ಅವರು ಸೂರ್ಯಶಾಖಾಘಾತದಿಂದ ನರಳುತ್ತಿದ್ದಾರೆ.	He has been suffering from heat stroke. (ಹೀ ಹಾಸ್ ಬೀನ್ ಸಫ್ಫೆರಿಂಗ್ ಫ್ರಮ್ ಹೀಟ್ ಸ್ಟ್ರೋಕ್.)
21. ರಾಮು ಮಳೆಯಲ್ಲಿ ನೆನೆದು ಹೋದ.	Ramu got drenched in rain. (ರಾಮು ಗಾಟ್ ಡ್ರೆಂಚ್ಡ್ ಇನ್ ರೈನ್.)
22. ಮೋಡಗಳು ಗುಡುಗುತ್ತಿವೆ.	The clouds are thundering. (ದಿ ಕ್ಲೌಡ್ಸ್ ಆರ್ ತಂಡರಿಂಗ್.)
23. ಮಿಂಚು ಬಡಿದುಹೋಯಿತು.	It seems lightning has struck. (ಇಟ್ ಸೀಮ್ಸ್ ಲೈಟ್ನಿಂಗ್ ಹಾಸ್ ಸ್ಟ್ರಕ್.)

20

ಬಿಡುವಿನ ಕ್ಷಣಗಳು

MOMENTS OF LEISURE (ಮೊಮೆಂಟ್ಸ್ ಆಫ್ ಲಿಷರ್)

1. ನೀವು ಯಾವ ಆಟವನ್ನು ಆಡುತ್ತೀರಿ? — Which game do you play? (ವಿಚ್ ಗೇಮ್ ಡೂ ಯೂ ಪ್ಲೇ.)
2. ನನಗೆ ಫುಟ್‌ಬಾಲ್ ಎಂದರೆ ಇಷ್ಟ. — I'm fond of football. (ಐಆಮ್ ಫಾಂಡ್ ಆಫ್ ಫುಟ್‌ಬಾಲ್.
3. ಬನ್ನಿ. ನಾವು ಕ್ರಿಕೆಟ್ ಆಡೋಣ. — Come, let us play cricket. (ಕಮ್ ಲೆಟ್ ಅಸ್ ಪ್ಲೇ ಕ್ರಿಕ್ಕೆಟ್.)
4. ಅವನಿಗೆ ಚೆಸ್ ಆಟ ಆಡಲು ಬರುತ್ತದೆ. — He knows how to play chess. (ಹೀ ನೋಸ್ ಹೌ ಟು ಪ್ಲೇ ಚೆಸ್.)
5. ನನಗೆ ಈ ದಿನ ಬಿಡುವಿದೆ.. — I'm at leisure today. (ಐಆಮ್ ಅಟ್ ಲೀಯ್‌ಶರ್ ಟುಡೇ.)
6. ಬಿಡುವಿನ ವೇಳೆಯಲ್ಲಿ ಬನ್ನಿ. — Come in leisure. (ಕಮ ಇನ್ ಲೀಯ್‌ಶರ್.)
7. ಅವರು ಗಾಳಿಪಟಗಳನ್ನು ಹಾರಿಸುತ್ತಿದ್ದಾರೆ. — They are flying kites. (ದೇ ಆರ್ ಫ್ಲೈಯಿಂಗ್ ಕೈಟ್ಸ್..)
8. ನಿಮಗೆ ಏಟು ಬಿತ್ತೇ ? — Are you hurt? (ಆರ್ ಯೂ ಹರ್ಟ್.)
9. ಒಂದು ಇನ್ನಿಂಗ್‌ನಿಂದ ನಮ್ಮ ತಂಡ ಪಂದ್ಯವನ್ನು ಗೆದ್ದಿತು. — Our team won by an innings. (ಅವರ್ ಟೀಮ್ ವನ್ ಬೈ ಆನ್ ಇನ್ನಿಂಗ್ಸ್.)
10. ಸಿನಿಮಾ ಒಂದು ಮನರಂಜನೆಯ ಮಾಧ್ಯಮ. — Cinema is a good source of entertainment. (ಸಿನಿಮಾ ಈಸ್ ಎ ಗುಡ್ ಸೋರ್ಸ್ ಆಫ್ ಎಂಟರ್‌ಟೆಯಿನ್‌ಮೆಂಟ್.)
11. ಅವಳಿಗೆ ಹಾಡುವುದೆಂದರೆ ಇಷ್ಟ. — She is fond of singing. (ಶೀ ಈಸ್ ಫಾಂಡ್ ಆಫ್ ಸಿಂಗಿಂಗ್.)
12. ಬನ್ನಿ, ಚೆಸ್‌ನ ಒಂದು ಸುತ್ತನ್ನು ಆಡೋಣ. — Come, let us have a round of chess. (ಕಮ್, ಲೆಟ್ ಅಸ್ ಹಾವ್ ಎ ರೌಂಡ್ ಆಫ್ ಚೆಸ್.)
13. ಅವನಿಗೆ ತುಂಬಾ ಕಾರ್ಡ್‌ಗೇಮ್ಸ್ ಎಲ್ಲಾ ಗೊತ್ತು. — He knows many card-games. (ಹೀ ನೋಸ್ ಮೆನಿ ಕಾರ್ಡ್-ಕೇಮ್ಸ್.)
14. ಪಂದ್ಯವು ಡ್ರಾನಲ್ಲಿ ಮುಗಿಯಿತು. — The match ended in a draw. (ದಿ ಮಾಟ್ಚ್ ಎಂಡೆಡ್ ಇನ್ ಎ ಡ್ರಾ.)

15. ಯಾರು ಗೆದ್ದರು?	Who won? (ಹೂ ವನ್.)
16. ಅವನು ಕ್ರಮಬದ್ಧವಾದ ಬೌಂಡರಿಗಳನ್ನು ಹೊಡೆದನು.	He hits many consecutive boundaries. (ಹೀ ಹಿಟ್ಸ್ ಮೆನಿ ಕಾನ್ಸಿಕ್ಯೂಟಿವ್ ಬೌಂಡರೀಸ್.)
17. ಕುದರೆ ಸವಾರಿಯು ಒಂದು ಒಳ್ಳೆಯ ಹವ್ಯಾಸ.	Riding is a good hobby. (ರೈಡಿಂಗ್ ಈಸ್ ಎ ಗುಡ್ ಹಾಬ್ಬಿ.)
18. ಶಫಲ್ ಮಾಡಲು ಬರಲಿಲ್ಲವಾದರೆ ಕಾರ್ಡ್ಸ್‌ನ್ನು ಆಡಬೇಡಿ.	Don't deal cards without shuffling well. (ಡೋನ್ಟ್ ಡೀಲ್ ಕಾರ್ಡ್ಸ್ ವಿತ್ಔಟ್ ಶಫ್ಫಲಿಂಗ್ ವೆಲ್.)
19. ಅವನು ಲಾಂಗ್ ಜಂಪ್‌ನಲ್ಲಿ ಮೊದಲಿಗನಾಗಿದ್ದ.	He was first in long jump. (ಹೀ ವಾಸ್ ಫರ್ಸ್ಟ್ ಇನ್ ಲಾಂಗ್ ಜಂಪ್.)
20. ಪ್ರಕ್ಷಕರು ಚಪ್ಪಾಳೆ ತಟ್ಟಿದರು.	The spectators clapped. (ದಿ ಸ್ಪೆಕ್ಟೇಟರ್ಸ್ ಕ್ಲಾಪ್ಪಡ್.)
21. ಜಾಲಿ ಎನ್ನುವುದು ಖ್ಯಾತ ಓಟದ ಪಂದ್ಯ	Jolly is a famous sprinter. (ಜಾಲಿ ಈಸ್ ಎ ಫೇಮಸ್ ಸ್ಪ್ರಿಂಟರ್.)
22. ಹಣವನ್ನು ಪಂದ್ಯವಾಗಿ ಕಟ್ಟಿ ಆಡಲು ಬಾ.	Come on the bet. (ಕಮ್ ಆನ್ ದಿ ಬೆಟ್.)
23. ತೋಟಗಾರಿಕೆ ಅವನ ಹವ್ಯಾಸ.	Gardening is his hobby. (ಗಾರ್ಡೆನಿಂಗ್ ಈಸ್ ಹಿಸ್ ಹಾಬ್ಬಿ.)
24. ಅವನಿಗೆ ಕೆಲಸದಿಂದ ವಿಶ್ರಾಂತಿ ಇಲ್ಲ.	He has no rest from work. (ಹೀ ಹಾಸ್ ನೋ ರೆಸ್ಟ್ ಫ್ರಮ್ ವರ್ಕ್.)
25. ಜೂಜಾಡುವುದು ಒಂದು ಅಪರಾಧ.	Gambling is an offence. (ಗ್ಯಾಂಬ್ಲಿಂಗ್ ಈಸ್ ಆನ್ ಅಫ್ಫೆಂಸ್.
26. ನೀನೇಕೆ ಸುಮ್ಮನೆ ಕೂತಿದ್ದೀಯ ?	Why are you sitting idle? (ವೈ ಆರ್ ಯೂ ಸಿಟ್ಟಿಂಗ್ ಐಡ್ಲ್?)
27. ನಾವು ಒಂದು ಕ್ಲಬ್ ಅನ್ನು ಕೂಡಿಸಿದ್ದೇವೆ.	We have formed a club. (ವೀ ಹಾವ್ ಫಾರ್ಮ್ಡ್ ಎ ಕ್ಲಬ್.)
28. ನೀನೇಕೆ ನಮ್ಮ ಕ್ಲಬ್ಬನ್ನು ಸೇರಿಕೊಳ್ಳಬಾರದು ?	Why don't you join our club? (ವೈ ಡೋನ್ಟ್ ಯೂ ಜಾಯಿನ್ ಅವರ್ ಕ್ಲಬ್.)
29. ನೀನು ಸ್ವಲ್ಪ ಕೆಲಸ ಮಾಡುತ್ತೀಯ ಇಲ್ಲ ಮಾತನಾಡಿಕೊಂಡೇ ಇರುತ್ತೀಯಾ?	Would you do some work or go on gossiping? (ವುಡ್ ಯು ಡೂ ಸಮ್ ವರ್ಕ್ ಆರ್ ಗೋ ಆನ್ ಗಾಸ್ಸಿಪಿಂಗ್.)
30. ಸ್ಟೇಡಿಯಂ ಮಿತಿಮೀರಿದ ಜನರಿಂದ ತುಂಬಿತ್ತು.	The stadium was packed to capacity. (ದಿ ಸ್ಟೇಡಿಯಮ್ ವಾಸ್ ಪ್ಯಾಕ್ಡ್ ಟು ಕೃಪಾಸಿಟಿ.

31. ಮಕ್ಕಳು ಕಣ್ಣಾಮುಚ್ಚಾಲೆ ಆಟ ಆಡುತ್ತಿದ್ದಾರೆ. — The children are playing hide and seek. (ದಿ ಚಿಲ್ಡ್ರನ್ ಆರ್ ಪ್ಲೇಯಿಂಗ್ ಹೈಡ್ ಅಂಡ್ ಸೀಕ್.)

32. ನಟಿಸುವುದೇ ಅವನ ಹವ್ಯಾಸ — His hobby is acting. (ಹಿಸ್ ಹಾಬ್ಬಿ ಈಸ್ ಆಕ್ಟಿಂಗ್.)

33. ಅಲ್ಲಿ ಗೊಂಬೆಯಾಟವನ್ನು ಏರ್ಪಡಿಸಲಾಗುವುದು. — A puppet show will be held there. (ಎ ಪಪ್ಪೆಟ್ ಷೋ ವಿಲ್ ಬಿ ಹೆಲ್ಡ್ ತೇರ್.)

34. ಜೀವನನು ಆಟವನ್ನು ನೋಡಲು ಹೋಗಿದ್ದಾನೆ. — Jeevan has gone to see a play. (ಜೀವನ್ ಹಾಸ್ ಗಾನ್ ಟು ಸೀ ಎ ಪ್ಲೇ.)

35. ಹರೀಶನು ಕಬ್ಬಡಿ ಪಂದ್ಯದ ವಿಜೇತ. — Harish is a Kabaddi champion. (ಹರಿಶ್ ಈಸ್ ಎ ಕಬಡಿ ಚಾಂಪಿಯನ್.)

36. ಅವನು ನಮ್ಮ ತಂಡದ ನಾಯಕ — He is captain of our team. (ಹಿ ಈಸ್ ಕ್ಯಾಪ್ಟಿನ್ ಆಫ್ ಅವರ್ ಟೀಮ್.)

37. ಕರೀಮನು ಹಾಕಿಯಲ್ಲಿ ಉತ್ತಮ ಆಟಗಾರ. — Karim is the best hockey player. (ಕರಿವ್ ಈಸ್ ದಿ ಬೆಸ್ಟ್ ಹಾಕಿ ಪ್ಲೇಯೆರ್.)

21

ಎಚ್ಚರಿಕೆಗಳು ಮತ್ತು ಸಂಕೇತಗಳು

CAUTIONS AND SIGNALS (ಕಾಷನ್ಸ್ ಅಂಡ್ ಸಿಗ್ನಲ್ಸ್)

1. ರಸ್ತೆಯ ಮೇಲೆ ನಡೆಯುವುದು ಅಪಾಯಕಾರಿ. — It's dangerous to walk on a road. (ಇಟ್ಸ್ ಡೇನ್‌ಜೆರಸ್ ಟು ವಾಕ್ ಆನ್ ಎ ರೋಡ್.)

2. ಓಡುವ ಬಸ್ಸನ್ನು ಹತ್ತಬೇಡ. — Don't board the running bus. (ಡೋನ್ಟ್ ಬೋರ್ಡ್ ದಿ ರನ್ನಿಂಗ್ ಬಸ್.)

3. ಟಿಕೇಟು ಇಲ್ಲದೆ ಪ್ರಯಾಣ ಮಾಡುವುದು ಅಪರಾಧ. — It's a crime to travel without ticket. (ಇಟ್ಸ್ ಎ ಕ್ರೈಮ್ ಟು ಟ್ರಾವೇಲ್ ವಿತ್ತೌಟ್ ಟಿಕ್ಕೆಟ್.)

4. ಹೆಂಗಸರಿಗೆ ಸೀಟನ್ನು ಕೊಡಿ. — Give seats to ladies. (ಗಿವ್ ಸೀಟ್ಸ್ ಟು ಲೇಡೀಸ್.)

5. ರಸ್ತೆಯನ್ನು ದಾಟುವಾಗ ಎಡಗಡೆ ಬಲಗಡೆ ನೋಡಿ. — Look to left and right while you cross the road. (ಲುಕ್ ಟು ಲೆಫ್ಟ್ ಅಂಡ್ ರೈಟ್ ವೈಲ್ ಯೂ ಕ್ರಾಸ್ ದಿ ರೋಡ್.)

6. ಯಾವಾಗಲೂ ರಸ್ತೆಯ ಎಡಬದಿಯಲ್ಲಿ ನಡೆಯಿರಿ.	Always keep to the left. (ಆಲ್ವೇಸ್ ಕೀಪ್ ಟು ದಿ ಲೆಫ್ಟ್.)
7. ನಿಧಾನವಾದ ಚಾಲನೆ, ಸುರಕ್ಷಿತ ಚಾಲನೆ.	Slow driving, safe driving. (ಸ್ಲೋ ಡ್ರೈವಿಂಗ್, ಸೇಫ್ ಡ್ರೈವಿಂಗ್.)
8. ಇಲ್ಲಿ ವಾಹನ ನಿಲುಗಡೆ ಮಾಡಬಾರದು.	No parking here. (ನೋ ಪಾರ್ಕಿಂಗ್ ಹಿಅರ್.)
9. ಹುಲ್ಲಿನ ಮೇಲೆ ನಡೆಯಬೇಡಿ.	Keep off the grass. (ಕೀಪ್ ಆಫ್ ದಿ ಗ್ರಾಸ್.)
10. ಹೂ ಮತ್ತು ಎಲೆ ಕೀಳುವುದನ್ನು ನಿಷೇಧಿಸಲಾಗಿದೆ.	Plucking of flowers and leaves is prohibited. (ಪ್ಲಕ್ಕಿಂಗ್ ಆಪ್ ಫ್ಲವರ್ಸ್ ಅಂಡ್ ಲೀವ್ಸ್.)
11. ಬೃಹತ್ ವಾಹನಗಳಿಗೆ ಪ್ರವೇಶವಿಲ್ಲ.	Heavy vehicles are not allowed. (ಹೆವಿ ವೆಹಿಕಲ್ಸ್ ಆರ್ ನಾಟ್ ಅಲ್ಲೋವ್ಡ್.)
12. ಅಪಾಯವಿದ್ದಲ್ಲಿ ಚೈನನ್ನು ಎಳೆಯಿರಿ.	In case of danger pull the chain. (ಇನ್ ಕೇಸ್ ಆಫ್ ಡೇಂಜರ್ ಪುಲ್ ದಿ ಚೆಯ್ನ್.)
13. ಅಪಾಯಕಾರಿ ತಿರುವು ಮುಂದೆ ಇದೆ.	Dangerous curve ahead. (ಡೇನ್ಜರಸ್ ಕರ್ವ್ ಅಹೆಡ್.)
14. ಪ್ರವೇಶವಿಲ್ಲದ ದಾರಿ.	No throughfare. (ನೋ ತ್ರೂಫೇರ್.)
	Beware of the dogs. (ಬೀವೇರ್ ಆಪ್ ದಿ ಡಾಗ್ಸ್.)
15. ಮುಂದೆ ಬರುವ ರಸ್ತೆಯು ಮಚ್ಚಲ್ಪಟ್ಟಿದೆ.	Road blocked ahead. (ರೋಡ್ ಬ್ಲಾಕ್ಡ್ ಅಹೆಡ್.)
16. ಅನುಮತಿ ಇಲ್ಲದೆ ಪ್ರವೇಶವಿಲ್ಲ.	Not entry without permission. (ನೋ ಎಂಟ್ರಿ ವಿತ್ತೌಟ್ ಪೆರ್‌ಮಿಷ್ಷನ್.)
17. ಮೆಟ್ಟಿಲು ಮೇಲೆ ನಿಂತು ಪ್ರಯಾಣಮಾಡಬೇಡಿ.	Don't travel on the footboard. (ಡೋನ್ಟ್ ಟ್ರಾವೆಲ್ ಆನ್ ದಿ ಫುಟ್‌ಬೋರ್ಡ್.)
18. ಚೀಟಿಗಳನ್ನು ಅಂಟಿಸಬಾರದು	Stick no bills. (ಸ್ಟಿಕ್ ನೋ ಬಿಲ್ಸ್.)
19. ಧೂಮಪಾನ ನಿಷೇಧಿಸಲಾಗಿದೆ.	Smoking is prohibited. (ಸ್ಮೋಕಿಂಗ್ ಈಸ್ ಪ್ರೋಹಿಬಿಟೆಡ್.)
	Use the bridge to cross over. (ಯೂಸ್ ದಿ ಬ್ರಿಡ್ಜ್ ಟು ಕ್ರಾಸ್ ಓವರ್.)

20. ಜೇಬುಕಳ್ಳರಿದ್ದಾರೆ ಎಚ್ಚರಿಕೆಯಿಂದಿರಿ. Beware of the pickpockets. (ಬೀವೇರ್ ಆಫ್ ದಿ ಪಿಸ್‌ಪಾಕ್ಕೆಟ್ಸ್.)

21. ನಿಮಗೆ ಸಹಾಯವಾಗಲು ನಮಗೆ ಸಹಾಯ ಮಾಡಿ. Help us to help you. (ಹೆಲ್ಪ್ ಅಸ್ ಟು ಹೆಲ್ಪ್ ಯೂ.)

ಬಜಾರು ಮತ್ತು ಖರೀದಿಸುವುದು

BAZAAR AND SHOPPING (ಬಜಾರ್ ಅಂಡ್ ಷಾಪಿಂಗ್)

1. ನಾನು ಬಜಾರ್‌ಗೆ ಹೋಗಬೇಕಾಗಿದೆ. — I was obliged to go to bazaar. (ಐ ವಾಸ್ ಒಬ್ಲಿಜ್ಡ್ ಟು ಗೋ ಟು ಬಸಾರ್)
2. ಇದು ನನಗೆ ಎರಡು ಮೂರು ಗಂಟೆಗಳ ಕಾಲ ಹಿಡಿಸಿತು. — It took my two-three hours. (ಇಟ್ ಟುಕ್ ಮೈ ಟೂ-ತ್ರೀ ಹವರ್ಸ್.)
3. ನೀವು ಸ್ಕೂಟರ್ ಅನ್ನು ಕೊಳ್ಳುವುದಾಗಿ ನನಗೆ ಗೊತ್ತಾಯಿತು. — I have heard you are going to buy a scooter. (ಐ ಹಾವ್ ಹೇರ್ಡ್ ಯೂ ಆರ್ ಗೋಯಿಂಗ್ ಟು ಬೈ.)
4. ಏನು ವಿಷಯ, ಎಷ್ಟೊಂದು ಬೆಲೆ. — What's the matter, so much price. (ವಾಟ್ಸ್ ದಿ ಮ್ಯಾಟರ್, ಸೋ ಮಚ್ ಪ್ರೈಸ್.)
5. ನೀವು ಒಪ್ಪಿಕೊಳ್ಳುತ್ತೀರೋ ಇಲ್ಲವೋ ಸಮಾಳಿಸುವುದು ತುಂಬಾ ಕಷ್ಟವೆನಿಸುತ್ತಿದೆ. — You may agree or not, it is becoming difficult to manage. (ಯೂ ಮೇ ಅಗ್ರಿ ಆರ್ ನಾಟ್, ಇಟ್ ಈಸ್ ಬಿಕಮಿಂಗ್ ಡಿಫ್ಫಿಕಲ್ಟ್ ಟು ಮ್ಯಾನೇಜ್.)
6. ಇನ್ನೂ ಏನಾದರೂ ಮಾಡುವುದು ಉಳಿದಿದೆಯೇ ? — Is something remain to be done yet? (ಈಸ್ ಸಮ್‌ತಿಂಗ್ ರಿಮೋಯಿನ್ ಟು ಬಿ ಡನ್ ಯಟ್?)
7. ಸರಿ. ಅದಕ್ಕೆ ನೀವೆಷ್ಟು ಹಣ ಕೇಳುತ್ತೀರಿ? — Well, how much will you charge for it? (ವೆಲ್, ಹೌ ಮಚ್ ವಿಲ್ ಯೂ ಚಾರ್ಜ್ ಫಾರ್ ಇಟ್?)
8. ನಿಮಗೆ ಎಷ್ಟು ಕೊಡಬೇಕೆನಿಸುವುದೋ ಅಷ್ಟನ್ನು ಕೊಡಿ. — Give whatever you please. (ಗಿವ್ ವಾಟೆವರ್ ಯೂ ಪ್ಲೀಸ್.)
9. ನೀವು ಎಷ್ಟು ಕಟ್ಟಬೇಕಾಗಿದೆ? — How much do you want to pay? (ಹೌ ಮಚ್ ಡು ಯೂ ವಾನ್ಟ್ ಟು ಪೇ?)
10. ನಾನು ಸ್ವಲ್ಪ ಪುಸ್ತಕಗಳನ್ನು ಖರೀದಿಸಿದ್ದರಿಂದ ನನಗೆ ಸ್ವಲ್ಪ ಹಣ ಕಮ್ಮಿಯಾಯಿತು. — I bought some books and ran short of money. (ಐ ಬಾಟ್ ಸಮ್ ಬುಕ್ಸ್ ಅಂಡ್ ರೇನ್ ಶಾರ್ಟ್ ಆಫ್ ಮಣಿ.)
11. ನೀವು ಹೆಚ್ಚಾಗಿ ಕೊಟ್ಟಿಲ್ಲವೆಂದು ನಿಶ್ಚಿತವಾಗಿ ನಿಮಗೆ ಗೊತ್ತೆ? — Are you sure you have not paid much? (ಆರ್ ಯೂ ಶ್ಯುರ್ ಯೂ ಹಾವ್ ನಾಟ್ ಪೆಯ್ಡ್ ಮಚ್?

12. ಅವನು ನನಗೆ ಐವತ್ತು ಪೈಸೆ ಕಮ್ಮಿಯಾಗಿ ಕೊಟ್ಟ.	He gave me fifty paise short. (ಹೀ ಗೇವ್ ಮಿ ಫಿಫ್ಟಿ ಪೈಸೆ ಶಾರ್ಟ್.)
13. ನಿಮಗೆ ಎಷ್ಟು ಹಣ ಕಡಿಮೆಯಾಗಿದೆ?	By how much money are you short? (ಬೈ ಹೌ ಮನಿ ಆರ್ ಯೂ ಶಾರ್ಟ್?)
14. ನನಗೆ ಹತ್ತು ರೂಪಾಯಿ ಕಮ್ಮಿಯಾಗಿದೆ.	I am short by ten rupees. (ಐ ಆಮ್ ಶಾರ್ಟ್ ಬೈ ಟೆನ್ ರುಪೀಸ್.)
15. ಜನರಿಗೆ ವಿದೇಶಿ ವಸ್ತುಗಳ ಬಗ್ಗೆ ತುಂಬಾ ಗೀಳು.	People are crazy after foreign things. (ಪೀಪಲ್ ಆರ್ ಕ್ರೇಜಿ ಆಫ್ಟರ್ ಫಾರೀನ್ ದಿಂಗ್ಸ್.)
16. ಎಲ್ಲಾ ಕೈಗಡಿಯಾರಗಳಿಗೂ ಸಿದ್ಧವಾದ ಮಾರುಕಟ್ಟೆ ದೊರೆಯಿತು.	All the watches found a ready sale. (ಆಲ್ ದಿ ವಾಚೆಸ್ ಫೌಂಡ್ ಎ ರೆಡಿ ಸೇಲ್.)
17. ಈ ಮನೆಯು ಮಾರಾಟಕ್ಕಿದೆ.	This house is for sale. (ದಿಸ್ ಹೌಸ್ ಈಸ್ ಫಾರ್ ಸೇಲ್.)
18. ಈ ಸಾಮಾನುಗಳಿಗೆ ಮಾರಾಟವಿಲ್ಲ.	There is no sale for these goods. (ತೇರ್ ಈಸ್ ನೋ ಸೇಲ್ ಫಾರ್ ದೀಸ್ ಗೂಡ್ಸ್)
19. ಆಲೂಗಡ್ಡೆಯು ತುಂಬಾ ಕಮ್ಮಿಯ ದರದಲ್ಲಿ ಮಾರಾಟವಾಗುತ್ತಿದೆ.	Potato is selling cheap (ಪೊಟೇಟೋ ಈಸ್ ಸೆಲ್ಲಿಂಗ್ ಚೀಪ್.)
20. ಬೀದಿಯಲ್ಲಿ ಮಾರಾಟ ಮಾಡುವವನನ್ನು ಕರೆಯಿರಿ.	Call at the grocer's on the way. (ಕಾಲ್ ಅಟ್ ದಿ ಗ್ರೋಸೆರ್ಸ್ ಆನ್ ದಿ ವೇ.)
21. ಈ ಹಾಲು ಕಲಬೆರಕೆಯಾಗಿದೆ.	This is adulterated milk. (ದಿಸ್ ಈಸ್ ಅಡಲ್ಟೆರೇಟಡ್ ಮಿಲ್ಕ್.)
22. ನಾನು ಸಾಲದಲ್ಲಿ ಸಾಮಾನುಗಳನ್ನು ಖರೀದಿಸುವುದಿಲ್ಲ.	I do not buy things on credit. (ಐ ಡೂ ನಾಟ್ ಬೈ ತಿಂಗ್ಸ್ ಆನ್ ಕ್ರೆಡಿಟ್.)
23. ಈ ಬೂಟುಗಳು ನನ್ನ ಕಾಲಿಗೆ ಚಿಕ್ಕದಾಗಿವೆ.	This pair of shoes fits me tight. (ದಿಸ್ ಪೇರ್ ಆಫ್ ಶ್ಯೂಸ್ ಫಿಟ್ಸ್ ಮಿ ಟೈಟ್.)
24. ಈ ಟೀ ಸೆಟ್‌ನ ಬೆಲೆ ಕೇವಲ ಐವತ್ತು ರೂಪಾಯಿಗಳು.	This tea set is cheap for fifty rupees. (ದಿಸ್ ಟೀ ಸೆಟ್ ಈಸ್ ಚೀಪ್ ಫಾರ್ ಫಿಫ್ಟಿ ರುಪೀಸ್.)
25. ಸರಿಯಾದ ಬೆಲೆಯನ್ನು ತೆಗೆದುಕೊಳ್ಳಿ.	Charge a reasonable rate. (ಚಾರ್ಜ್ ಎ ರೀಸೊನಬ್ಲ್ ರೇಟ್.)

26. ನಾವು ಜವಳಿಯನ್ನು ಬಿಡಿಯಾಗಿ ವ್ಯಾಪಾರ ಮಾಡುವುದಿಲ್ಲ.	We do not sale cloth in retail. (ವೀ ಡೂ ನಾಟ್ ಸೇಲ್ ಕ್ಲಾತ್ ಇನ್ ರೀಟೆಯಿಲ್.)
27. ಈ ನೋಟ್ ಪುಸ್ತಕವು ಹರಿದು ಹೋಗಿದೆ.	This note is torn. (ದಿಸ್ ನೋಟ್ ಈಸ್ ಟೋರ್ನ್.)
28. ಇದನ್ನು ತೆಗೆದು ಕೊಳ್ಳಿ. ಇದು ಹೊಸದು.	Take this, its brand new. (ಟೇಕ್ ದಿಸ್, ಇಟ್ಸ್ ಬ್ರಾಂಡ್ ನ್ಯೂ.
29. ಈ ಷೂಗಳು ನನ್ನ ಮುಂಗಾಲುಗಳನ್ನು ಕಚ್ಚುತ್ತವೆ.	This shoe pinches me at front. (ದಿಸ್ ಶೂ ಪಿಂಚಸ್ ಮೀ ಅಟ್ ಫ್ರಂಟ್.)
30. ಈ ಕಲ್ಲಂಗಡಿ ಹಣ್ಣುಗಳು ಕೊಳೆತು ಹೋಗಿವೆ.	These melons are rotten. (ದೀಸ್ ಮೆಲಾನ್ಸ್ ಆರ್ ರಾಟ್ಟೆನ್.)
31. ನನಗೆ ಸ್ವಲ್ಪ ತಾಜಾ ಆಗಿರುವುದನ್ನು ತೋರಿಸಿ.	Show me some fresh stuff. (ಶೋ ಮೀ ಸಮ್ ಫ್ರೆಷ್ ಸ್ಟಫ್.)
32. ನಾವು ಪ್ರಯಾಣಿಕರ ಚೆಕ್‌ಗಳನ್ನು ಸ್ವೀಕರಿಸುತ್ತೇವೆ.	We accept traveler cheques. (ವೀ ಅಕ್ಸೆಪ್ಟ್ ಟ್ರಾವೆಲೆರ್ ಚೆಕ್ಸ್..)
33. ಇಲ್ಲಿಂದ ಮಾರುಕಟ್ಟೆ ಎಷ್ಟು ದೂರವಿದೆ?	How far is the market from here? (ಹೌ ಫಾರ್ ಈಸ್ ದಿ ಮಾರ್ಕೆಟ್ ಫ್ರಮ್ ಹಿಯರ್?
34. ಇಲ್ಲಿಂದ ಸುಮಾರು ದೂರವಿರುತ್ತದೆ.	It is quite far? (ಇಟ್ ಈಸ್ ಕ್ವೈಯಟ್ ಫಾರ್?)
35. ನಾವು ಒಂದು ಬಾಡಿಗೆ ಆಟೋ ಹಿಡಿಯೋಣ	Let us hire a rickshaw. (ಲೆಟ್ ಅಸ್ ಹೈಯರ್ ಎ ರಿಕ್ಷಾ.)
36. ಮಾರುಕಟ್ಟೆಯಿಂದ ಸ್ವಲ್ಪ ಸಿಹಿ ಮತ್ತು ಉಪ್ಪು/ಖಾರದ ತಿಂಡಿಗಳನ್ನು ತನ್ನಿರಿ.	Bring some sweets from the market and yes, some salted things too. (ಬ್ರಿಂಗ್ ಸಮ್ ಸ್ವೀಟ್ಸ್ ಫ್ರಮ್ ದಿ ಮಾರ್ಕೆಟ್ ಅಂಡ್ ಯೆಸ್, ಸಮ್ ಸಾಲ್ಟೆಡ್ ತಿಂಗ್ಸ್ ಟೂ.)

23

ಬಾಲ್ಯ, ಯೌವನ ಹಾಗೂ ವೃದ್ಧಾಪ್ಯ

CHILDHOOD, YOUTH AND OLD AGE (ಚೈಲ್ಡ್‌ಹುಡ್, ಯೂತ್ ಅಂಡ್ ಓಲ್ಡ್ ಏಜ್)

1. ನಿಮ್ಮ ವಯಸ್ಸೆಷ್ಟು?	What's your age? (ವಾಟ್ಸ್ ಯುವರ್ ಏಜ್?)
2. ನನಗೆ ಮೂವತ್ತು ವರ್ಷಗಳು.	I am thirty years old. (ಐ ಆಮ್ ತರ್ಟೀ ಇಯರ್ಸ್ ಓಲ್ಡ್.)
3. ನಮಗಿಬ್ಬರಿಗೂ ಒಂದೇ ವಯಸ್ಸು.	We both are of the same age. (ವೀ ಬೋತ್ ಆರ್ ಆಫ್ ದಿ ಸೇಮ್ ಏಜ್.)
4. ನಿಶಾಳಿಗೆ ಚಿಕ್ಕ ವಯಸ್ಸಿನಲ್ಲೇ ಮದುವೆಯಾಯಿತು.	Nisha got married in young age. (ನಿಶಾ ಗಾಟ್ ಮೇರಿಡ್ ಇನ್ ಯಂಗ್ ಏಜ್.)
5. ಬಾಲ್ಯವಸ್ತೆಯು ಜೀವನದಲ್ಲಿ ಒಂದು ಸುವರ್ಣಯುಗ.	Childhood is the golden period of life. (ಚೈಲ್ಡ್‌ಹುಡ್ ಈಸ್ ದಿ ಗೋಲ್ಡನ್ ಪೀರಿಯಡ್ ಆಪ್ ಲೈಫ್.)
6. ನನಗೆ ನನ್ನ ಬಾಲ್ಯದ ದಿನಗಳೂ ಇನ್ನೂ ನೆನಪಿವೆ.	I still remember the things of childhood. (ಐ ಸ್ಟಿಲ್ ರಿಮೆಂಬರ್ ದಿ ತಿಂಗ್ಸ್ ಆಪ್ ಚೈಲ್ಡ್‌ಹುಡ್.)
7. ಆಗ ಶ್ಯಾಮ್‌ನು ತುಂಬಾ ಚಿಕ್ಕವನಾಗಿದ್ದ.	Then Shyam was very young. (ತೆನ್ ಶ್ಯಾಮ್ ವಾಸ್ ವೆರಿ ಯಂಗ್.)
8. ನನಗೆ ಅವನು ಚಿಕ್ಕ ವಯಸ್ಸಿನಿಂದಲೂ ಗೊತ್ತು.	I know him since childhood. (ಐ ನೋ ಹಿಮ್ ಸಿನ್ಸ್ ಚೈಲ್ಡ್‌ಹುಡ್.)
9. ನೀಲಮ್ ತನ್ನ ಚಿಕ್ಕ ವಯಸ್ಸಿನಲ್ಲಿ ಎಷ್ಟು ತುಂಟನಾಗಿದ್ದ.	How naughty was Neelam in Childhood. (ಹೌ ನಾಟಿ ವಾಸ್ ನೀಲಮ್ ಇನ್ ಚೈಲ್ಡ್‌ಹುಡ್.)
10. ಬಾಲ್ಯವು ಎಂದಾದರೂ ಮರೆಯುವಂತಹುದೇ ?	Is the Childhood a thing to be ever forgotten? (ಈಸ್ ದಿ ಚೈಲ್ಡ್‌ಹುಡ್ ಎ ತಿಂಗ್ ಟು ಬಿ ಎವೆರ್ ಫೊರ್‌ಗಾಟ್ಟೆನ್?)
11. ಅವನು ಇನ್ನೂ ಅವಿವಾಹಿ.	He is still a bachelor. (ಹೀ ಈಸ್ ಸ್ಟಿಲ್ ಎ ಬೆಚ್ಚಲರ್.)

12. ಅವನು ಈಗ ವಯಸ್ಸಿಗೆ ಬಂದಿದ್ದಾನೆ. — He has now come of age. (ಹೀ ಹ್ಯಾಸ್ ನೌ ಕಮ್ ಆಫ್ ಏಝ್.)

13. ಯೌವನ ಎಂಬುದು ಜೀವನದ ವಸಂತ ಋತುವಿನಂತೆ. — Youth is the spring of life. (ಯೂತ್ ಈಸ್ ದಿ ಸ್ಪ್ರಿಂಗ್ ಆಫ್ ಲೈಫ್.)

14. ಅವಳು ಇಪ್ಪತ್ತು ವರ್ಷದ ತರುಣಿ. — She is a young lady of twenty. (ಶೀ ಈಸ್ ಎ ಯಂಗ್ ಲೇಡಿ.)

15. ದೇಶದ ಬಲ ಅಥವಾ ಭರವಸೆಗಳು ಯುವ ಪೀಳಿಗೆಯ ಮೇಲೆ ಆಧಾರಪಟ್ಟಿದೆ. — The country's hopes rests on the young generation. (ದಿ ಕಂಟ್ರೀಸ್ ಹೋಪ್ಸ್ ರೆಸ್ಟ್ಸ್ ಆನ್ ದಿ ಯಂಗ್ ಜೆನರೇಷನ್.)

16. ಅವನು ಅವನ ವಯಸ್ಸಿಗಿಂತಲೂ ಸಣ್ಣವನಾಗಿ ಕಾಣುತ್ತಾನೆ. — He looks younger than his age. (ಹೀ ಲುಕ್ಸ್ ಯಂಗರ್ ದಆನ್ ಹಿಸ್ ಏಜ್.)

17. ಯೌವನವೆಂಬುದು ಒಂದು ಹಾಡು ಮತ್ತು ನಗೆಯಿಂದ ತುಂಬಿರುವುದು. — Youth is full of song and laughter: (ಯೂತ್ ಈಸ್ ಫುಲ್ ಆಫ್ ಸಾಂಗ್ ಅಂಡ್ ಲಾಫ್‌ಟರ್.)

18. ಯೌವನದಲ್ಲಿರುವುದೆಂದರೆ ಸ್ವರ್ಗದಲ್ಲಿರುವಂತೆ. — To be young is to be in heaven. (ಟು ಬಿ ಯಂಗ್ ಈಸ್ ಟು ಬಿ ಇನ್ ಹೆವನ್.)

19. ಅವನಿಗೂ ವಯಸ್ಸಾಗುತ್ತಿದೆ. — He is aging fast. (ಹೀ ಈಸ್ ಏಜಿಂಗ್ ಫಾಸ್ಟ್.)

20. ಅವನು ದಿನಗಳನ್ನು ಎಣಿಸುತ್ತಿದ್ದಾನೆ. — His days are numbered. (ಹಿಸ್ ಡೇಸ್ ಆರ್ ನಮ್‌ಡ್ರ್ಗ.)

21. ಯೌವನಕ್ಕೆ ಯಾವುದೇ ಕಾರಣ ಗೊತ್ತಿಲ್ಲ. — Youth knows no reason. (ಯೂತ್ ನೋಸ್ ನೋ ರೀಸನ್.)

22. ಅವನು ಯೌವನದ ಉತ್ಕರ್ಷ ಸ್ಥಿತಿಯಲ್ಲಿರುವಾಗ ತೀರಿಕೊಂಡ. — He died in the prime of Youth. (ಹೀ ಡೈಡ್ ಇನ್ ದಿ ಪ್ರೈಮ್ ಆಫ್ ಯೂತ್.)

23. ಅವನು ಯೌವನವು ಮುಗಿಯುವ ಸ್ಥಿತಿಯಲ್ಲಿದ್ದಾನೆ. — He is in his declining youth. (ಹೀ ಈಸ್ ಇನ್ ಹಿಸ್ ಡಿಸ್ಲೈನಿಂಗ್ ಯೂತ್.)

24. ತುಂಬಾ ದಿನಗಳ ಖಾಯಿಲೆಯು ಅವಳು/ಅವನನ್ನು ವಯಸ್ಸಾದವರಂತೆ ಮಾಡಿತು. — Long illness has made him/her old. (ಲಾಂಗ್ ಇಲ್‌ನೆಸ್ ಹಾಸ್ ಮೇಡ್ ಹಿಮ್/ಹೆರ್ ಓಲ್ಡ್.)

25. ವೃದ್ಧಾಪ್ಯವು ಶಾಪವೇನಲ್ಲ. — Old age is not a curse. (ಓಲ್ಡ್ ಏಜ್ ಈಸ್ ನಾಟ್ ನಾಟ್ ಎ ಕರ್ಸ್ಗ.)

26. ಕಾಲವು ಎಲ್ಲದರ ಮೇಲೂ ತನ್ನ ಹೆಜ್ಜೆಯ ಗುರುತುಗಳನ್ನು ಬಿಟ್ಟುಹೋಗುತ್ತದೆ.	Time leaves its foot print on all. (ಟೈಮ್ ಲೀವ್ಸ್ ಇಟ್ಸ್ ಫುಟ್ ಪ್ರಿಂಟ್ ಆನ್ ಆಲ್.)
27. ವೃದ್ಧಾಪ್ಯವೆಂಬು ಭಯ ಪಡುವಂತಹುದೇ ?	Is Old age a thing to be afraid of? (ಈಸ್ ಓಲ್ಡ್ ಏಜ್ ಎ ತಿಂಗ್ ಟು ಬಿ ಅಫ್ರೈಡ್ ಆಫ್.)
28. ವಯಸ್ಸಾದವರನ್ನು ನೋಡಿಕೊಳ್ಳುವುದು ನಮ್ಮ ಕರ್ತವ್ಯ	Care of the old is our duty. (ಕೇರ್ ಆಫ್ ದಿ ಓಲ್ಡ್ ಈಸ್ ಅವರ್ ಡ್ಯೂಟಿ.)
29. ವೃದ್ಧಾಪ್ಯವೆಂಬುದು ಅನುಭವಗಳಿಂದ ತುಂಬಿರುವಂತಹ ಸ್ಥಿತಿ.	Old age is full of experiences. (ಓಲ್ಡ್ ಏಜ್ ಈಸ್ ಫುಲ್ ಆಫ್ ಏಕ್ಸ್‌ಪೀರಿಯನ್ಸ್‌ಸ್.)
30. ವೃದ್ಧರು ದೇಶದ ವರಿಷ್ಠ ಪ್ರಜೆಗಳು.	Old people are senior citizens of the country. (ಓಲ್ಡ್ ಪೀಪ್ಲ್ ಆರ್ ಸೀನಿಯರ್ ಸಿಟಿಸನ್ಸ್ ಆಫ್ ದಿ ಕಂಟ್ರಿ.)
31. ವೃದ್ಧಾಪ್ಯದಲ್ಲಿ ಕೂದಲು ಬೆಳ್ಳಗಾಗಿ ಉದುರಿಹೋಗುತ್ತವೆ.	Hair turns white and fall in old age. (ಹೇರ್ ಟರ್ನ್ಸ್ ವೈಟ್ ಅಂಡ್ ಫಾಲ್ ಇನ್ ಓಲ್ಡ್ ಏಜ್.)
32. ಆವನು ತನ್ನ ಕೂದಲಿಗೆ ಬಣ್ಣ ಹಚ್ಚಿಕೊಳ್ಳುತ್ತಾನೆ.	He dyes his hair. (ಹೀ ಡೈಸ್ ಹಿಸ್ ಹೇರ್.)
33. ಯಾವ ಹೇರ್ ಡೈ ಅನ್ನು ನೀನು ಉಪಯೋಗಿಸುತ್ತೀ ?	Which hair-dye do you use? (ವಿಚ್ ಹೇರ್-ಡೈ ಡೂ ಯು ಯೂಸ್.)

24

ಉಡುಪು ಮತ್ತು ಆಹಾರ

DRESS AND FOOD (ಡ್ರೆಸ್ ಅಂಡ್ ಫುಡ್)

1. ನನಗೆ ಸರಳವಾದ ಉಡುಪುಗಳೆಂದರೆ ಇಷ್ಟ.	I like simple dress. (ಐ ಲೈಕ್ ಸಿಂಪ್ಲ್ ಡ್ರೆಸ್.)
2. ನಿನಗೆ ಸರಿಯಾದ ಉಡುಪುಗಳನ್ನು ಧರಿಸಲು ಗೊತ್ತಿಲ್ಲ.	You don't know how to dress well. (ಯೂ ಡೋಂಟ್ ನೋ ಹೌ ಟು ಡ್ರೆಸ್ ವೆಲ್.)
3. ನೀನು ಈ ಉಡುಪಿನಲ್ಲಿ ತುಂಬಾ ಚೆನ್ನಾಗಿ ಕಾಣುತ್ತೀಯ.	You look very smart in this dress. (ಯೂ ಲ್ಕ್ ವೆರಿ ಸ್ಮಾರ್ಟ್ ಇನ್ ದಿಸ್ ಡ್ರೆಸ್.)
4. ಆ ವಿದ್ಯಾರ್ಥಿಯು ಸಮವಸ್ತ್ರ ಧರಿಸಿರಲಿಲ್ಲ	That student was not in uniform. (ದಟ್ ಸ್ಟೂಡೆಂಟ್ ವಾಸ್ ನಾಟ್ ಇನ್ ಯೂನಿಫಾರ್ಮ್.)

5. ನಾನು ಸಿದ್ಧ ಉಡುಪು (ರೆಡಿಮೇಡ್) ಗಳನ್ನು ಖರೀದಿಸಿದೆ.	I have bought ready-made garments. (ಐ ಹಾವ್ ಬಾಟ್ ರೆಡಿ-ಮೇಡ್ ಗಾರ್ಮೆನ್ಟ್ಸ್.)
6. ಸೀರೆಯು ವಿದೇಶಗಳಲ್ಲೂ ಜನಪ್ರಿಯ.	Sari is popular in foreign also. (ಸಾರಿ ಈಸ್ ಪಾಪುಲರ್ ಇನ್ ಫಾರಿನ್ ಆಲ್ಸೋ.)
7. ಅವನು ಪಠಾನರ ವೇಷದಲ್ಲಿ ತಪ್ಪಿಸಿಕೊಂಡ.	He escaped in the guise of Pathan. (ಹೀ ಎಸ್ಕೇಪ್ಡ್ ಇನ್ ದಿ ಗೈಸ್ ಆಫ್ ಪಠನ್.)
8. ಅವನು ನೂತನ ಶೈಲಿಯುಳ್ಳ ಉಡುಪುಗಳನ್ನು ಇಷ್ಟಪಡುತ್ತಾನೆ.	He is fond of fashionable clothes. (ಹೀ ಈಸ್ ಫಾಂಡ್ ಆಫ್ ಫೇಷನಬಿಲ್ ಕ್ಲೋತ್ಸ್.)
9. ನನಗೆ ಬಾಹ್ಯ ಆಡಂಬರಗಳಲ್ಲಿ ನನಗೆ ನಂಬಿಕೆಯಿಲ್ಲ.	I don't believe in pomp and show. (ಐ ಡೋನ್ಟ್ ಬಿಲಿವ್ ಇನ್ ಪಾಂಪ್ ಅಂಡ್ ಶೋ.)
10. ರೇಷ್ಮೆ ಬಟ್ಟೆಗಳು ತುಂಬಾ ದಿನ ಬಾಳಿಕೆ ಬರುತ್ತವೆ.	Silken cloth wears long. (ಸಿಲ್ಕೆನ್ ಕ್ಲಾತ್ ವೇರ್ಸ್ ಲಾಂಗ್.)
11. ಈ ರೇಷ್ಮೆ ಸೀರೆಯನ್ನು ಎಲ್ಲಿ ಕೊಂಡು ಕೊಂಡಿರಿ?	Where did you buy this pure silk sari? (ವೇರ್ ಡಿಡ್ ಯೂ ಬೈ ದಿಸ್ ಪ್ಯೂರ್ ಸಿಲ್ಕ್.)
12. ಶೈಲಿಗಳು ಬರುತ್ತವೆ ಹೋಗುತ್ತವೆ.	Fashions come and go. (ಫೇಷನ್ಸ್ ಕಮ್ ಅಂಡ್ ಗೋ.)
13. ಈ ಅಂಗಿಯು ತುಂಬಾ ಬಿಗಿಯಾಗಿದೆ.	This shirt is tight fit. (ದಿಸ್ ಶರ್ಟ್ ಈಸ್ ಟೈಟ್ ಫಿಟ್.)
14. ಬೇಸಿಗೆ ಕಾಲದಲ್ಲಿ ಸಡಿಲವಾದ ಉಡುಪುಗಳು ಚೆಂದ.	Loose dresses are good in summer. (ಲೂಸ್ ಡ್ರೆಸ್ಸೆಸ್ ಆರ್ ಗುಡ್ ಇನ್ ಸಮ್ಮೆರ್.)
15. ಈ ಬಟ್ಟೆಯು ತುಂಬಾ ದಿನ ಬಾಳಿಕೆ ಬರುತ್ತದೆ.	This cloth will last long. (ದಿಸ್ ಕ್ಲಾತ್ ವಿಲ್ ಲಾಸ್ಟ್ ಲಾಂಗ್.)
16. ಅವರ ಜೀವನದ ಮಟ್ಟ ಉತ್ತಮವಾಗಿದೆ	Their standard of living is good. (ದೇರ್ ಸ್ಟಾಂಡರ್ಡ್ ಆಫ್ ಲಿವಿಂಗ್ ಈಸ್ ಗುಡ್.)
17. ನಮಗೆ ಅವರೊಂದಿಗೆ ಯಾವುದೇ ಸಾಮಾಜಿಕ ಸಂಬಂಧವಿಲ್ಲ.	We have no social relationship with them. (ವೀ ಹಾವ್ ನೋ ಸೋಷಿಯಲ್ ರಿಲೇಷನ್‌ಶಿಪ್.)

18. ಹಾಲು ಹುಳಿ ಬಂದಿದೆ.	The milk has turned sour. (ದಿ ಮಿಲ್ಕ್ ಹಾಸ್ ಟರ್ನ್ಡ್ ಸೋರ್.)
19. ಮೊಟ್ಟೆಯಲ್ಲಿ ಆಮ್ಲೆಟ್ ಅನ್ನು ಮಾಡು.	Make omelet of an egg. (ಮೇಕ್ ಆಮ್ಲೆಟ್ ಆಫ್ ಆನ್ ಎಗ್.)
20. ನನಗೆ ಒಂದು ಲೋಟ ಚಹಾ ಕೊಡು.	Give a cup of tea. (ಗಿವ್ ಎ ಕಪ್ ಆಫ್ ಟೀ.)
21. ನನಗೆ ಚಹಾಗಿಂತ ಹಾಲು ಇಷ್ಟಪಡುತ್ತೇನೆ.	I prefer milk to tea. (ಐ ಪ್ರಿಫರ್ ಮಿಲ್ಕ್ ಟು ಟೀ.)
22. ಚಹಾ ಒಂದು ಜನಪ್ರಿಯವಾದ ಪಾನೀಯ.	Tea is a popular drink. (ಟೀ ಈಸ್ ಎ ಪಾಪುಲರ್ ಡ್ರಿಂಕ್.)
23. ಹಸಿರು ತರಕಾರಿಗಳನ್ನು ಹೆಚ್ಚಾಗಿ ತಿನ್ನಿರಿ.	Eat more green vegetables. (ಈಟ್ ಮೋರ್ ಗ್ರೀನ್ ವೆಜಿಟೆಬ್ಲ್ಸ್.)
24. ಹಾಲು ಒಂದು ಒಳ್ಳೆಯ ಆಹಾರ.	Milk is a perfect food. (ಮಿಲ್ಕ್ ಈಸ್ ಎ ಪರ್ಫೆಕ್ಟ್ ಫುಡ್.)
25. ಸ್ವಲ್ಪ ತಿನ್ನಿ ಆದರೆ ಚೆನ್ನಾಗಿ ಜಗಿಯಿರಿ.	Eat less but munch well. (ಈಟ್ ಲೆಸ್ ಬಟ್ ಮನ್ಚ್ ವೆಲ್.)
26. ಹಳಸಿದ ಆಹಾರವನ್ನು ತಿನ್ನಬೇಡಿ.	Don't eat stale food. (ಡೋನ್ಟ್ ಈಟ್ ಸ್ಟೇಲ್ ಫುಡ್.)
27. ಬ್ರೆಡ್ ಮೇಲೆ ತುಪ್ಪವನ್ನು ಹರಡಿ.	Spread ghee on bread. (ಸ್ಪ್ರೆಡ್ ಗೀ ಆನ್ ಬ್ರೆಡ್.)
28. ನಾನು ಹಣ್ಣಿನ ಸಾಲಾಡ್ ಅನ್ನು ತಯಾರು ಮಾಡಬೇಕೆ?	Should I prepare fruit salad? (ಶುಡ್ ಐ ಪ್ರಿಪೇರ್ ಫ್ರೂಟ್ ಸಲಾಡ್.)
29. ಬ್ರೆಡ್ ಮೇಲೆ ಬೆಣ್ಣೆಯನ್ನು ಹರಡಿ.	Butter the slice. (ಬಟ್ಟರ್ ದಿ ಸ್ಲೈಸ್.)
30. ನಿಮ್ಮ ಊಟ ತಯಾರಾಗಿದೆ.	Your lunch has been laid. (ಯುವರ್ ಲಂಚ್ ಹಾಸ್ ಬೀನ್ ಲೇಯ್ಡ್.)
31. [illegible]	I am awfully hungry. (ಐ ಆಮ್ ಆಫುಲಿ ಹಂಗ್ರಿ.)
32. ನೀವು ಯಾವಾಗ ಊಟ ಮಾಡುತ್ತೀರಿ?	When do you take your lunch? ([illegible] ಲಂಚ್?)
33. ನಿಮಗೆ ಜೀವಸತ್ವಗಳ ಅವಶ್ಯಕತೆಯಿದೆ.	You need vitamins. (ಯೂ ನೀಡ್ ವಿಟಮಿನ್ಸ್.)
34. [illegible] ಹಾಜರಾಗಬೇಕಾಗಿದೆ.	I have to attend a banquet today. (ಐ ಹಾವ್ ಟು ಅಟ್ಟಂಡ್ ಎ ಬ್ಯಾಂಕ್ವೆಟ್ ಟುಡೇ.)

25

ವಹಿವಾಟು ಮತ್ತು ಉದ್ಯೋಗಗಳು

DEALINGS AND OCCUPATIONS

(ಡೀಲಿಂಗ್ಸ್ ಅಂಡ್ ಆಕ್ಯುಪೇಷನ್ಸ್)

1. ನಿಮ್ಮ ವೃತ್ತಿಯೇನು?	What's your occupation? (ವಾಟ್ಸ್ ಯುಆರ್ ಆಕ್ಯುಪೇಷನ್?)
2. ಅದು ನನಗೆ ತಕ್ಕಂತ ವೃತ್ತಿ.	It is a fit occupation for me. (ಇಟ್ ಈಸ್ ಎ ಫಿಟ್ ಆಕ್ಯುಪೇಷನ್ ಫಾರ್ ಮೀ.)
3. ಸಲೀಮನು ತನ್ನ ವಹಿವಾಟುಗಳಲ್ಲಿ ನ್ಯಾಯಬದ್ಧವಾಗಿಲ್ಲ.	Salim is not fair in his dealings. (ಸಲೀಮ್ ಈಸ್ ನಾಟ್ ಫೇರ್ ಇನ್ ಹಿಸ್ ಡೀಲಿಂಗ್ಸ್.)
4. ನಿಮ್ಮಲ್ಲಿ ಬಡ್ಡಿಯ ದರ ಹೆಚ್ಚಾಗಿದೆ.	Your rate of interest is high. (ಯುಆರ್ ರೇಟ್ ಆಫ್ ಇಂಟರೆಸ್ಟ್ ಈಸ್ ಹೈ.)
5. ಕೌಂಟರ್‌ನಲ್ಲಿ ಯಾರೂ ಇರಲಿಲ್ಲ.	There was nobody on the counter. (ದೇರ್ ವಾಸ್ ನೋಬಡಿ ಆನ್ ದಿ ಕೌಂಟರ್.)
6. ಅವನು ವೃತ್ತಿಯಲ್ಲಿ ದರ್ಜಿಯವನು	He is tailor by profession. (ಹೀ ಈಸ್ ಎ ಟೇಯ್ಲರ್ ಬೈ ಪ್ರೊಫೆಶ್ನನ್.)
7. ನನಗೆ ಒಂದು ರೂಪಾಯಿಗೆ ಚಿಲ್ಲರೆ ಕೊಡಿ.	Give me change for a rupee. (ಗಿವ್ ಮೀ ಚೇಂಜ್ ಫಾರ್ ಎ ರುಪೀ.)
8. ಚಲಾವಣೆಯಾಗದ ನಾಣ್ಯವನ್ನು ಹೇಗೆ ಬದಲಾಯಿಸಿದಿರಿ?	How did you pass off the base coin? (ಹೌ ಡಿಡ್ ಯೂ ಪಾಸ್ ಆಫ್ ದಿ ಬೇಸ್ ಕಾಯಿನ್.)
9. ಅವನು ಖೋಟಾ ನೋಟನ್ನು ಕೊಡುತ್ತಿದ್ದ.	He was giving a counterfeited note. (ಹೀ ವಾಸ್ ಗಿವಿಂಗ್ ಎ ಕೌಂಟರ್ಫೀಯ್‌ಟೆಡ್ ನೋಟ್.)
10. ಇದು ನಕಲಿ ಮಾಡಿದ ದಾಖಲೆ	It is a forged document. (ಇಟ್ ಈಸ್ ಎ ಫೋರ್ಜ್‌ಡ್ ಡಾಕ್ಯುಮೆಂಟ್.)
11. ಚೌಕಾಸಿ ಮಾಡುವುದು ನನಗೆ ಇಷ್ಟವಿಲ್ಲ.	I do not believe in haggling. (ಐ ಡು ನಾಟ್ ಬಿಲೀವ್ ಇನ್ ಹ್ಯಾಗ್ಲಿಂಗ್.)

12. ಈಗ ಚಿನ್ನದ ಬೆಲೆಯೆಷ್ಟು ?	What is the rate of gold these days (ವಾಟ್ ಈಸ್ ದಿ ರೇಟ್ ಆಫ್ ಗೋಲ್ಡ್ ದೀಸ್ ಡೇಸ್?)
13. ಕೌಂಟರ್‌ನಿಂದ ಹೊರಡುವ ಮುಂಚೆ ನಿಮ್ಮ ಹಣವನ್ನು ಎಣಿಸಿಕೊಳ್ಳಿ.	Count your money carefully before you leave the counter. (ಕೌಂಟೇ ಯುವರ್ ಮಣಿ ಕೇರ್‌ಫುಲ್ಲಿ ಬಿಫೋರ್ ಯೂ ಲೀವ್ ದಿ ಕೌಂಟರ್.)
14. ಮಾರಾಟವಾದ ವಸ್ತುಗಳನ್ನು ಹಿಂದಕ್ಕೆ ತೆಗೆದುಕೊಳ್ಳಲಾಗುವುದಿಲ್ಲ.	Goods once sold will not be taken back. (ಗೂಡ್ಸ್ ಒನ್ಸ್ ಸೋಲ್ಡ್ ವಿಲ್ ನಾಟ್ ಬಿ ಟೇಕನ್ ಬ್ಯಾಕ್.)
15. ಈಗೀಗಿಮಾರುಕಟ್ಟೆಯ ಬೆಲೆಗಳು ತುಂಬಾ ಕನಿಷ್ಠವಾಗಿವೆ.	The market is dull now-a-days. (ದಿ ಮಾರ್ಕೆಟ್ ಈಸ್ ಡಲ್ ನವ್‌ಅಡೇಸ್.)
16. ನೀವು ನನಗೆ ಎಷ್ಟು ಹಣವನ್ನು ಕೊಡುತ್ತೀರಿ?	How much money can you lend me? (ಹೌ ಮಚ್ ಮಣಿ ಕ್ಯಾನ್ ಯೂ ಲೆಂಡ್ ಮಿ?)
17. ಇದರಲ್ಲಿ ಹಣವನ್ನು ಯಾವುದೇ ನಿರ್ಜರಿಕೆಯಿಲ್ಲದೆ ಬಂಡವಾಳವಾಗಿ ಹೂಡಿ.	Invest money in this without any hesitation. (ಇಂವೆಸ್ಟ್ ಮಣಿ ಇನ್ ದಿಸ್ ವಿತ್ತೌಟ್ ಎನಿ ಹೆಸಿಟೇಷನ್.)
18. ಅಷ್ಟೇ, ಬಿಲ್ ಅನ್ನು ತೆಗೆದುಕೊಂಡು ಬನ್ನಿ.	That's all, bring the bill. (ದಟ್ಸ್ ಆಲ್, ಬ್ರಿಂಗ್ ದಿ ಬಿಲ್.)
19. ಮುಂಗಡವಾಗಿ ಅವನು ಎಷ್ಟು ಹಣವನ್ನು ಕೊಟ್ಟಿದ್ದಾನೆ?	How much money has he paid as advance? (ಹೌ ಮಚ್ ಮಣಿ ಹಾಸ್ ಹೀ ಪೇಯ್ಡ್ ಆಸ್ ಅಡ್ವಾಂಸ್.)
20. ನೀವು ಕೆಲಸ ಕೈಗೊಳ್ಳುವುದಕ್ಕಿಂತ ಮುಂಚೆ ಕೂಲಿಯನ್ನು ನಿರ್ಧರಿಸಿಕೊಳ್ಳಿ.	Settle the wages before you engage. (ಸೆಟ್ಟಲ್ ದಿ ವೇಜಸ್ ಬಿಫೋರ್ ಯೂ ಎಂಗೇಜ್.)
21. ಅವರು ವೃತ್ತಿಯಿಂದ ದಳ್ಳಾಳಿ.	They are broker by profession. (ದೇ ಆರ್ ಬ್ರೋಕರ್ ಬೈ ಪ್ರೊಫೆಶ್ಶೆನ್.)
22. ಈ ಚೆಕ್ ಅನ್ನು ಈ ದಿನ ಎನ್‌ಕ್ಯಾಷ್ ಮಾಡಿ.	Get this cheque encashed today. (ಗೆಟ್ ದಿಸ್ ಚೆಕ್ ಎನ್‌ಕ್ಯಾಷ್ಡ್ ಟುಡೇ.)
23. ಇದು ಎಷ್ಟು ?	How much is this? (ಹೌ ಮಚ್ ಈಸ್ ದಿಸ್.)

24. ತುಂಬಾ ಹೊತ್ತಿನಿಂದ ಚೌಕಾಸಿ ಮಾಡಿ, ನಂತರ ನಿರ್ಧರಿಸಲಾಯಿತು.	After much haggling the bargain was struck. (ಆಫ್ಟರ್ ಮಚ್ ಹ್ಯಾಗ್ಲಿಂಗ್ ದಿ ಬಾರ್ಗೆಯ್‌ನ್ ವಾಸ್ ಸ್ಟ್ರಕ್.)
25. ಚಿನ್ನವೆಂಬುದು ಧೂಳಿದ್ದಂತೆ-ಎಲ್ಲರ ಕಣ್ಣನ್ನೂ ಮಬ್ಬುಗೊಳಿಸುತ್ತದೆ.	Gold is dust that blinds all eyes. (ಗೋಲ್ಡ್ ಈಸ್ ಡಸ್ಟ್ ದಟ್ ಬ್ಲೈಂಡ್ಸ್ ಆಲ್ ಅಯ್ಸ್.)
26. ನೀವು ಕೆಲಸದಲ್ಲಿದ್ದೀರೋ ಅಥವಾ ವ್ಯಾಪಾರ ಮಾಡುತ್ತೀರೋ ?	Are you in business or in service? (ಆರ್ ಯೂ ಇನ್ ಬಿಸಿನೆಸ್ ಆರ್ ಇನ್ ಸರ್ವಿಸ್.)
27. ಮಹೇಶನು ಆಮದು-ರಫ್ತು ವ್ಯಾಪಾದಲ್ಲಿದ್ದಾನೆ	Mahesh is in export-import business. (ಮಹೇಶ್ ಈಸ್ ಇನ್ ಎಕ್ಸ್‌ಪೋರ್ಟ್-ಇಂಪೋರ್ಟ್ ಬಿಸಿನೆಸ್.)
28. ಅವನು ಲೇಖನಿ ಸಾಮಗ್ರಿಗಳ ಅಂಗಡಿಯನ್ನು ನಡೆಸುತ್ತಿದ್ದಾನೆ.	He runs a stationery shop. (ಹೀ ರನ್ಸ್ ಎ ಸ್ಟೇಷನೆರಿ ಶಾಪ್.)
29. ನಿಮ್ಮ ವ್ಯಾಪಾರ ಹೇಗೆ ನಡೆಯುತ್ತಿದೆ?	How are you getting on your business? (ಹೌ ಆರ್ ಯೂ ಗೆಟ್ಟಿಂಗ್ ಆನ್ ಯುಅರ್ ಬಿಸಿನೆಸ್.)
30. ಬೆಲೆಗಳು ಹೆಚ್ಚಾಗುತ್ತಲೇ ಇವೆ.	Prices are going up. (ಪ್ರೈಸೆಸ್ ಆರ್ ಗೋಯಿಂಗ್ ಅಪ್.)
31. ಅವರು ಸಗಟು ವ್ಯಾಪಾರಿಗಳು.	They are wholesaler. (ದೇ ಆರ್ ಹೋಲ್‌ಸೇಲರ್.)
32. ಸಗಟು ವ್ಯಾಪಾರ ಮಾರುಕಟ್ಟೆ ಎಷ್ಟು ದೂರವಿದೆ?	How far is wholesale-market? (ಹೌ ಫಾರ್ ಈಸ್ ಹೋಲ್‌ಸೇಲ್-ಮಾರ್ಕೆಟ್?)
33. ನೀವು ಅದಕ್ಕೆ ಎಷ್ಟು ಹಣ ಕೊಟ್ಟಿರಿ?	How much did you pay for it? (ಹೌ ಮಚ್ ಡಿಡ್ ಯೂ ಪೇ ಫಾರ್ ಇಟ್?)
34. ಅವರು ಶೇಖಡಾ 10 ರಷ್ಟು ರಿಯಾಯಿತಿ ಕೊಡುತ್ತಾರೆ.	He gives ten percent rebate. (ಹೀ ಗಿವ್ಸ್ ಟೆನ್ ಪರ್ಸೆಂಟ್ ರಿಬೇಟ್.)
35. ನಾನು ಷೇರ್‌ಗಳ ಮೇಲೆ ಬಂಡವಾಳ ಹೂಡುತ್ತಿದ್ದೇನೆ.	I am investing money in shares. (ಐ ಆಮ್ ಇನ್‌ವೆಸ್ಟಿಂಗ್ ಮಣಿ ಇನ್ ಶೇರ್ಸ್.)

26

ಭಾವನೆಗಳು ಮತ್ತು ಮನಸ್ಸಿನ ಉದ್ವೇಗ
FEELINGS AND EMOTIONS
(ಫೀಲಿಂಗ್ಸ್ ಅಂಡ್ ಎಮೋಷನ್ಸ್)

1. ನೀವು ಏಕೆ ಕೋಪಗೊಳ್ಳುತ್ತೀರಿ? — Why do you give vent to anger? (ವೈ ಡೂ ಯು ಗಿವ್ ವೆಂಟ್ ಟು ಆಂಗೆರ್?)
2. ಅವನು ನನ್ನನ್ನು ಸಿಟ್ಟಿಗೆಬ್ಬಿಸಿದ — He made me angry. (ಹೀ ಮೇಡ್ ಮಿ ಆಂಗ್ರಿ.)
3. ಅವನು ಸಿಟ್ಟನ್ನು ಆ ಸಮಯದಲ್ಲಿ ಒಟ್ಟುಗೂಡಿಸಿಟ್ಟಿದ್ದ. — He bottled up his anger at that time. (ಹೀ ಬಾಟಲ್ಡ್ ಅಪ್ ಹಿಸ್ ಆಂಗೆರ್.)
4. ನಿಮ್ಮ ಹೆಂಡತಿ ತುಂಬಾ ಮುಂಗೋಪಿ. — Your wife is very hot tempered. (ಯುವರ್ ವೈಫ್ ಈಸ್ ವೆರಿ ಹಾಟ್ ಟೆಂಪೆರ್ಡ್.)
5. ಅವನು ತುಂಬಾ ಕುತಂತ್ರದ ವ್ಯಕ್ತಿ. — He is a cunning fellow. (ಹೀ ಈಸ್ ಎ ಕನ್ನಿಂಗ್ ಫೆಲ್ಲೋ.)
6. ನಿನ್ನ ಎಲ್ಲಾ ಕೆಟ್ಟ ಕೆಲಸಗಳೂ ನನಗೆ ಗೊತ್ತು. — I know all your misdeeds. (ಐ ನೋ ಆಲ್ ಯುಅರ್ ಮಿಸ್‌ಡೀಡ್ಸ್..)
7. ಅವರು ಒಬ್ಬ ವಾತ್ಸಲ್ಯ ತುಂಬಿದ ಮಹಿಳೆ. — She is an affectionate lady. (ಶೀ ಈಸ್ ಆನ್ ಅಫೆಕ್ಷೊನೇಟ್ ಲೇಡಿ.)
8. ನೀನು ದೀರ್ಘಾಯುವಾಗಿರು ಮಗನೇ — May you live long my son. (ಮೆ ಯೂ ಲಿವ್ ಲಾಂಗ್ ಮೈ ಸನ್.)
9. ನಿಮ್ಮ ವಾತ್ಸಲ್ಯವೇ ನನಗೆ ಪ್ರೇರಣೆ — Your affection is my inspiration. (ಯುಅರ್ ಅಫೆಕ್ಷನ್ ಈಸ್ ಮೈ ಇಂಸ್ಪಿರೇಷನ್.)
10. ಜಗಳಮಾಡುವುದರಲ್ಲಿ ಎಷ್ಟೊಂದು ಕಾಲಹರಣ. — So much quarrel on a trifle. (ಸೋ ಮಚ್ ಕ್ವಾರ್ರೆಲ್ ಆನ್ ಎ ಟ್ರಿಫ್ಲ್.) What's the use of wrangling? (ವಾಟ್ಸ್ ದಿ ಯೂಸ್ ಆಫ್ ವ್ರಾಂಗ್ಲಿಂಗ್?)
11. ಅವನು ಅರ್ಧ ಮನಸ್ಸಿನಿಂದ ಬರಬೇಕಾಯಿತು. — He had to come willy-nilly (ಹೀ ಹಾಡ್ ಟು ಕಮ್ ವಿಲ್ಲಿ-ನಿಲ್ಲಿ.)
12. ಅವನು ಯಾವುದಕ್ಕೆ ಜಗಳ ಮಾಡಿದ? — What did he quarrel over? (ವಾಟ್ ಡಿಡ್ ಹೀ ಕ್ವಾರ್ರೆಲ್ ಓವೆರ್?)

13. ನೀನು ಏಕೆ ಜಗಳದಲ್ಲಿ ಭಾಗವಹಿಸಿದೆ?	Why did you involve yourself in quarrel? (ವೈ ಡಿಡ್ ಯೂ ಇಂವಾಲ್ವ್ ಯುಅರ್‌ಸೆಲ್ಫ್ ಇನ್ ಕ್ವಾರ್ರೆಲ್?.)
14. ತಂದೆಯವರಿಂದ ಮಾತ್ರ ಈ ಜಗಳ ತೀರುತ್ತದೆ.	Only father can make up the quarrel. (ಒಂಲಿ ಫಾದರ್ ಕ್ಯಾನ್ ಮೇಕ್ ಅಫ್ ದಿ ಕ್ವಾರ್ರೆಲ್.)
15. ನಿಸಿಮ್‌ಗೆ ಸಿಟ್ಟು ಬಂತು.	Nisim lost her temper. (ನಿಸಿಮ್ ಲಾಸ್ಟ್ ಹರ್ ಟೆಂಪರ್.)
16. ನೀನು ನನಗೆ.ತುಂಬಾ ಕಿರಿಕಿರಿ ಮಾಡಿದೆ.	You have pestered me. (ಯೂ ಹಾವ್ ಪೆಸ್ಟೆರ್ಡ್ ಮೀ.)
17. ನಾನು ಮಾಡಿದ್ದು ತಪ್ಪಾಯಿತು. ದಯವಿಟ್ಟು ನನ್ನನ್ನು ಕ್ಷಮಿಸಿ.	I apologise. (ಐ ಅಪೋಲೋಜೈಸ್.) Please, excuse me. (ಪ್ಲೀಸ್ ಎಕ್ಸ್‌ಕ್ಯೂಸ್ ಮೀ.)
18. ನಿಮಗೆ ತೊಂದರೆ ಕೊಟ್ಟಿದ್ದಕ್ಕೆ ಕ್ಷಮೆ ಕೇಳುತ್ತೇನೆ.	I'm sorry to have troubled you. (ಐಅಮ್ ಸಾರಿ ಟು ಹಾವ್ ಟ್ರಬಲ್ಡ್ ಯೂ.)
19. ಇದನ್ನು ಮುನ್ಸೂಚನೆಯಿಲ್ಲದೆ ಮಾಡಿದೆವು.	It was done inadvertantly. (ಇಟ್ ವಾಸ್ ಡನ್ ಇನ್‌ಅಡ್ವೆರ್‌ಟಂಟ್ಲಿ.)
20. ನಾನು ಸುಮ್ಮನೆ ತಮಾಷೆ ಮಾಡಿದೆ.	I had said it in joke. (ಐ ಹಾಡ್ ಸೆಡ್ ಇಟ್ ಇನ್ ಜೋಕ್.)
21. ನೀವು ಯಾರಾದರೂ ದೊಡ್ಡವರ ಸಲಹೆಯನ್ನು ಪಡೆಯಿರಿ.	Take counsel of some elderly person. (ಟೇಕ್ ಕೌನ್ಸೆಲ್ ಆಫ್ ಸಮ್ ಎಲ್ಡೆರ್ಲಿ ಪರ್ಸನ್.)
22. ನನಗೆ ನಿಮ್ಮ ಸಲಹೆ ಬೇಕು	I need your advice. (ಐ ನೀಡ್ ಯುಅರ್ ಅಡ್ವೈಸ್.)
23. ಅವನೂ ಸಹ ನನ್ನ ಸಲಹೆಗಾರ	He is also my adviser. (ಹೀ ಈಸ್ ಆಲ್ಸೋ ಮೈ ಅಡ್ವೈಸೆರ್.)
24. ಯಾವುದಾದರೂ ನಿಪುಣ ವೈದ್ಯನನ್ನು ಕಾಣಿರಿ.	Consult some expert doctor. (ಕನ್‌ಸಲ್ಟ್ ಸಮ್ ಎಕ್ಸ್‌ಪೆರ್ಟ್ ಡಾಕ್ಟೆರ್.)
25. ನೀವು ಯಾವುದರ ಬಗ್ಗೆ ಆತಂಕ ಪಡುತ್ತಿದ್ದೀರಿ.	What are you worried about (ವಾರ್ ಆರ್ ಯೂ ವರ್ರೀಡ್ ಅಬೌಟ್.)
26. ಇದರಲ್ಲಿ ಭಯಪಡುವುದೇನಿದೆ?	What's to be feared in this? (ವಾಟ್ಸ್ ಟು ಬಿ ಫಿಯರ್ಡ್ ಇನ್ ದಿಸ್?)
27. ಅವನು ನನ್ನ ಸಮ್ಮತಿಯಿಂದಲೇ ಮಾಡಿದ.	He did it with my consent. (ಹೀ ಡಿಡ್ ಇಟ್ ವಿತ್ ಮೈ ಕನ್‌ಸೆಂಟ್.)

28. ಮೌನವು ಸಮ್ಮತವನ್ನು ತೋರಿಸುತ್ತದೆ. — Silence shows consent. (ಸೈಲೆನ್ಸ್ ಶೋಸ್ ಕನ್ಸೆಂಟ್.)

29. ನನ್ನ ಅಭಿಪ್ರಾಯದಲ್ಲಿ ಅವನು ಒಬ್ಬ ತಪ್ಪಿತಸ್ಥ. — In my opinion he is a culprit. (ಇನ್ ಮೈ ಒಪಿನೀಯನ್ ಹೀ ಈಸ್ ಎ ಕಲ್ಪ್ರಿಟ್.)

30. ಯೋಚನೆ ಮಾಡಲಿಕ್ಕೆ ಏನೂ ಇಲ್ಲ. — There is nothing to worry about. (ದೇರ್ ಈಸ್ ನತ್ತಿಂಗ್ ಟು ವರಿ ಅಬೌಟ್.)

27

ಪ್ರೇಮ ಮತ್ತು ವಿವಾಹ

LOVE AND MARRIAGE (ಲವ್ ಅಂಡ್ ಮ್ಯಾರೇಜ್)

1. ಪ್ರೇಮವೇ ಜೀವನ — Love is life. (ಲವ್ ಈಸ್ ಲೈಫ್.)

2. ಅದು ಸಹಜವೂ ಹೌದು. — It is natural also. (ಇಟ್ ಈಸ್ ನ್ಯಾಟುರಲ್ ಆಲ್ಸೋ.)

3. ಪ್ರೇಮಕ್ಕೆ ಹಲವಾರು ರೂಪಗಳಿವೆ. — Love has many forms. (ಲವ್ ಹಾಸ್ ಮೆನಿ ಫಾರ್ಮ್ಸ್.)

4. ದೇಶಪ್ರೇಮವೂ ಇದರಲ್ಲಿ ಒಂದು. — Patriotism is one of them. (ಪೇಟ್ರಿಯೋಟಿಸ್ಮ್ ಈಸ್ ಒನ್ ಆಫ್ ದೆಮ್.)

5. ನಾನು ಅವನನ್ನು ಪ್ರೀತಿಸುತ್ತೇನೆ. — I fell in love with him. (ಐ ಫೆಲ್ ಇನ್ ಲವ್ ವಿತ್ ಹಿಮ್.)

6. ಅವರದು ಪ್ರೇಮ ವಿವಾಹ — There's was love-marriage. (ದೇಸ್ರ್ ವಾಸ್ ಲವ್ ಮ್ಯಾರೇಜ್.)

7. ಇದು ಕಾಮಾಪೇಕ್ಷೆ, ಪ್ರೇಮವಲ್ಲ. — It is lust, not love. (ಇಟ್ ಈಸ್ ಲಸ್ಟ್, ನಾಟ್ ಲವ್.)

8. ಕಥೆಯಲ್ಲಿ ಪ್ರಮಿಯು ತನ್ನ ಪ್ರಿಯ ಸಖಿಯೊಡನೆ ಓಡಿಹೋಗುತ್ತಾನೆ. — The lover elopes with the beloved in the story. (ದಿ ಲವೆರ್ ಎಲೋಪ್ಸ್ ವಿತ್ ದಿ ಬಿಲೊವೆಡ್.)

9. ದಿನಕರನು ಒಬ್ಬ ಖಿನ್ನ ಪ್ರೇಮಿ. — Dinakar is a dejected lover. (ದಿನಕರ್ ಈಸ್ ಎ ಡಿಜೆಕ್ಟೆಡ್ ಲವೆರ್.)

10. ಎಂತಹ ಯುವ ಪ್ರೇಮಿ ಅವನು — What a youthful lover he was. (ವಾಟ್ ಎ ಯೂತ್‌ಫುಲ್ ಲವೆರ್ ಹೀ ವಾಸ್.)

11. ಹುಡುಗಾಟದ ಪ್ರೇಮಿಗಳನ್ನು ಯಾರು ನಂಬುತ್ತಾರೆ? — Who can trust frivolous lovers? (ಹೂ ಕ್ಯಾನ್ ಟ್ರಸ್ಟ್ ಫ್ರಿವೊಲೊಸ್ ಲವೆರ್ಸ್.)

12. ಈ ರೀತಿಯ ಪ್ರೇಮವು ತುಂಬಾ ದಿವಸಗಳ ವರೆಗೆ ಇರುವುದಿಲ್ಲ.	Such love as this does not last long. (ಸಚ್ ಲವ್ ಆಸ್ ದಿಸ್ ಡಸ್ ನಾಟ್ ಲಾಸ್ಟ್ ಲಾಂಗ್.)
13. ನಿಜವಾಗಿಯೂ ಪ್ರೇಮವೇ ದೇವರೆಂದು ಹೇಳಲಾಗಿದೆ.	It is truly said that love is god. (ಇಟ್ ಈಸ್ ಟ್ರೂಲಿ ಸೆಡ್ ದಟ್ ಲವ್ ಈಸ್ ಗಾಡ್.)
14. ನೀನು ಎಷ್ಟು ದಿನಗಳಿಂದ ಅವಳನ್ನು ಪ್ರೀತಿಸುತ್ತಿದ್ದೀಯ?	How long have you been in love with her? (ಹೌ ಲಾಂಗ್ ಹಾವ್ ಯೂ ಬೀನ್ ಇನ್ ಲವ್.)
15. ಪ್ರೇಮಕ್ಕೆ ಕಣ್ಣಿಲ್ಲ.	Love is blind. (ಲವ್ ಈಸ್ ಬ್ಲೈಂಡ್.)
16. ಯುದ್ಧದಲ್ಲಿ ಎಲ್ಲರು ಮಾಡುವುದೂ ನ್ಯಾಯವೇ.	Everything is fair in love and war. (ಎವೆರಿತಿಂಗ್ ಈಸ್ ಪ್ಯಾರ್ ಇನ್ ಲವ್ ಅಂಡ್ ವಾರ್.)
17. ಅವನಿಗೆ ಅವಳ ಬಗ್ಗೆ ತುಂಬಾ ಗೀಳು.	He is crazy after her. (ಹೀ ಈಸ್ ಕ್ರೇಸಿ ಆಫ್ಟರ್ ಹರ್.)
18. ಪ್ರೇಮದ ಹುಚ್ಚಿ ಮೀರಾಳ ಬಗ್ಗೆ ಯಾರಿಗೆ ತಾನೇ ಗೊತ್ತಿಲ್ಲ?	Who does not know love-mad Meera? (ಹೂ ಡಸ್ ನಾಟ್ ನೋ ಲವ್-ಮ್ಯಾಡ್ ಮೀರಾ?)
19. ಕಾಮವೆಂಬುದು ಪ್ರೇಮದ ಶತ್ರು	Lust is an enemy of love. (ಲಸ್ಟ್ ಈಸ್ ಆನ್ ಎನಿಮಿ ಆಫ್ ಲವ್.)
20. ಪ್ರೇಮದ ಪತವೆಂದರೆ ಕೊಡುವುದು ಮತ್ತು ತ್ಯಾಗ ಮಾಡುವುದು.	The path of love is of giving and sacrifice. (ದಿ ಪಾತ್ ಆಫ್ ಲವ್ ಈಸ್ ಆಫ್ ಗಿವಿಂಗ್ ಅಂಡ್ ಸಾಕ್ರಿಫೈಸ್.)
21. ಪ್ರೇಮಿಸುವುದೆಂದರೆ ನೋವಿನಿಂದ ನರಳುವ ಹಾಗೆ.	To love is to writhe with pain. (ಟು ಲವ್ ಈಸ್ ಟು ವ್ರಿತ್ ವಿತ್ ಪೆಯ್ನ್.)
22. ಅವರ ಮದುವೆಯು ದೊಡ್ಡವರಿಂದ ನಿಶ್ಚಿತವಾದದ್ದು.	Their marriage was arranged one. (ದೇರ್ ಮ್ಯಾರೇಜ್ ವಾಸ್ ಅರ್ರೇಂಜ್ಡ್ ಒನ್.)
23. ಮದುವೆಯೆಂಬುದು ಒಂದು ಸಾಮಾಜಿಕ ಸಂಪ್ರದಾಯ	Marriage is a social custom. (ಮ್ಯಾರೇಜ್ ಈಸ್ ಎ ಶೋಷಿಯಲ್ ಕಸ್ಟಂ.)

24. ಪ್ರೇಮ ಮತ್ತು ವಿವಾಹ ಎಂಬುದು ಬೇರೆ ಬೇರೆಯವು	Love and marriage are two different things. (ಲವ್ ಅಂಡ್ ಮ್ಯಾರೇಜ್ ಆರ್ ಟೂ ಡಿಫ್ಫೆರೆಂಟ್ ತಿಂಗ್ಸ್.)
25. ಪ್ರೇಮವು ಮದುವೆಯೊಂದಿಗೆ ಮುಕ್ತಾಯವಾಗಬೇಕೆಂಬ ಅವಶ್ಯಕತೆಯಿಲ್ಲ.	It is not necessary that love should end in marriage. (ಇಟ್ ಈಸ್ ನಾಟ್ ನೆಸೆಸ್ಸರಿ ದಟ್ ಲವ್ ಶುಡ್ ಎಂಡ್ ಇನ್ ಮ್ಯಾರೇಜ್.)
26. ಬಾಲ್ಯವಿವಾಹ ಒಂದು ಅಪರಾಧ	Child-marriage is a crime. (ಚೈಲ್ಡ್ ಮ್ಯಾರೇಜ್ ಈಸ್ ಎ ಕ್ರೈಮ್.)
27. ವರದಕ್ಷಿಣೆ ಎಂಬುದು ಒಂದು ಸಾಮಾಜಿಕ ಪಿಡುಗು.	Dowry is a social evil. (ಡೌರಿ ಈಸ್ ಎ ಶೋಷಿಯಲ್ ಈವಿಲ್.)
28. ಅದು ಒಂದು ಸಮನಾತೆಯಿಲ್ಲದ ಮದುವೆ.	That was an unequal marriage. (ದಟ್ ವಾಸ್ ಆನ್ ಅನ್ ಈಕ್ವೆಲ್ ಮ್ಯಾರೇಜ್.)
29. ಅವನ ಮದುವೆಯನ್ನು ಮುಂದಕ್ಕೆ ಹಾಕಲಾಗಿದೆ.	His marriage has been postponed. (ಹಿಸ್ ಮ್ಯಾರೇಜ್ ಹಾಸ್ ಬೀನ್ ಪೋಸ್ಟ್‌ಪೋನ್ಡ್.)
30. ವಿವಾಹ ವಿಚ್ಛೇದನದ ಸಂಖ್ಯೆ ದಿನೇ ದಿನೇ ಹೆಚ್ಚಾಗುತ್ತಿದೆ.	The cases of divorce are increasing day by day. (ದಿ ಕೇಸೆಸ್ ಆಫ್ ಡೈವೊರ್ಸ್ ಆರ್ ಇಂಕ್ರೀಸಿಂಗ್ ಡೇ ಬೈ ಡೇ.)
31. ಅವನು ಒಬ್ಬ ವಿಚ್ಛೇದನ ಹೊಂದಿದವನು.	He is a divorcee. (ಹೀ ಈಸ್ ಎ ಡೈವೊರ್ಸೀ.)

28

ವೈದ್ಯ ಮತ್ತು ರೋಗಿ

THE DOCTOR AND THE PATIENT

(ದಿ ಡಾಕ್ಟರ್ ಅಂಡ್ ದಿ ಪೇಷಂಟ್)

ರೋಗಿ - ನಮಸ್ಕಾರ ಡಾಕ್ಟರ್.	Good evening, doctor. (ಗುಡ್ ಈವಿನಿಂಗ್ ಡಾಕ್ಟರ್.)
ವೈದ್ಯರು - ನಮಸ್ಕಾರ. ಹೇಳಿ ಹೇಗಿದ್ದೀರಿ?	Good evening, tell me how do you do? (ಗುಡ್ ಈವಿನಿಂಗ್, ಟೆಲ್ ಮಿ ಹೌ ಡು ಯು ಡೂ?)
ರೋಗಿ- ನನಗೆ ಆರೋಗ್ಯ ಸರಿಯಿಲ್ಲ. ನಿನ್ನೆಯಿಂದ ಜ್ವರದಿಂದ ನರಳುತ್ತಿದ್ದೇನೆ.	I'm unwell. I have been suffering from fever since yesterday. (ಐಆಮ್ ಅನ್‌ವೆಲ್. ಐ ಹಾವ್ ಬೀನ್ ಸಫ್ಫೆರಿಂಗ್ ಫ್ರಮ್ ಫೀವೆರ್ ಸಿಂಸ್ ಯೆಸ್ಟೆರ್ಡೇ.)
ವೈದ್ಯರು - ಇದು ಮಲೇರಿಯಾ ಜ್ವರವಿದ್ದ ಹಾಗೆ ಇದೆ.	It seems to be malaria. (ಇಟ್ ಸೀಮ್ಸ್ ಟು ಬಿ ಮಲೇರಿಯಾ.)
ರೋಗಿ- ಹೌದು, ಇದು ಮಲೇರಿಯಾ ಜ್ವರ. ನಾನು ರಕ್ತ ಪರೀಕ್ಷೆ ಮಾಡಿಸಿಕೊಂಡೆ. ಇದು ಮಲೇರಿಯಾ ಎಂದು ಅವರು ಪತ್ತೆ ಹಚ್ಚಿದ್ದಾರೆ.	Yes, it is malaria. I got my blood checked. They have diagnosed malaria. (ಯಸ್, ಇಟ್ ಈಸ್ ಮಲೇರಿಯಾ. ಐ ಗಾಟ್ ಮೈ ಬ್ಲಡ್ ಚೆಕ್ಡ್. ದೇ ಹಾವ್ ಡೈಯಾಗ್ನೈಸ್ಡ್ ಮಲೇರಿಯಾ.)
ವೈದ್ಯರು - ನಿಮಗೆ ಬೇರೇನಾದರೂ ಸಮಸ್ಯೆ ಇದೆಯೇ?	Do you suffer from any other ailment? (ಡೂ ಯು ಸಫ್ಫೆರ್ ಫ್ರಮ್ ಎನಿ ಅದರ್ ಎಯಿಲ್‌ಮೆಂಟ್.)
ರೋಗಿ - ಹೌದು. ನನಗೆ ಗಂಟಲು ನೋವಿದೆ ಮತ್ತು ನನ್ನ ಶರೀರವೆಲ್ಲಾ ನೋವಿದೆ. ಜ್ವರಕ್ಕಿಂತ ಮುಂಚೆ ನಾನು ನಡುಗುತ್ತೇನೆ.	Yes, I have sore throat and my whole body is aching. Before fever I feel shivering. (ಯಸ್, ಐ ಹಾವ್ ಸೋರ್ ತ್ರೋಟ್ ಅಂಡ್ ಮೈ ಹೋಲ್ ಬಾಡಿ ಈಸ್ ಏಚಿಂಗ್. ಬಿಫೋರ್ ಫೀವೆರ್ ಐ ಫೀಲ್ ಶಿವೆರಿಂಗ್.)
ವೈದ್ಯರು - ಯೋಚನೆ ಮಾಡಬೇಡಿ. ಎಲ್ಲಾ ಸರಿ ಹೋಗುತ್ತದೆ. ಮೊದಲು ನಾಡಿ ಪರೀಕ್ಷೆ ಮಾಡುತ್ತೇನೆ.	Never mind. It will be all right. Let me feel the pulse. (ನೆವೆರ್ ಮೈಂಡ್. ಇಟ್ ವಿಲ್ ಬಿ ಆಲ್ ರೈಟ್. ಲೆಟ್ ಮಿ ಫೀಲ್ ದಿ ಪಲ್ಸ್.)

ರೋಗಿ - ನನಗೆ ಇಡಿ ರಾತ್ರಿ ನಿದ್ದೆ ಮಾಡಲಾಗಲಿಲ್ಲ. ಕೆಮ್ಮುತ್ತಲೇ ಇದ್ದೆ. ನನಗೆ ಶೀಘ್ರವಾಗಿಗುಣವಾಗುವಂತಹ ಔಷಧಿಯನ್ನು ಕೊಡಿ.	I could not sleep the whole night. I kept on coughing. Give me some such medicine that I may feel early relief. (ಐ ಕುಡ್ ನಾಟ್ ಸ್ಲೀಪ್ ದಿ ಹೋಲ್ ನೈಟ್. ಐ ಕೆಪ್ಟ್ ಆನ್ ಕಾಫಿಂಗ್. ಗಿವ್ ಮಿ ಸಮ್ ಸಚ್ ಮೆಡಿಸಿನ್ ದಟ್ ಐ ಮೇ ಫೀಲ್ ಏರ್ಲಿ ರಿಲೀಫ್.)
ವೈದ್ಯರು - ನೀವು ಯೋಚನೆ ಮಾಡಬೇಕಿಲ್ಲ. ನಿಮಗೆ ಈಗ ಸ್ವಲ್ಪ ಜ್ವರವಿದೆ. ಈ ಔಷಧಿಯನ್ನು ತೆಗೆದುಕೊಳ್ಳಿ. ಎರಡು ದಿನಗಳಲ್ಲಿ ಸರಿಯಾಗುತ್ತದೆ.	You need not worry. You have slight fever now. Take this medicine, you will be all right in two days. (ಯೂ ನೀಡ್ ನಾಟ್ ವರಿ. ಯೂ ಹಾವ್ ಸ್ಲೈಟ್ ಫೀವೆರ್ ನೌ. ಟೇಕ್ ದಿಸ್ ಮೆಡಿಸಿನ್, ಯೂ ವಿಲ್ ಬಿ ಆಲ್ ರೈಟ್ ಇನ್ ಟೂ ಡೇಸ್.)
ರೋಗಿ - ನಾನು ಎರಡು ದಿನಗಳ ನಂತರ ಪರೀಕ್ಷೆ ಬರೆಯಬೇಕಾಗಿದೆ. ಆದ್ದರಿಂದಲೇ ಆತಂಕ ಪಡಬೇಕಾಗಿದೆ.	I have to take an examination after two days. Therefore, I'm much worried. (ಐ ಹಾವ್ ಟು ಟೇಕ್ ಆನ್ ಎಕ್ಸಾಮಿನೇಷನ್ ಆಫ್ಟೆರ್ ಟೂ ಡೇಸ್.)
ವೈದ್ಯರು - ಹೌದಾ. ಹಾಗಾದರೆ, ನಾನು ನಿಮ್ಮಗೆ ಇಂಜೆಕ್ಷನ್ ಅನ್ನು ಕೊಡುತ್ತೇನೆ.ನೀವು ಬೇಗನೆ ಗುಣವಾಗುತ್ತೀರಿ.	Well, is it so. I am giving you an injection. You will recover more quickly. (ವೆಲ್, ಈಸ್ ಇಟ್ ಸೋ. ಐ ಆಮ್ ಗಿವಿಂಗ್ ಯೂ ಆನ್ ಇನ್‌ಜೆಕ್ಷನ್. ಯೂ ವಿಲ್ ರಿಕವರ್ ಮೋರ್ ಕುಯ್‌ಕ್ಲಿ.)
ರೋಗಿ - ಥ್ಯಾಂಕ್ಯೂ ಡಾಕ್ಟರ್ !	Thank you doctor! (ತ್ಯಾಂಕ್ ಯೂ ಡಾಕ್ಟೆರ್.)
ವೈದ್ಯರು - ಈಗ ನಿಮ್ಮನಾಲಿಗೆ ಮತ್ತು ಗಂಟಲನ್ನುತೋರಿಸಿ.	Now, show me your tongue and throat. Say Aa! (ನೌ, ಶೋ ಮಿ ಯುಆರ್ ಟಂಗ್ ಅಂಡ್ ತ್ರೋಟ್.)
ರೋಗಿ - ಆ......!ಆ.......!	Aa! Aa! (ಆ! ಆ!)
ವೈದ್ಯರು- ಗಂಟಲು ತುಂಬಾ ಹುಣ್ಣಾಗಿದೆ. ಆದರೂ ಪರವಾಗಿಲ್ಲ. ಈ ಪೈಂಟ್ ಅನ್ನು ದಿನಕ್ಕೆ ಮೂರು ಸಲ ಹಚ್ಚಿ ಬಿಸಿನೀರಿನಿಂದ ಕುಪ್ಪಳಿಸಿರಿ	The throat is very bad, but it does not matter. Apply this paint thrice daily and gargle with hot water mixed with salt. (ದಿ ತ್ರೋಟ್ ಈಸ್ ವೆರಿ ಬ್ಯಾಡ್, ಬಟ್ ಇಟ್ ಡಸ್ ನಾಟ್ ಮ್ಯಾಟ್ಟೆರ್. ಅಪ್ಲೈ ದಿಸ್ ಪೆಯಿಂಟ್ ತ್ರೈಸ್

	ಡೆಯ್ಲಿ ಅಂಡ್ ಗಾರ್ಗ್ಲ್ ವಿತ್ ಹಾಟ್ ವಾಟೆರ್ ಮಿಕ್ಸ್‌ಡ್ ವಿತ್ ಸಾಲ್ಟ್.)
ರೋಗಿ - ಏನಾದರೂ ಪಥ್ಯ ಇದೆಯೇ?	Any abstinence. (ಎನಿ ಅಬ್ಸ್ಟಿನೆನ್ಸ್)
ವೈದ್ಯರು - ನೀವು ಎಲ್ಲಾ ತಿನ್ನಬಹುದು ಆದರೆ ಕರಿದ ತಿಂಡಿಗಳನ್ನು ಬಿಟ್ಟು. ಪೂರ್ಣ ವಿಶ್ರಾಂತಿ ನಿಮಗೆ ಬೇಕು.	You can take every thing but avoid fried things. Complete rest is also essential. (ಯೂ ಕ್ಯಾನ್ ಟೇಕ್ ಎವರಿ ತಿಂಗ್ ಬಟ್ ಅವಾಯ್ಡ್ ಫ್ರೈಡ್ ತಿಂಗ್ಸ್..)
ರೋಗಿ - ಸರಿ. ನಾನು ಮತ್ತೆ ಯಾವಾಗ ಬರಬೇಕು. ಮತ್ತು ಈ ಔಷಧಿಗಳನ್ನು ಹೇಗೆ ತೆಗೆದುಕೊಳ್ಳಬೇಕು?	Well, when should I come next. And how these medicines are to be taken? (ವೆಲ್, ವೆನ್ ಶುಡ್ ಐ ಕಮ್ ನೆಕ್ಸ್ಟ್. ಅಂಡ್ ಹೌ ದೀಸ್ ಮೆಡಿಸಿನ್ಸ್ ಆರ್ ಟು ಬಿ ಟೇಕನ್?)
ವೈದ್ಯರು - ಇದು ಒಂದು ಮಿಶ್ರಣ. ಇದು ಕೆಮ್ಮಿನ ಔಷಧಿ. ಇವುಗಳನ್ನು ಪ್ರತಿ ಮೂರು ಗಂಟೆಗಳಿಗೊಮ್ಮೆ ತೆಗೆದುಕೊಳ್ಳಿ.	This is mixture. This is cough syrup. Take these at every three hours. (ದಿಸ್ ಈಸ್ ಮಿಕ್ಸ್‌ಚರ್. ದಿಸ್ ಈಸ್ ಕಾಫ್ ಸಿರಬ್. ಟೇಕ್ ದೀಸ್ ಅಟ್ ಎವರಿ ತ್ರೀ ಹಅರ್ಸ್.)
ರೋಗಿ - ನಾನು ಎಷ್ಟು ಹಣ ಕೊಡಬೇಕು ಡಾಕ್ಟರ್ ?	How much I have to pay doctor? (ಹೌ ಮಚ್ ಐ ಹಾವ್ ಟು ಪೇ ಡಾಕ್ಟರ್?)
ವೈದ್ಯರು - ಎಲ್ಲಾ ಸೇರಿ ಇಪ್ಪತ್ತೈದು ರೂಪಾಯಿಗಳು.	In all twenty-five rupees. (ಇನ್ ಆಲ್ ಟ್ವೆಂಟಿ-ಫೈವ್ ರುಪೀಸ್.)
ರೋಗಿ - ಇದೋ ದಯವಿಟ್ಟು ತೆಗೆದು ಕೊಳ್ಳಿ.	Here it is please. (ಹಿಅರ್ ಇಟ್ ಈಸ್ ಪ್ಲೀಸ್.)
ವೈದ್ಯರು - ಧನ್ಯವಾದಗಳು	Thanks! (ತ್ಯಾಂಕ್ಸ್!)
ರೋಗಿ - ಥ್ಯಾಂಕ್ಯೂ ಡಾಕ್ಟರ್. ನಾನು ಅವಶ್ಯಕತೆಯಿದ್ದರೆ ನಾಳೆ ಸಾಯಿಂಕಾಲ ಬರುತ್ತೇನೆ. ಶುಭ ರಾತ್ರಿ.	Thank you doctor. I shall come tomorrow in the evening if need be, good night. (ತ್ಯಾಂಕ್ ಯೂ ಡಾಕ್ಟೆರ್. ಐ ಶೆಲ್ ಕಮ್ ಟುಮಾರ್ರೋ ಇನ್ ದಿ ಈವೆನಿಂಗ್ ಇಫ್ ನೀಡ್ ಬಿ, ಗುಡ್ ನೈಟ್.)
ವೈದ್ಯರು - ಶುಭರಾತ್ರಿ!	Good night. (ಗುಡ್ ನೈಟ್.)

29

ತಂದೆ ಮತ್ತು ಮಗಳು

FATHER AND DAUGHTER (ಫಾದರ್ ಅಂಡ್ ಡಾಟರ್)

ಮಗಳು - ಗುಡ್ ಮಾರ್ನಿಂಗ್ ಅಪ್ಪಾ.	Good morning papa. (ಗುಡ್ ಮಾರ್ನಿಂಗ್ ಪಾಪಾ.)
ಅಪ್ಪ - ಓ ಮಗಳೇ ! ಗುಡ್ ಮಾರ್ನಿಂಗ್	Oh my child! Good morning. (ಹೋಹ್ ಮೈ ಚೈಲ್ಡ್! ಗುಡ್ ಮಾರ್ನಿಂಗ್.)
ಮಗಳು - ನಿಮಗೆ ಗೊತ್ತೇ ಈಗ ಏಳು ಗಂಟೆಯಾಗಿದೆ.	Do you know it is already seven. (ಡೂ ಯೂ ನೋ ಇಟ್ ಈಸ್ ಆಲ್ರೆಡಿ ಸೆವೆನ್.)
ತಂದೆ - ನಾನು ರಾತ್ರಿ ಮಲಗುವಾಗ ತಡವಾಯಿತು. ಆದ್ದರಿಂದ ಬೆಳಿಗ್ಗೆ ಬೇಗ ಎದ್ದೇಳಲು ಆಗಲಿಲ್ಲ.	I went to bed late last night Could not wake up in the morning. (ಐ ವೆಂಟ್ ಟು ಬೆಡ್ ಲೇಟ್ ಲಾಸ್ಟ್ ನೈಟ್. ಕುಡ್ ನಾಟ್ ವೇಕ್ ಅಪ್ ಇನ್ ದಿ ಮಾರ್ನಿಂಗ್.)
ಮಗಳು - ಚಹಾ ತೆಗೆದುಕೊಳ್ಳಿ.	Here is your tea. (ಹಿಅರ್ ಈಸ್ ಯುಅರ್ ಟೀ.)
ಅಪ್ಪ - ಧನ್ಯವಾದಗಳು ಮಗಳೇ. ತುಂಬಾ ರುಚಿಯಾಗಿದೆ. ಯಾರು ತಯಾರು ಮಾಡಿದರು?	Thank you my child. It tastes so good. Who has prepared it? (ತಾಂಕ್ ಯೂ ಮೈ ಚೈಲ್ಡ್. ಇಟ್ ಟೇಸ್ಟ್ಸ್ ಸೋಗುಡ್. ಹೂ ಹಾಸ್ ಪ್ರಿಪೇರ್ಡ್ ಇಟ್?)
ಮಗಳು - ಅಮ್ಮ ಮಾಡಿದ್ದು.	Mummy prepared. (ಮಮ್ಮಿ ಪ್ರಿಪೇರ್ಡ್.)
ಅಪ್ಪ - ಸರಿ. ಇವತ್ತಿನ ದಿನಪತ್ರಿಕೆಯನ್ನು ಕೊಡು.	Well, get me today's newspaper. (ವೆಲ್, ಗೆಟ್ ಮಿ ಟುಡೇಸ್ ನ್ಯೂಸ್‌ಪೇಪರ್.)
ಮಗಳು - ಇದೋ ಈಗ ತರುತ್ತೇನೆ.	I shall just get it. (ಐ ಶಲ್ ಜಸ್ಟ್ ಗೆಟ್ ಇಟ್.)
ಅಪ್ಪ - ನಿನ್ನ ಅಮ್ಮ ಎಲ್ಲಿ ?	Where is your mummy? (ವೇರ್ ಈಸ್ ಯುಅರ್ ಮಮ್ಮಿ.)
ಮಗಳು - ಅಡಿಗೆ ಮನೆಯಲ್ಲಿ. ಅವರು ತಿಂಡಿಯನ್ನು ಮಾಡುತ್ತಿದ್ದಾರೆ.	In the kitchen. She is cooking breakfast. (ಇನ್ ದಿ ಕಿಚ್ಚಿನ್ ಶೀ ಈಸ್ ಕುಕ್ಕಿಂಗ್ ಬ್ರೇಕ್‌ಫಾಸ್ಟ್.)

ಅಪ್ಪ -	ಈ ದಿನ ಏನಾದರೂ ವಿಶೇಷ ಅಡಿಗೆಯಿದೆಯೇ?	Is there any special dish today? (ಈಸ್ ತೇರ್ ಎನಿ ಸ್ಪೆಷಲ್ ಡಿಶ್ ಟುಡೇ?)
ಮಗಳು -	ಹೌದು ಅಪ್ಪ. ಕ್ಯಾರೆಟ್ ಹಲ್ವಾ.	Yes father, carrot halwa. (ಯಸ್ ಫಾದರ್, ಕ್ಯಾರೆಟ್ ಹಲ್ವಾ.)
ಅಪ್ಪ -	ಬೇರೇನು ?	And what else? (ಅಂಡ್ ವಾಟ್ ಎಲ್ಸ್?)
ಮಗಳು -	ಪರೋಟಗಳಲ್ಲಿ ಆಲೂಗಡ್ಡೆಯನ್ನು ತುಂಬಿಸಿ ಮಾಡುವ ಅಡಿಗೆ.	Paranthas stuffed with potatoes. (ಪರಂತ್ಸ್ ಸ್ಟಫ್ಡ್ ವಿತ್ ಪೊಟೆಟೋಸ್.)
ಅಪ್ಪ -	ಇವು ನನಗೆ ತುಂಬಾ ಇಷ್ಟವಾದವು ನನ್ನ ಬಾಯಲ್ಲಿ ನೀರೂರುತ್ತಿದೆ.	These are my favourite dishes. (ದೀಸ್ ಆರ್ ಮೈ ಫೇವೊರೈಟ್ ಡಿಶ್ಶೆಸ್.) My mouth has began to water. (ಮೈ ಮೌತ್ ಹಾಸ್ ಬಿಗನ್ ಟು ವಾಟರ್.)
ಮಗಳು -	ನಿಮಗೆ ಇಷ್ಟವಾದ ಪದಾರ್ಥಗಳು ಏನೆಂದು ನಮಗೆ ಗೊತ್ತು. ಆದ್ದರಿಂದಲೇ ಅವುಗಳನ್ನು ಈ ದಿನ ಮಾಡಲಾಗಿದೆ.	We know your favourite dishes. (ವೀ ನೋ ಯುಅರ್ ಫೇವೊರೈಟ್ ಡಿಶ್ಶೆಸ್.) That's why they are made today. (ದಟ್ಸ್ ವೈ ದೇ ಆರ್ ಮೇಡ್ ಟುಡೇ.)
ಅಪ್ಪ -	ಹಾಗಾದರೆ ನಾನು ಬೇಗ ಹೋಗಿ ಸ್ನಾನ ಮಾಡಿ ಬರುತ್ತೇನೆ.	Then I shall get my bathing finished soon. (ದೆನ್ ಐ ಶಲ್ ಗೆಟ್ ಮೈ ಬೇತಿಂಗ್ ಫಿನಿಶ್ಡ್ ಸೂನ್.)
ಮಗಳು -	ಆದರೆ ಅಪ್ಪಾ, ಒಂದು ವಿಷಯವಿದೆ.	But papa, there is one thing. (ಬಟ್ ಪಾಪಾ, ದೇರ್ ಈಸ್ ಒನ್ ತಿಂಗ್.)
ಅಪ್ಪ -	ಏನದು ಮಗಳೇ ?	what's that child? (ವಾಟ್ಸ್ ದಟ್ ಚೈಲ್ಡ್.)
ಮಗಳು -	ನೀವು ನನಗೆ ಕೊಟ್ಟ ಮಾತು ನೆನಪಿದೆಯೇ ? ಈ ದಿನ ಭಾನುವಾರ.	Do you remember your promise? Today is Sunday. (ಡೂ ಯೂ ರಿಮೆಂಬರ್ ಯುಅರ್ ಪ್ರಾಮಿಸ್? ಟುಡೇ ಈಸ್ ಸಂಡೇ.
ಅಪ್ಪ -	ಯಾವ ಮಾತು ? ನನಗೆ ನೆನಪಿಲ್ಲ.	Which promise? I don't remember. (ವಿಚ್ ಪ್ರಾಮಿಸ್? ಐ ಡೋಂಟ್ ರಿಮೆಂಬರ್.)
ಮಗಳು -	ನೀವು ನಮ್ಮನ್ನು ಮೃಗಾಲಯಕ್ಕೆ ಕರೆದುಕೊಂಡು ಹೋಗಬೇಕು.	You have to take us to Zoo. (ಯೂ ಹಾವ್ ಟು ಟೇಕ್ ಅಸ್ ಟು ಝೂ.)

ಅಪ್ಪ -	ಓ, ಈಗ ನೆನಪಾಯಿತು. ಆದರೆ ನನಗೆ ಈ ದಿನ ಬಿಡುವಿಲ್ಲ.	Oh, I remember now. But today I am very busy. (ಹೋಹ್, ಐ ರಿಮೆಂಬರ್ ನಾ. ಬಟ್ ಟುಡೇ ಐ ಆಮ್ ವೆರಿ ಬಿಸಿ.)
ಮಗಳು -	ನಾನು ನನ್ನ ಗೆಳತಿಯರನ್ನು ಕರೆದಿದ್ದೇನೆ.	I have invited my friends. (ಐ ಹಾವ್ ಇನ್‌ವೈಟೆಡ್ ಮೈ ಫ್ರೆಂಡ್ಸ್.)
ಅಪ್ಪ -	ಅವರೆಲ್ಲಾ ಎಷ್ಟು ಹೊತ್ತಿಗೆ ಬರುತ್ತಾರೆ?	At what time will they come? (ಅಟ್ ವಾಟ್ ಟೈಮ್ ವಿಲ್ ದೇ ಕಮ್?)
ಮಗಳು -	ಸುಮಾರು ಹನ್ನೊಂದು ಗಂಟೆಗೆ.	At about eleven O'clock. (ಅಟ್ ಎಬೌಟ್ ಇಲೆವನ್ ಓ ಕ್ಲಾಕ್.)
ಅಪ್ಪ -	ಸರಿ. ಹಾಗಾದರೆ, ನಾನು ನನ್ನ ಕೆಲಸವನ್ನು ಹನ್ನೊಂದು ಗಂಟೆ ಯೊಳಗೆ ಮುಗಿಸಲು ಪ್ರಯತ್ನಿ ಸುತ್ತೇನೆ.	all right, I shall try to finish my work by eleven. (ಆಲ್ ರೈಟ್, ಐ ಶಲ್ ಟ್ರೈ ಟು ಫಿನಿಷ್ ಮೈ ವರ್ಕ್ ಬೈ ಇಲೆವೆನ್.)
ಮಗಳು -	ಥ್ಯಾಂಕ್ಯೂ ಅಪ್ಪಾ! ನೀವು ಯಾವಾಗಲೂ ಒಳ್ಳೆಯವರೇ !	Thank you father! How nice you always have been! (ತ್ಯಾಂಕ್ ಯೂ ಫಾದರ್! ಹೌ ನೈಸ್ ಯೂ ಆಲ್ವೇಸ್ ಹಾವ್ ಬೀನ್!)

30

ತಾಯಿ ಮತ್ತು ಮಗ

MOTHER AND SON (ಮದರ್ ಅಂಡ್ ಸನ್)

ಅಮ್ಮ -	ನೀನು ಬಂದುಬಿಟ್ಟೆಯಾ ಮಗನೇ? ನೀನು ತಡವಾಗಿ ಬಂದಿದ್ದೀಯ.	You are back my son? Today you are very late. (ಯೂ ಆರ್ ಬ್ಯಾಕ್ ಮೈ ಸನ್? ಟುಡೇ ಯೂ ಆರ್ ವೆರಿ ಲೇಟ್.)
ಮಗ -	ಹೌದು ಅಮ್ಮ, ನನಗೆ ಸ್ವಲ್ಪ ತಡವಾಯಿತು. ನಮ್ಮ ಶಾಲೆಯಲ್ಲಿ ಈ ದಿನ ಹಾಕಿ ಪಂದ್ಯವಿತ್ತು.	Yes mother, I am late. There was a hockey match in our school today. (ಯಸ್ ಮದರ್, ಐ ಆಮ್ ಲೇಟ್. ದೇರ್ ವಾಸ್ ಎ ಹಾಕಿ ಮಾಟ್ಚ್ ಇನ್ ಅವರ್ ಸ್ಕೂಲ್ ಟುಡೇ.)
ಅಮ್ಮ -	ನೀನು ತುಂಬಾ ಸುಸ್ತಾಗಿದ್ದಂತೆ ಕಾಣುತ್ತಿದೆ.	It seems you are tired. (ಇಟ್ ಸೀಮ್ಸ್ ಯೂ ಆರ್ ಟೈರ್ಡ್.)
ಮಗ -	ಹೌದು, ನಾನು ಸ್ನಾನ ಮಾಡಿ ಬರುತ್ತೇನೆ.	Yes, I am going to wash myself. (ಎಸ್, ಐ ಆಮ್ ಗೋಯಿಂಗ್ ಟು ವಾಶ್ ಮೈಸೆಲ್ಫ್.)

	ಅಷ್ಟರೊಳಗೆ ನನಗೆ ಸ್ವಲ್ಪ ಚಹಾ ತಯಾರಿ ಮಾಡು.	Meanwhile you prepare tea. I feel very hungry. (ಮೀನ್‌ವೈಲ್ ಯೂ ಪ್ರಿಪೇರ್ ಟೀ. ಐ ಫೀಲ್ ವೆರಿ ಹಂಗ್ರಿ.)
ಅಮ್ಮ -	ಚಹಾ ಜೊತೆ ನಿನಗೆ ಏನು ಬೇಕು?	What would you like with tea? (ವಾಟ್ ವುಡ್ ಯು ಲೈಕ್ ವಿತ್ ಟೀ?)
ಮಗ -	ಏನಾದರೂ ಸರಿ. ನನಗೆ ಹೊಟ್ಟೆ ತೃಪ್ತಿಯಾದರೆ ಸಾಕು.	Anything which may satisfy my hunger. (ಎನಿತಿಂಗ್ ವಿಚ್ ಮೇ ಸಾಟಿಸ್ಫೈ ಮೈ ಹಂಗರ್.)
ಅಮ್ಮ -	ನೀನು ಹೇಳು ನಿನಗೆ ಏನು ಬೇಕೆಂದು.	You tell me your choice. (ಯೂ ಟೆಲ್ ಮೀ ಯುಆರ್ ಚಾಯ್ಸ್.)
ಮಗ -	ಸರಿ. ಪಕೋಡ ಮತ್ತು ಸ್ವಲ್ಪ ಟೊಮೇಟೋ ಸ್ಯಾಂಡ್‌ವಿಚ್ ಮಾಡು.	Well, fry pakoras and prepare some tomato sandwich. (ವೆಲ್, ಫ್ರೈ ಪಕೋರಾಸ್ ಅಂಡ್ ಪ್ರಿಪೇರ್ ಸಮ್ ಟೊಮೆಟೋ ಸ್ಯಾಂಡ್‌ವಿಚ್.)
ಅಮ್ಮ -	ಸರಿ. ಸ್ವಲ್ಪ ಸಿಹಿ ತಿಂಡಿಯೂ ಇದೆ. ಅದು ಮೋಹನನ ಮನೆಯಿಂದ ಬಂದದ್ದು.	Okay, there is some sweet also, It has come from Mohan's. (ಓಕೆ, ದೇರ್ ಈಸ್ ಸಮ್ ಸ್ವೀಟ್ ಆಲ್ಸೋ, ಇಟ್ ಹಾಸ್ ಕಮ್ ಫ್ರಮ್ ಮೋಹನ್ಸ್.)
ಮಗ -	ಮೋಹನನ ಮನೆಯಲ್ಲಿ ಏನು ವಿಶೇಷ?	What was there at Mohan's? (ವಾಟ್ ವಾಸ್ ದೇರ್ ಅಟ್ ಮೋಹನ್ಸ್?)
ಅಮ್ಮ -	ಅವನ ಅಣ್ಣನಿಗೆ ನಿಶ್ಚಿತಾರ್ಥವಾಯಿತು. ನಮ್ಮನ್ನೂ ಕರೆದಿದ್ದರು. ನಾನು ನಿನಗೆ ಹೇಳಲು ಮರೆತುಬಿಟ್ಟೆ.	His elder brother has been engaged. We were also invited but I forgot to tell you. (ಹಿಸ್ ಎಲ್ಡರ್ ಬ್ರದೆರ್ ಹಾಸ್ ಬೀನ್ ಎಂಗೇಜ್ಡ್. ವೀ ವೇರ್ ಆಲ್ಸೋ ಇನ್‌ವೈಟೆಡ್ ಬಟ್ ಐ ಫರ್‌ಗಾಟ್ ಟು ಟೆಲ್ ಯೂ.)
ಅಮ್ಮ -	ಸರಿ, ಹಾಗಾದರೆ ನೀನು ನಿನ್ನ ಉಡುಪುಗಳನ್ನು ಬದಲಾಯಿಸು ನಾನು ನಿನಗೆ ತಿಂಡಿಯನ್ನು ತರುತ್ತೇನೆ.	Well, you change your clothes. I am bringing refreshment. (ವೆಲ್, ಯೂ ಚೇಂಜ್ ಯುಆರ್ ಕ್ಲೋತ್ಸ್. ಐ ಆಮ್ ಬ್ರಿಂಗಿಂಗ್ ರೆಫ್ರೆಷ್‌ಮೆಂಟ್.)
ಮಗ -	ನಾನು ಉಡುಪುಗಳನ್ನು ಬದಲಾಯಿಸುವುದಿಲ್ಲ. ನಾನು ತಿಂಡಿಯಾದ ನಂತರ ಹೊರಗಡೆ ಹೋಗಬೇಕಾಗಿದೆ.	I shall not change clothes. I have to go after breakfast. (ಐ ಶಲ್ ನಾಟ್ ಚೇಂಜ್ ಕ್ಲಾತ್ಸ್. ಐ ಹಾವ್ ಟು ಗೋ ಆಫ್ಟೆರ್ ಬ್ರೇಕ್‌ಫಾಸ್ಟ್.)
ಅಮ್ಮ -	ಆದರೆ ಎಲ್ಲಿಗೆ?	But where? (ಬಟ್ ವೇರ್?)

ಮಗ -	ರಹೀಮನನ್ನು ನೋಡಲು.	To see Rahim. (ಟು ಸೀ ರಹಿಮ್.)
ಅಮ್ಮ -	ಈಗ ಹೋಗಬೇಕೆ?	Just now. what for? (ಜಸ್ಟ್ ನೌ. ವಾಟ್ ಫಾರ್.)
ಮಗ -	ಅವನಿಗೆ ಕೆಲವು ದಿನಗಳಿಂದ ಆರೋಗ್ಯ ಸರಿಯಿಲ್ಲ. ಮಲೇರಿಯಾ ಜ್ವರ ಅನ್ನಿಸುತ್ತದೆ.	He has been ill for some days. Perhaps it is malaria. (ಹೀ ಹಾಸ್ ಬೀನ್ ಇಲ್ ಫಾರ್ ಸಮ್ ಡೇಸ್ ಪೆರ್ಹಾಪ್ಸ್ ಇಟ್ ಈಸ್ ಮಲೇರಿಯಾ.)
ಅಮ್ಮ -	ನೀನು ರಾತ್ರಿ ಊಟದ ಸಮಯಕ್ಕೆ ಬರುತ್ತೀಯಲ್ಲವೇ?	Will you be back by dinner time? (ವಿಲ್ ಯೂ ಬಿ ಬ್ಯಾಕ್ ಬೈ ಡಿನ್ನರ್ ಟೈಮ್?)
ಮಗ -	ಹೌದು. ನಾನು ಆ ಸಮಯಕ್ಕೆ ಬಂದು ಬಿಡುತ್ತೇನೆ.	Yes, I shall be back by that time. (ಯಸ್, ಐ ಶಲ್ ಬಿ ಬ್ಯಾಕ್ ಬೈ ದಟ್ ಟೈಮ್.)
	ಗಿರೀಶನು ನನ್ನೊಂದಿಗೆ ಬರುತ್ತಾನೆ ಅವನು ನನ್ನೊಂದಿಗೆ ಊಟ ಮಾಡುತ್ತಾನೆ.	Girish will be with me. He will dine with me. (ಗಿರೀಶ್ ವಿಲ್ ಬಿ ವಿತ್ ಮೀ. ಹೀ ವಿಲ್ ಡೈನ್ ವಿತ್ ಮೀ.)
ಅಮ್ಮ -	ನೀನು ಅವನನ್ನು ಕರೆದೆಯಾ?	Have you invited him? (ಹಾವ್ ಯೂ ಇನ್‌ವೈಟೆಡ್ ಹಿಮ್?)
ಮಗ -	ಹೌದು. ಅವರ ಅಮ್ಮ ತನ್ನ ತಾಯಿಯ ಮನೆಗೆ ಹೋಗಿದ್ದಾರೆ.	Yes, His mother has gone to her parents. (ಯಸ್, ಹಿಸ್ ಮದರ್ ಹಾಸ್ ಗಾನ್ ಟು ಹೆರ್ ಪ್ಯಾರೆಂಟ್ಸ್.)
ಅಮ್ಮ -	ಹಾಗಾದರೆ ಅವನನ್ನು ಕರೆದು ಕೊಂಡು ಬಾ. ರಹೀಮನಿಗೆ ಹೇಳು ಬಸಿಲ್ ಚಹಾ ಕುಡಿಯಲು. ಅದು ಮಲೇರಿಯಾಗೆ ತುಂಬಾ ಒಳ್ಳೆಯದು.	It is so, then bring him surely. Yes, tell Rahim to take basil tea. It is good in malaria. (ಈಸ್ ಇಟ್ ಸೋ, ದೆನ್ ಬ್ರಿಂಗ್ ಹಿಮ್ ಶೂರ್ಲಿ. ಯಸ್ ಟೆಲ್ ರಹಿಮ್ ಟು ಟೇಕ್ ಬಸಿಲ್ ಟೀ. ಇಟ್ ಈಸ್ ಗುಡ್ ಇನ್ ಮಲೇರಿಯಾ.)

31

ಮೃಗಾಲಯಕ್ಕೆ ಭೇಟಿ

A VISIT TO THE ZOO (ಎ ವಿಸಿಟ್ ಟು ದಿ ಝೂ)

ದಿಲೀಪ್ - ಗೋಪಾಲ್, ನೀನು ನಿನ್ನೆ ಎಲ್ಲಿಗೆ ಹೋಗಿದ್ದೆ?	Where had you been yesterday Gopal? (ವೇರ್ ಹಾಡ್ ಯೂ ಬೀನ್ ಯೆಸ್ಟೆರ್‌ಡೇ ಗೋಪಾಲ್?)
ಗೋಪಾಲ್-ನಿನ್ನೆ? ನಿನ್ನೆ ನಾನು ಮೃಗಾಲಯಕ್ಕೆ ಹೋಗಿದ್ದೆ.	Yesterday? Yesterday I had been to the zoo. (ಯೆಸ್ಟೆರ್‌ಡೇ? ಯೆಸ್ಟೆರ್‌ಡೇ ಐ ಹಾಡ್ ಬೀನ್ ಟು ದಿ ಝೂ.)
ದಿಲೀಪ್ - ನೀನು ಒಬ್ಬನೇ ಹೋಗಿದ್ದೆಯಾ?	Did you go alone? (ಡಿಡ್ ಯೂ ಗೋ ಅಲೋನ್?)
ಗೋಪಾಲ್ -ಇಲ್ಲವೇ ಇಲ್ಲ. ನಾನು ಏಕೆ ಒಬ್ಬನೇ ಹೋಗಬೇಕು. ಅಪ್ಪ ಮತ್ತು ನನ್ನ ತಂಗಿ ಲೀಲಾ ನನ್ನ ಜೊತೆ ಇದ್ದರು.	Not at all, Why I should have gone alone. Father was with me and Younger sister Leela was also there. (ನಾಟ್ ಆಲ್, ವೈ ಐ ಶುಡ್ ಹಾವ್ ಗಾನ್ ಅಲೋನ್. ಫಾದರ್ ವಾಸ್ ವಿತ್ ಮಿ ಅಂಡ್ ಯಂಗರ್ ಸಿಸ್ಟರ್ ಲೀಲಾ ವಾಸ್ ಆಲ್ಸೋ ತೇರ್.)
ದಿಲೀಪ್ - ನೀನು ನನಗೆ ಏಕೆ ಹೇಳಲಿಲ್ಲ? ನಾನು ನಿನ್ನೊಂದಿಗೆ ಬರುತ್ತಿದ್ದೆ. ಇದು ನಿನ್ನ ಮೊದಲನೇ ಸಲವೇ?	Why did you not tell me? I could have accompanied. Did you go for the first time. (ವೈ ಡಿಡ್ ಯೂ ನಾಟ್ ಟೆಲ್ ಮೀ? ಐ ಕುಡ್ ಹಾವ್ ಅಕ್ಕಮ್‌ಪನೀಡ್.)
ಗೋಪಾಲ್ -ಇದನ್ನು ನಾವು ಮೊದಲು ನಿರ್ಧರಿಸಿರಲಿಲ. ಇಲ್ಲದಿದ್ದರೆ ನಾನು ನಿನಗೆ ತಿಳಿಸುತ್ತಿದ್ದೆ. ನಾನು ಈಗಾಗಲೇ ಎರಡು ಸಾರಿ ಹೋಗಿದ್ದೇನೆ.	It was not pre-planned, other wise I would have told you. I have already visited it twice. (ಇಟ್ ವಾಸ್ ನಾಟ್ ಪ್ರೀ ಪ್ಲಾನ್ನ್‌ಡ್, ಅದರ್‌ವೈಸ್ ಐ ವುಡ್ ಹಾವ್ ಟೋಲ್ಡ್ ಯೂ. ಐ ಹಾವ್ ಆಲ್ರೆಡಿ ವಿಸಿಟೆಡ್ ಇಟ್ ಟ್ವೈಸ್.)
ದಿಲೀಪ್ - ನಾನು ಒಂದು ಸಾರಿ ಹೋಗಿದ್ದೇನೆ. ನಾನು ಮುಂಬೈ ಮೃಗಾಲಯವನ್ನು ನೋಡಿದ್ದೇನೆ.	I too have visited once. I have seen the zoo of Bombay also, but then I was quite young. (ಐ ಟೂ ಹಾವ್ ವಿಸಿಟೆಡ್ ಒನ್ಸ್. ಐ ಹಾವ್ ಸೀನ್

ಆದರೆ ಆಗ ನಾನು ತುಂಬಾ ಸಣ್ಣವನಾಗಿದ್ದೆ.

ದಿ. ಝೂ ಆಫ್ ಬಾಂಬೇ ಆಲ್ಸೋ, ಬಟ್ ತೆನ್ ಐ ವಾಸ್ ಕ್ವೈಟ್ ಯಂಗ್.)

ಗೋಪಾಲ್ -ದೆಹಲಿಯಲ್ಲಿರುವ ಝೂ ಎಷ್ಟು ದೊಡ್ಡದಾಗಿದೆ? ಅಲ್ಲಿ ಎಷ್ಟು ಪ್ರಾಣಿಗಳಿವೆ?

How big is Delhi's zoo and how many animals there are! (ಹೌ ಬಿಗ್ ಈಸ್ ಡೆಲ್ಲಿಸ್ ಝೂ ಅಂಡ್ ಹೌ ಮೆನಿ ಅನಿಮೆಲ್ಸ್ ತೇರ್ ಆರ್!)

ದಿಲೀಪ್ - ಅಲ್ಲಿ ತುಂಬಾ ಕೂಟವಿತ್ತೇ?

Was there great rush? (ವಾಸ್ ದೇರ್ ಗ್ರೇಟ್ ರಶ್?)

ಗೋಪಾಲ್ -ಅಲ್ಲಿ ಯಾವಾಗಲೂ ಜನರ ಗುಂಪು ಹೆಚ್ಚಾಗಿರುತ್ತದೆ. ಜನರು ದೂರದ ಊರುಗಳಿಂದ ಅಲ್ಲಿಗೆ ಬರುತ್ತಾರೆ. ನಿನ್ನೆ ಭಾನುವಾರವಾಗಿತ್ತು. ಬೇರೆ ಬೇರೆ ಶಾಲೆಗಳಿಂದ ಮಕ್ಕಳು ಬಂದಿದ್ದರು.

There is always a great rush of visitors. People come from far off places to visit. Yesterday it was Sunday. Children of several schools had come. (ದೇರ್ ಈಸ್ ಆಲ್ವೇಸ್ ಎ ಗ್ರೇಟ್ ರಶ್ ಆಫ್ ವಿಸಿಟರ್ಸ್. ಪೀಪ್ಲ್ ಕಮ್ ಫ್ರಮ್ ಫಾರ್ ಆಫ್ ಪ್ಲೇಸೆಸ್ ಟು ವಿಸಿಟ್. ಎಸ್ಟೆರ್ಡೇ ಇಟ್ ವಾಸ್ ಸಂಡೇ. ಚಿಲ್ಡರನ್ ಆಫ್ ಸೆವೆರಲ್ ಸ್ಕೂಲ್ಸ್ ಹಾಡ್ ಕಮ್.)

ದಿಲೀಪ್ - ಹಾಗಾದರೆ, ತುಂಬಾ ಖುಷಿಯಾಗಿರುತ್ತಿತ್ತು. ಅಲ್ಲವೇ?

Then, it would have been a great enjoyment. (ದೆನ್, ಇಟ್ ವುಡ್ ಹಾವ್ ಬೀನ್ ಎ ಗ್ರೇಟ್ ಎನ್ಜಾಯ್‌ಮೆಂಟ್.)

ಗೋಪಾಲ್ -ಹೌದು ತುಂಬಾ ಚೆನ್ನಾಗಿತ್ತು. ನಾವು ಪ್ರವೇಶ ಚೀಟಿಗಳನ್ನು ಕೊಂಡು ಒಳಗೆ ಹೋಗಿದ್ದೆವು. ಅಲ್ಲಿ ಸುಂದರವಾದ ದೊಡ್ಡ ಪಾರ್ಕ್ ಮತ್ತು ನೀರಿನ ಸರೋವರಗಳು ಇದ್ದವು.

Yes it is so, We purchased the entry tickets and went in. There are beautiful and big parks and lakes. (ಯಸ್ ಇಟ್ ಈಸ್ ಸೋ. ವೀ ಪರ್‌ಚೇಸ್ಡ್ ದಿ ಎಂಟ್ರ ಟಿಕ್ಕೆಟ್ಸ್ ಅಂಡ್ ವೆಂಟ್ ಇನ್. ದೇರ್ ಆರ್ ಬ್ಯೂಟಿಫುಲ್ ಅಂಡ್ ಬಿಗ್ ಪಾರ್ಕ್ಸ್ ಅಂಡ್ ಲೇಕ್ಸ್.)

ದಿಲೀಪ್ - ನೀವು ಅಲ್ಲಿ ಏನು ನೋಡಿದಿರಿ? ಜಿರಾಫೆಯೂ ಇತ್ತೇ?

What did you see there? was the giraffe also there? (ವಾಟ್ ಡಿಡ್ ಯೂ ಸೀ ದೇರ್? ವಾಸ್ ದಿ ಜಿರಾಫ್ಫಿ ಆಲ್ಸೋ ದೇರ್?)

ಗೋಪಾಲ್ -ಓ ಹೌದು. ನಾವು ಜಿರಾಫೆಯನ್ನು ನೋಡಿದೆವು. ಎಷ್ಟು ದೊಡ್ಡ ಕತ್ತು, ಒಂಟೆಗಿಂತಲೂ ದೊಡ್ಡದು ಮತ್ತು ಸುಂದರವಾದದ್ದು.

Oh yes, we saw giraffe too, What a big neck, bigger than that of camel and beautiful! (ಹೋಹ್ ಯೆಸ್, ವೀ ಸಾ ಜಿರಾಫ್ಫಿ ಟೂ, ವಾಟ್ ಎ

ಬಿಗ್ ನೆಕ್, ಬಿಗ್ಗೆರ್ ದಾನ್ ದಟ್ ಆಫ್ ಕ್ಯಾಮಲ್ ಅಂಡ್ ಬ್ಯೂಟಿಫುಲ್.)

ದಿಲೀಪ್ - ನೀವು ಅಲ್ಲಿ ನೋಡಿದ ಕೆಲವು ಪಕ್ಷಿ ಮತ್ತು ಪ್ರಾಣಿಗಳ ಹೆಸರನ್ನು ಹೇಳು.

Name some birds and animals which you saw there. (ನೇಮ್ ಸಮ್ ಬರ್ಡ್ಸ್ ಅಂಡ್ ಅನಿಮಲ್ಸ್ ವಿಚ್ ಯೂ ಸಾ ದೇರ್)

ಗೋಪಾಲ್ -ನಮಗೆ ಪೂರ್ತಿಯಾಗಿ ನೋಡಲಾಗಲಿಲ್ಲ. ಆದರೂ ಸುಮಾರಷ್ಟನ್ನು ನೋಡಿದೆವು. ಏಕೆಂದರೆ, ಲೀಲಾ ಬೇಗನೆ ತುಂಬಾ ಸುಸ್ತಾಗಿ ಬಿಟ್ಟಳು.

We could not see the whole of it, but even then we saw much of it. The reason was that Leela got tired very soon. (ವೀ ಕುಡ್ ನಾಟ್ ಸೀ ದಿ ಹೋಲ್ ಆಫ್ ಇಟ್, ಬಟ್ ಈವನ್ ತೆನ್ ವೀ ಸಾ ಮಚ್ ಆಫ್ ಇಟ್. ದಿ ರೀಸನ್ ವಾಸ್ ದಟ್ ಲೀಲಾ ಗಾಟ್ ಟೈಯರ್ಡ್ ವೆರಿ ಸೂನ್.)

ದಿಲೀಪ್ - ನೀವು ಹಂಸಪಕ್ಷಿಗಳನ್ನು ನೋಡಿರಬಹುದು.

You might have seen swans? (ಯೂ ಮೈಟ್ ಹಾವ್ ಸೀನ್ ಸ್ವಾನ್ಸ್ ?)

ಗೋಪಾಲ್ -ಹೌದು. ಹಂಸಪಕ್ಷಿಗಳನ್ನು ನೋಡಿದೆವು. ಕಪ್ಪು ಹಂಸ ತುಂಬಾ ಸುಂದರವಾಗಿ ಕಾಣುತ್ತಿತ್ತು. ನಾವು ಇನ್ನೂ ಕೆಲವು ಪಕ್ಷಿಗಳಾದ ಪಾರಿವಾಳಗಳು, ಬಾತುಕೋಳಿಗಳು, ಗಿಳಿಗಳು, ಕುಕ್ಕೂಗಳು, ಬುಲ್ ಬುಲ್ ಮತ್ತು ಗುಬ್ಬಚ್ಚಿಗಳನ್ನು ನೋಡಿದೆವು.

Yes, swans also. The black swan was looking so beautiful. we saw many other birds like pigeons, ducks, parrots, cuckoos, bulbuls and sparrows. (ಯೆಸ್, ಸ್ವಾನ್ಸ್ ಆಲ್ಸೋ. ದಿ ಬ್ಲಾಕ್ ವಾಸ್ ಲುಕ್ಕಿಂಗ್ ಸೋ ಬ್ಯೂಟಿಫುಲ್ ವೀ ಸಾ ಮೆನಿ ಅದರ್ ಬರ್ಡ್ಸ್ ಲೈಕ್ ಪಿಜಿಯನ್ಸ್, ಡಕ್ಸ್, ಪ್ಯಾರೆಟ್ಸ್, ಕುಕ್ಕೂಸ್, ಬುಲ್‌ಬುಲ್ಸ್ ಅಂಡ್ ಸ್ಪಾರೋಸ್.)

ದಿಲೀಪ್ - ಮತ್ತು ಪ್ರಾಣಿಗಳು ?

And animals? (ಅಂಡ್ ಅನಿಮಲ್ಸ್?)

ಗೋಪಾಲ್- ಬಿಳಿ ಹುಲಿಗಳು, ಕರಡಿಗಳು, ರೈನೋಗಳು, ಹಿಪ್ಪೋಗಳು, ಜಿಂಕೆಗಳು, ಮಂಗಗಳು ಇನ್ನೂ ಮುಂತಾದುವು.

There are white tigers, bears, rhinos, hippos, deer, monkeys etc. of all kind of animal. (ದೇರ್ ಆರ್ ವೈಟ್ ಟೈಗರ್ಸ್, ಬಿಯರ್ಸ್, ರಿನೋಸ್, ಹಿಪ್ಪೋಸ್, ಡೀರ್, ಮಂಕೀಸ್ ಎಟ್ಸೆಟ್ರಾ. ಆಫ್ ಆಲ್ ಕೈಂಡ್ ಆಫ್ ಅನಿಮಲ್.)

ದಿಲೀಪ್ - ನಾನು ಅಲ್ಲಿಗೆ ಹೋಗಲು ಇಷ್ಟ ಪಡುತ್ತೇನೆ.

I also desire to go there some time. (ಐ ಆಲ್ಸೋ ಡಿಸೈರ್ ಟು ಗೋ

32

ತರಗತಿಯಲ್ಲಿ

IN THE CLASSROOM (ಇನ್ ದಿ ಕ್ಲಾಸ್‌ರೂಮ್)

ವಿದ್ಯಾರ್ಥಿಗಳು -	ಸರ್, ಗುಡ್ ಮಾರ್ನಿಂಗ್.	Sir, good morning. (ಸರ್, ಗುಡ್ ಮಾರ್ನಿಂಗ್.)
ಅಧ್ಯಾಪಕ -	ಗುಡ್ ಮಾರ್ನಿಂಗ್ ಹುಡುಗರಾ.	Good morning, boys. (ಗುಡ್ ಮಾರ್ನಿಂಗ್ ಬಾಯ್ಸ್.)
ರಮೇಶ್ -	ಸರ್, ಈ ದಿನ ತುಂಬಾ ಮಳೆ ಬರುತ್ತಿದೆ. ಎಲ್ಲ ಹುಡುಗರೂ ಬಂದಿಲ್ಲ. ಬರುವ ದಾರಿಯಲ್ಲಿ ಎಲ್ಲಾ ಕಡೆಯೂ ನೀರಿದೆ.	Sir, it has been raining heavily today, all the students have not come. There is water every where in the way. (ಸರ್, ಇಟ್ ಹಾಸ್ ಬೀನ್ ರೆಯ್‌ನಿಂಗ್ ಹೆವಿಲಿ ಟುಡೆ, ಆಲ್ ದಿ ಸ್ಟೂಡೆನ್ಟ್ಸ್ ಹಾವ್ ನಾಟ್ ಕಮ್. ತೇರ್ ಈಸ್ ವಾಟರ್ ಎವೆರಿವೇರ್ ಇನ್ ದಿ ವೇ.)
ಗಿರೀಶ್-	ಸರ್, ಮೋಹನನ ಮನೆ ಚಾವಣಿಯು ಹಾಳಾಗಿದೆ.	Sir, the roof of Mohan's house has collapsed. (ಸರ್, ದಿ ರೂಫ್ ಆಫ್ ಮೋಹನ್ಸ್ ಹೌಸ್ ಹಾಸ್ ಕೊಲ್ಲಾಪ್ಸ್ಡ.)
ಅಧ್ಯಾಪಕ-	ಯಾರಿಗಾದರೂ ಗಾಯಗಳಾಗಿವೆಯೇ?	Has anybody been hurt. (ಹಾಸ್ ಎನಿಬಡಿ ಬಿನ್ ಹರ್ಟ್.)
ಗಿರೀಶ್ -	ಇಲ್ಲ ಸರ್, ಯಾರಿಗೂ ಗಾಯಗಳಾಗಿಲ್ಲ.	No sir, no body was hurt. (ನೋ ಸಾರ್, ನೊಬಡಿ ವಾಸ್ ಹರ್ಟ್.)
ಅಧ್ಯಾಪಕ -	ಒಳ್ಳೆಯದು. ನಾನು ಈ ದಿನ ಹೊಸ ಪಾಠವನ್ನು ಆರಂಭಿಸುವುದಿಲ್ಲ. ನಾವು ಈ ದಿನ ಸಾಮಾನ್ಯ ಜ್ಞಾನದ ಬಗ್ಗೆ ಚರ್ಚಿಸೋಣ. ಶ್ಯಾಂ, ಭಾರತವು ಯಾವಾಗ ಸ್ವತಂತ್ರವಾಯಿತೆಂದು ನೀನು ಹೇಳು.	Well, I shall not begin a new lesson today. Let us discuss general knowledge. Shyam you tell me when did India become free. (ವೆಲ್, ಐ ಶಲ್ ನಾಟ್ ಬಿಗಿನ್ ಎ ನ್ಯೂ ಲೆಸ್ಸೆನ್ ಟುಡೇ. ಲೆಟ್ ಅಸ್ ಡಿಸ್ಕಸ್ ಜೆನರಲ್ ನಾಲೆಡ್ಜ್. ಶ್ಯಾಮ್ ಯೂ ಟೆಲ್ ಮಿ ವೆನ್ ಡಿಡ್ ಇಂಡಿಯಾ ಬಿಕಮ್ ಫ್ರೀ.)
ಶ್ಯಾಂ -	ಆಗಸ್ಟ್ 15, 1947 ರಂದು ಸರ್.	On 15th August, 1947 Sir. (ಆನ್ ಫಿಫ್ಟೀನ್ತ್ ಆಗಸ್ಟ್, ನೈನ್ಟೀನ್ ಫಾರ್ಟಿಸೆವೆನ್.)

ಅಧ್ಯಾಪಕರು -	ಸರಿಯಾದ ಉತ್ತರ. ಭಾರತದ ಮೊದಲ ಅಧ್ಯಕ್ಷರು ಯಾರು ? ನೀನು ಹೇಳು ಹಮೀದ್	Quite all right. Who was the first President of India? You answer Hamid. (ಕ್ವೈಟ್ ಆಲ್ ರೈಟ್. ಹೂ ವಾಸ್ ದಿ ಫರ್ಸ್ಟ್ ಪ್ರೆಸಿಡೆಂಟ್ ಆಫ್ ಇಂಡಿಯಾ? ಯೂ ಆನ್ಸರ್ ಹಮಿದ್.)
ಹಮೀದ್ -	ಪಂಡಿತ್ ಜವಹರ್ಲಾಲ್ ನೆಹರು, ಸರ್.	Pandit Jawaharlal Nehru, Sir. (ಪಂಡಿಟ್ ಜವಹರ್‌ಲಾಲ್ ನೆಹ್‌ರು, ಸರ್.)
ಅಧ್ಯಾಪಕ -	ಇಲ್ಲ, ಅವರು ಭಾರತದ ಮೊದಲ ಪ್ರಧಾನಿ. ಯಾರು ಹೇಳುತ್ತೀರಾ, ಸರಿ, ಗಣೇಶ್ ನೀನು ಹೇಳು.	No, he was the first Prime Minister. Who will answer, O.K. Ganesh, you tell. (ನೋ, ಹೀ ವಾಸ್ ದಿ ಫರ್ಸ್ಟ್ ಪ್ರೈಮ್ ಮಿನಿಸ್ಟರ್. ಹೂ ವಿಲ್ ಆನ್ಸರ್, ಓ.ಕೆ. ಗಣೇಶ್, ಯೂ ಟೆಲ್.)
ಗಣೇಶ್ -	ಸರ್, ಶ್ರೀ. ರಾಜೇಂದ್ರ ಪ್ರಸಾದ್ ಅವರು ಭಾರತದ ಮೊದಲ ಅಧ್ಯಕ್ಷರಾಗಿದ್ದರು.	Sir, Shri. Rajendra Prasad was the first President of India. (ಸರ್, ಶ್ರೀ. ರಾಜೇಂದ್ರ ಪ್ರಸಾದ್ ವಾಸ್ ದಿ ಫರ್ಸ್ಟ್ ಪ್ರೆಸಿಡೆಂಟ್ ಆಫ್ ಇಂಡಿಯಾ.)
ಅಧ್ಯಾಪಕ -	ನೀನು ಸರಿಯಾಗಿ ಹೇಳಿದೆ. ಮುಂದಿನ ಪ್ರಶ್ನೆ ಭಾರತದ ಉಕ್ಕಿನ ಮನುಷ್ಯ ಯಾರು?	You are right. Next question. Who is called the iron man of India? (ಯೂ ಆರ್ ರೈಟ್. ನೆಕ್ಸ್ಟ್ ಕ್ವೆಶ್ಚನ್. ಹೂ ಈಸ್ ಕಾಲ್ಡ್ ದಿ ಐರ್ನ್ ಮೇನ್ ಆಫ್ ಇಂಡಿಯಾ?)
ರಮೇಶ್ -	ನಾನು ಹೇಳಲೇ ಸರ್? ಸರದಾರ್ ವಲ್ಲಭ ಬಾಯ್ ಪಟೇಲ್, ಸರ್.	May I tell, sir? Sardar Vallabhai Patel, Sir. (ಮೇ ಐ ಟೆಲ್ ಸರ್? ಸರ್ದಾರ್ ವಲ್ಲಬಾಯ್ ಪಟೇಲ್, ಸರ್.)
ಅಧ್ಯಾಪಕ -	ಸರಿ, ಹರ್ಬೇರಿಯಮ್ ಎಂದರೆ ಏನೆಂದು ಹೇಳುತ್ತೀಯಾ?	Correct, can you tell me what is a herbarium (ಕರೆಕ್ಟ್, ಕ್ಯಾನ್ ಯೂ ಟೆಲ್ ಮಿ ವಾಟ್ ಈಸ್ ಎ ಹೆರ್‌ಬೇರಿಯಮ್.)
ವಿದ್ಯಾರ್ಥಿಗಳು -	ಇಲ್ಲ ಸರ್, ನಾವು ಇದನ್ನು ಮೊದಲ ಸಾರಿ ಕೇಳುತ್ತಿದ್ದೇವೆ.	No sir, we are hearing it for the first time. (ನೋ ಸಾರ್, ವೀ ಆರ್ ಹಿಯರಿಂಗ್ ಇಟ್ ಫಾರ್ ದಿ ಫರ್ಸ್ಟ್ ಟೈಮ್.)
ಅಧ್ಯಾಪಕ -	ಒಳ್ಳೆಯದು. ನಾನು ಹೇಳುತ್ತೇನೆ. ಹರ್ಬೇರಿಯಂ ಎಂದರೆ	O.K. I tell you. Herbarium is a place where a collection of dried and pressed plants is kept.

	ಒಣ ಗಿಡಗಳನ್ನು ಸಂಗ್ರಹ ಮಾಡಿಟ್ಟುರುವ ಸ್ಥಳ.	(ಓ.ಕೆ. ಐ ಟೆಲ್ ಯೂ. ಹೆರ್‌ಬೇರಿಯಮ್ ಈಸ್ ಓ ಪ್ಲೇಸ್ ವೇರ್ ಎ ಕಲ್ಲೆಕ್ಷನ್ ಆಫ್ ಡ್ರೈಡ್ ಅಂಡ್ ಪ್ರೆಸ್ಡ್ ಪ್ಲಾಂಟ್ಸ್ ಈಸ್ ಕೆಪ್ಟ್.)
ರಮೇಶ್ -	ಸರ್, ಐತಿಹಾಸಿಕ ವಸ್ತುಗಳನ್ನು ಸಂಗ್ರಹಿಸಿಡುವ ಸ್ಥಳಕ್ಕೆ ಏನೆಂದು ಕರೆಯುತ್ತಾರೆ?	Sir, what's that place called where collection of historical things are kept? (ಸರ್, ವಾಟ್ಸ್ ದಟ್ ಕಲ್ಲೆಕ್ಷನ್ ಆಫ್ ಹಿಸ್ಟೋರಿಕಲ್ ದಿಂಗ್ಸ್ ಆರ್ ಕೆಪ್ಟ್?)
ಅಧ್ಯಾಪಕರು -	ಆ ರೀತಿಯಾದ ಸ್ಥಳವನ್ನು ವಸ್ತು ಸಂಗ್ರಹಾಲಯವೆಂದು ಹೇಳುತ್ತೇವೆ.	Such a place is called museum. (ಸಚ್ ಎ ಪ್ಲೇಸ್ ಈಸ್ ಕಾಲ್ಡ್ ಮ್ಯೂಸಿಯಮ್.)
ಅಧ್ಯಾಪಕ -	ಹಿಂದಿಯಲ್ಲಿ ಜನಪ್ರಿಯವಾದ ಪುಸ್ತಕ ಯಾವುದು?	Which is the most popular Hindi book? (ವಿಚ್ ಈಸ್ ದಿ ಮೋಸ್ಟ್ ಪಾಪುಲರ್ ಹಿಂದಿ ಬುಕ್.)
ಹಬೀಬ್ -	ರಾಮಾಯಣ, ಸರ್.	Ramayana, sir. (ರಾಮಾಯಣ ಸರ್.)
ಅಧ್ಯಾಪಕ -	ಸರಿಯಾಗಿ ಹೇಳಿದೆ. ಆದರೆ ಪುಸ್ತಕದ ಲೇಖಕ ಯಾರೆಂದು ಹೇಳು.	Quite correct. But tell the author of the book. (ಕ್ವೈಟ್ ಕರ್ರೆಕ್ಟ್. ಬಟ್ ಟೆಲ್ ದಿ ಆತರ್ ಆಫ್ ದಿ ಬುಕ್.)
ಹಬೀಬ್ -	ಕವಿ ಶಿರೋಮಣಿಯಾದ ತುಲಸೀದಾಸ್, ಸರ್.	Crest-jewel of poets Tulsidas, sir. (ಕ್ರೆಸ್ಟ್-ಜಿವೆಲ್ ಆಫ್ ಪೊಯಟ್ಸ್ ತಿಲ್ಸಿದಾಸ್, ಸರ್.)
ಅಧ್ಯಾಪಕ -	ಎಕ್ಸಲೆಂಟ್ ! ಸಂಸ್ಕೃತದ ರಾಮಾಯಣವನ್ನು ಯಾರು ಬರೆದರು ?	Excellent! Who wrote the first Sanskrit Ramayana? (ಎಕ್ಸೆಲ್ಲೆಂಟ್! ಹೂ ರೋಟ್ ದಿ ಫರ್ಸ್ಟ್ ಸಾಂಸ್ಕ್ರಿಟ್ ರಾಮಾಯಣ?)
ಗಿರೀಶ್ -	ಮಹರ್ಷಿ ವಾಲ್ಮೀಕಿ ಮೊದಲು ಸಂಸ್ಕೃತದಲ್ಲಿ ರಾಮಾಯಣವನ್ನು ರಚಿಸಿದವರು.	Maharishi Valmiki was the first poet who wrote the Sanskrit Ramayana. (ಮಹರಿಶಿ ವಾಲ್ಮೀಕಿ ವಾಸ್ ದಿ ಫರ್ಸ್ಟ್ ಪೊಯಟ್ ಹೂ ರೋಟ್ ದಿ ಸಾಂಸ್ಕ್ರಿಟ್ ರಾಮಾಯಣ.)
ಅಧ್ಯಾಪಕ -	ನಿಮಗೆಲ್ಲಾ ಸಾಮಾನ್ಯ ಜ್ಞಾನವು ತುಂಬಾ ಚೆನ್ನಾಗಿದೆ. ನಾನು ಈಗ ಒಂದು ಕ್ಲಿಷ್ಟವಾದ ಪ್ರಶ್ನೆಯನ್ನು ಕೇಳುತ್ತೇನೆ.	You all have a very good general knowledge. O.K. now, I ask you a somewhat difficult question. (ಯೂ ಆಲ್ ಹಾವ್ ಎ ವೆರಿ ಗುಡ್

		ಜೆನೆರಲ್ ನಾಲೆಡ್ಜ್. ಓ.ಕೆ. ನೌ, ಐ ಆಸ್ಕ್ ಯೂ ಎ ಸಮ್‌ವಾಟ್ ಡಿಫಿಕಲ್ಟ್ ಕ್ವೆಶ್ಚನ್.)
ವಿದ್ಯಾರ್ಥಿಗಳು -	ಕೇಳಿ ಸರ್. ನಾವು ಆದಷ್ಟು ಉತ್ತರಿಸಲು ಪ್ರಯತ್ನಿಸುತ್ತೇವೆ.	Ask sir. We shall try our best to answer it. (ಆಸ್ಕ್ ಸರ್ ವೀ ಶಲ್ ಟ್ರೈ ಅವರ್ ಬೆಸ್ಟ್ ಟು ಆನ್ಸರ್ ಇಟ್.)
ಅಧ್ಯಾಪಕ -	ಎಲ್ಲಾ ಮರಗಿಡಗಳು ಏಕೆ ಹಸಿರು ಬಣ್ಣದ್ದಾಗಿವೆ?	Why are the leaves of plants and trees green? (ವೈ ಆರ್ ದಿ ಲೀವ್ಸ್ ಆಫ್ ಪ್ಲಾಂಟ್ಸ್ ಅಂಡ್ ಟ್ರೀಸ್ ಗ್ರೀನ್.)
–	ಯಾರೂ ಗೊತ್ತಿಲ್ಲ. ಸರಿ, ಹರೀಶ್ ನೀನು ಹೇಳು.	No body. Well, you try Harish. (ನೋ ಬಡಿ. ವೆಲ್ ಯೂ ಟ್ರೈ ಹರಿಶ್.)
ಹರೀಶ್ -	ಅವುಗಳಲ್ಲಿ ಹಸಿರು ಬಣ್ಣ ಇರುವುದರಿಂದ.	Because there is a green colour in them. (ಬಿಕಾಸ್ ದೇರ್ ಈಸ್ ಎ ಗ್ರೀನ್ ಕಲರ್.)
ಅಧ್ಯಾಪಕ -	ಆದರೆ ಏಕೆ ಹಸಿರು ಬಣ್ಣ? ನಾನು ಹೇಳುತ್ತೇನೆ. ಕ್ಲೋರೋಫಿಲ್ ಎಂಬ ಅಂಶವು ಅವುಗಳಲ್ಲಿರುವುದರಿಂದ.	But why is there green colour? I tell you, because a matter called chlorophyll is found in them. (ಬಟ್ ವೈ ಈಸ್ ದೇರ್ ಗ್ರೀನ್ ಕಲರ್? ಐ ಟೆಲ್ ಯು, ಬಿಕಾಸ್ ಎ ಮಾಟ್ಟೆರ್ ಕಾಲ್ಡ್ ಕ್ಲೋರೋಫಿಲ್ ಈಸ್ ಫೌಂಡ್ ಇನ್ ದೆಮ್.)

33

ಗ್ರಂಥಾಲಯದ ಬಗ್ಗೆ

ABOUT THE LIBRARY (ಅಬೌಟ್ ದಿ ಲೈಬ್ರೆರಿ)

ವ್ಯಕ್ತಿ -	ನಮಸ್ಕಾರ ಮಹಾಶಯರೇ.	Good morning sir. (ಗುಡ್ ಮಾರ್ನಿಂಗ್ ಸರ್.)
ಲೈಬ್ರರಿಯನ್ -	ನಮಸ್ಕಾರ. ನಿಮಗೆ ನಾನು ಏನು ಮಾಡಲಿ ?	Good morning please, What can I do for you? (ಗುಡ್ ಮಾರ್ನಿಂಗ್ ಪ್ಲೀಸ್, ವಾಟ್ ಕ್ಯಾನ್ ಐ ಡೂ ಫಾರ್ ಯೂ?)
ವ್ಯಕ್ತಿ -	ನಾನು ಲೈಬ್ರರಿಗೆ ಸದಸ್ಯ ನಾಗಬೇಕು.	I want to become a member of your library. (ಐ ವಾನ್ಟ್ ಟು ಬಿಕಮ್ ಎ ಮೆಂಬರ್ ಆಫ್ ಯುವರ್ ಲೈಬ್ರೆರಿ.)
ಲೈಬ್ರರಿಯನ್ -	ತುಂಬಾ ಸಂತೋಷ. ನೀವು ಎಲ್ಲಿ ವಾಸವಾಗಿದ್ದೀರಿ. ನಿಮ್ಮ ವೃತ್ತಿಯೇನು ?	With great pleasure. Where do you live and what is your occupation? (ವಿತ್ ಗ್ರೇಟ್ ಪ್ಲೆಶರ್. ವೇರ್ ಡೂ ಯು ಲಿವ್ ಅಂಡ್ ವಾಟ್ ಈಸ್ ಯುಅರ್ ಆಕ್ಯುಪೇಷನ್.)
ವ್ಯಕ್ತಿ -	ನಾನು ಒಬ್ಬ ಸರ್ಕಾರಿ ನೌಕರ ನಾನು ಚಾಂದ್ನಿ ಚೌಕ್‌ನಲ್ಲಿ ವಾಸವಾಗಿದ್ದೇನೆ	I'm a government servant and live in Chandni Chowk. (ಐಆಮ್ ಎ ಗವರ್ನ್‌ಮೆಂಟ್ ಸರ್ವೆಂಟ್ ಅಂಡ್ ಲಿವ್ ಇನ್ ಚಾಂದಿನಿ ಚೌಕ್.)
ಲೈಬ್ರರಿಯನ್ -	ಹತ್ತು ಪೈಸೆಗಳನ್ನು ಕೊಟ್ಟು ಈ ಫಾರ್ಮ್ ಅನ್ನು ತೆಗೆದುಕೊಳ್ಳಿ. ಯಾವುದಾದರೂ ಸರ್ಕಾರಿ ಅಧಿಕಾರಿಯಿಂದ ರುಜು ಮಾಡಿಸಿ ನನಗೆ ಮತ್ತೆ ಕೊಡಿ	Pay ten paise and take this form. Fill it up, get it attested by some gazetted officer and then return. (ಪೇ ಟೆನ್ ಪೈಸೆ ಅಂಡ್ ಟೇಕ್ ದಿಸ್ ಫಾರ್ಮ್ ಫಿಲ್ ಇಟ್ ಅಪ್, ಗೆಟ್ ಇಟ್ ಅಟೆಸ್ಟೆಡ್ ಬೈ ಸಮ್ ಗೆಸ್ಟೆಟೆಡ್ ಆಫೀಸೆರ್ ಅಂಡ್ ದೆನ್ ರಿಟರ್ನ್.)
ವ್ಯಕ್ತಿ-	ನಾನು ಸದಸ್ಯತ್ವದ ದರ ಏನಾದರೂ ಕಟ್ಟಬೇಕೆ ?	Have I to pay some membership fee? (ಹಾವ್ ಐ ಟು ಪೇ ಸಮ್ ಮೆಂಬರ್‌ಷಿಪ್ ಫೀ?)
ಲೈಬ್ರರಿಯನ್ -	ಇಲ್ಲ. ಇದೆಲ್ಲಾ ಉಚಿತ.	No, it is all free. (ನೋ, ಇಟ್ ಈಸ್ ಆಲ್ ಫ್ರೀ?)

ವ್ಯಕ್ತಿ -	ಒಂದು ಸಲಕ್ಕೆ ಎಷ್ಟು ಪುಸ್ತಕಗಳನ್ನು ಕೊಡಲಾಗುತ್ತದೆ?	How many books are issued at a time? (ಹೌ ಮೆನಿ ಬುಕ್ಸ್ ಆರ್ ಇಶ್ಯೂಡ್ ಅಟ್ ಎ ಟೈಮ್.)
ಲೈಬ್ರರಿಯನ್ -	ನಿಮಗೆ ಮೂರು ಕಾರ್ಡುಗಳನ್ನು ಕೊಡಲಾಗುವುದು. ನೀವು ಒಂದೇ ಸಲ ಮೂರು ಪುಸ್ತಕಗಳನ್ನು ತೆಗೆದುಕೊಳ್ಳಬಹುದು.	You will be given three cards and you can get issued three books at a time. (ಯೂ ವಿಲ್ ಬಿ ಗಿವನ್ ತ್ರೀ ಕಾರ್ಡ್ಸ್ ಅಂಡ್ ಯೂ ಕ್ಯಾನ್ ಗೆಟ್ ಇಶ್ಯೂಡ್ ತ್ರೀ ಬುಕ್ಸ್ ಅಟ್ ಎ ಟೈಮ್.)
ವ್ಯಕ್ತಿ -	ಈ ಪುಸ್ತಕಗಳನ್ನು ಎಷ್ಟು ದಿನಗಳ ವರೆಗೆ ನೀಡಲಾಗುವುದು ?	For how many days will these be issued? (ಫಾರ್ ಹೌ ಮೆನಿ ಡೇಸ್ ವಿಲ್ ದೀಸ್ ಬಿ ಇಶ್ಯೂಡ್.)
ಲೈಬ್ರರಿಯನ್ -	ಹದಿನೈದು ದಿನಗಳವರೆಗೆ. ಇದಾದ ನಂತರ ನೀವು ಇವುಗಳನ್ನೇ ಮತ್ತೆ ಪಡೆಯಬಹುದು ಅಥವಾ ಇವುಗಳನ್ನು ಕೊಟ್ಟು ಬಿಡಬೇಕು. ಇಲ್ಲವಾದರೆ ಒಂದು ದಿನಕ್ಕೆ ಹತ್ತು ಪೈಸೆಯಂತೆ ದಂಡ ಕಟ್ಟಬೇಕು.	For a fortnight. After this you can get these reissued or return them otherwise you have to pay a fine of ten paisa per day. (ಫಾರ್ ಎ ಫೋರ್ಟ್‌ನೈಟ್. ಆಫ್ಟರ್ ದಿಸ್ ಯೂ ಕ್ಯಾನ್ ಗೆಟ್ ದೀಸ್ ರೀಇಶ್ಯೂಡ್ ಆರ್ ರಿಟರ್ನ್ ದೆಮ್ ಅದರ್‌ವೈಸ್ ಯೂ ಹಾವ್ ಟು ಪೇ ಎ ಫೈನ್ ಆಫ್ ಟೆನ್ ಪೈಸಾ ಪೆರ್ ಡೇ.)
ವ್ಯಕ್ತಿ -	ಗ್ರಂಥಾಲಯದ ಸಮಯದ ವೇಳೆ ಎಷ್ಟು ?	What are the library timings? (ವಾಟ್ ಆರ್ ದಿ ಲೈಬ್ರೆರಿ ಟೈಮಿಂಗ್ಸ್?)
ಲೈಬ್ರರಿಯನ್ -	ಬೆಳಿಗ್ಗೆ10 ಗಂಟೆಯಿಂದ ಸಾಯಿಂಕಾಲ 6ರ ವರೆಗೂ. ಭಾನುವಾರ ಮತ್ತು ಬೇರೆ ರಜಾ ದಿನಗಳಲ್ಲಿ ಮುಚ್ಚಿರುತ್ತದೆ.	From 10 a.m. to 6 p.m. It remains closed on Sundays and other holidays. (ಫ್ರಮ್ ಟೆನ್ ಎ.ಎಮ ಟು ಸಿಕ್ಸ್ ಪಿ.ಎಮ್. ಇಟ್ ರಿಮೈನ್ಸ್ ಕ್ಲೋಸ್ಡ್ ಆನ್ ಸನ್‌ಡೇಸ್ ಅಂಡ್ ಅದರ್ ಹಾಲಿಡೇಸ್.)
ವ್ಯಕ್ತಿ -	ಲೈಬ್ರರಿಯಲ್ಲಿ ಎಷ್ಟು ಪುಸ್ತಕಗಳಿವೆ? ಥಿಯೇಟರ್‌ನ ಬಗ್ಗೆ ಯಾವುದಾದರೂ ಪುಸ್ತಕಗಳಿವೆಯೇ?	What's the number of books in the library? Are there books on theatre also? (ವಾಟ್ಸ್ ದಿ ನಂಬರ್ ಆಫ್ ಬುಕ್ಸ್ ಇನ್ ದಿ ಲೈಬ್ರೆರಿ.)
ಲೈಬ್ರರಿಯನ್ -	ನಮ್ಮ ಗ್ರಂಥಾಲಯದಲ್ಲಿ 30 ಸಾವಿರ ಪುಸ್ತಕಗಳಿವೆ.	We have about 30 thousand books in our library. Not only on

	ಥಿಯೇಟರ್ ಬಗ್ಗೆ ಅಲ್ಲದೆ ಬೇರೆ ಬೇರೆ ಎಲ್ಲಾ ವಿಷಯದ ಪುಸ್ತಕಗಳೂ ಇವೆ.	theatre we have books nearly on all subjects. (ವೀ ಹಾವ್ ಅಬೌಟ್ ತರ್ಟಿ ತೌಸಂಡ್ ಬುಕ್ಸ್ ಇನ್ ಅವರ್ ಲೈಬ್ರೆರಿ. ನಾಟ್ ಒನ್ಲಿ ಆನ್ ತಿಯೇಟರ್ ವೀ ಹಾವ್ ವಿ ಹಾವ್ ಬುಕ್ಸ್ ನಿಯರ್ಲಿ ಆನ್ ಆಲ್ ಸಬ್ಜೆಕ್ಟ್ಸ್.)
ವ್ಯಕ್ತಿ -	ದಿನಪತ್ರಿಕೆ ಮತ್ತು ನಿಯತ ಕಾಲಿಕ ಪುಸ್ತಕಗಳನ್ನು ಓದುವ ವ್ಯವಸ್ಥೆ ಇದೆಯೇ?	Is there a facility of reading newspapers and magazines? (ಇಸ್ ದೇರ್ ಎ ಫೆಸಿಲಿಟಿ ಆಫ್ ರೀಡಿಂಗ್ ನ್ಯೂಸ್ ಪೇಪರ್ಸ್ ಅಂಡ್ ಮ್ಯಾಗಸೈನ್ಸ್?)
ಲೈಬ್ರರಿಯನ್ -	ನಮ್ಮಲ್ಲಿ ಒಂದು ಒಳ್ಳೆಯ ಓದುವ ಕೋಣೆಯಿದೆ. ಅಲ್ಲಿ ಎಲ್ಲಾ ಪತ್ರಿಕೆಗಳೂ ನಿಯತ ಕಾಲಿಕಗಲೂ ಬರುತ್ತವೆ.	We have a very good reading room. There we get all types of papers and magazines. (ಈಸ್ ದೇರ್ ಎ ಫಾಕಲ್ಟಿ ಆಫ್ ರೀಡಿಂಗ್ ನ್ಯೂಸ್‌ಪೇಪರ್ಸ್ ಅಂಡ್ ಮ್ಯಾಗಜಿನ್ಸ್.)
ವ್ಯಕ್ತಿ -	ತುಂಬಾ ಧನ್ಯವಾದಗಳು ನಾನು ನಾಳೆ ಬಂದು ಸದಸ್ಯ ನಾಗುತ್ತೇನೆ.	Thank you so much. I shall come tomorrow and become a member. (ತ್ಯಾಂಕ್ ಯೂ ಸೋ ಮಚ್. ಐ ಶಲ್ ಕಮ್ ಟುಮಾರೋ ಅಂಡ್ ಬಿಕಮ್ ಎ ಮೆಂಬೆರ್.)
ಲೈಬ್ರರಿಯನ್ -	ನಿಮಗೆ ಸಹಾಯ ಮಾಡಲು ನಮಗೆ ತುಂಬಾ ಸಂತೋಷ	We shall be glad to do so. (ವೀ ಶಲ್ ಬಿ ಗ್ಲಾಡ್ ಟು ಡೂ ಸೋ.)

34

ಬ್ಯಾಂಕಿನಲ್ಲಿ ಖಾತೆಯನ್ನು ಆರಂಭಿಸುವುದು
OPENING A BANK ACCOUNT
(ಓಪೆನಿಂಗ್ ಎ ಬ್ಯಾಂಕ್ ಅಕೌಂಟ್)

ಗ್ರಾಹಕ -	ಬ್ಯಾಂಕ್ ಮ್ಯಾನೇಜರ್ ಎಲ್ಲಿ ಕುಳಿತುಕೊಳ್ಳುತ್ತಾರೆ? ನಾನು ಅವರನ್ನು ನೋಡಬೇಕಾಗಿದೆ.	Where does the Bank Manager sit? I want to see him. (ವೇರ್ ಡಸ್ ದಿ ಬ್ಯಾಂಕ್ ಮ್ಯಾನೇಜರ್ ಸಿಟ್? ಐ ವಾಂಟ್ ಟು ಸೀ ಹಿಂ.)
ಬ್ಯಾಂಕ್ ಕ್ಲರ್ಕ್ -	ಹೌದು. ನೀವು ಅವರನ್ನು ನೋಡಬಹುದು. ಅವರು ಆ ಕೋಣೆಯಲ್ಲಿ ಕುಳಿತಿದ್ದಾರೆ. ನಾನು ನಿಮಗೆ ಸಹಾಯ ಮಾಡಲೇ ?	Yes, you can see him. He sits there in that room. Can I help you please. (ಯಸ್, ಯೂ ಕ್ಯಾನ್ ಸೀ ಹಿಮ್ ಹೀ ಸಿಟ್ಸ್ ದೇರ್ ಇನ್ ದಟ್ ರೂಮ್. ಕ್ಯಾನ್ ಐ ಹೆಲ್ಪ್ ಯೂ ಪ್ಲೀಸ್.)

ಗ್ರಾಹಕ -	ತುಂಬಾ ಧನ್ಯವಾದಗಳು	Thank you so much. (ತ್ಯಾಂಕ್ ಯೂ ಸೋ ಮಚ್.)
ಕ್ಲರ್ಕ್ -	ಪರವಾಗಿಲ್ಲ ಬಿಡಿ. ನೀವು ಮ್ಯಾನೇಜರ್ ಅವರನ್ನು ನೋಡಬಹುದು ಅವರು ನಿಮ್ಮನ್ನು ನೋಡಲು ಇಷ್ಟ ಪಡುತ್ತಾರೆ.	No mention please, you can see the manager. He will be pleased to see you. (ನೋ ಮೆನ್‌ಷನ್ ಪ್ಲೀಸ್, ಯೂ ಕ್ಯಾನ್ ಸೀ ದಿ ಮ್ಯಾನೇಜರ್. ಹೀ ವಿಲ್ ಬಿ ಪ್ಲೀಸ್ಡ್ ಟು ಸೀ ಯೂ.)
ಗ್ರಾಹಕ -	ಅವರ ಹೆಸರನ್ನು ನಾನು ತಿಳಿದುಕೊಳ್ಳಬಹುದೇ ?	May I know his good name please? (ಮೇ ಐ ನೋ ಹಿಸ್ ಗುಡ್ ನೇಮ್ ಪ್ಲೀಸ್.)
ಕ್ಲರ್ಕ್ -	ಖಂಡಿತವಾಗಿ. ಅವರ ಹೆಸರು ಶ್ರೀ ಪಂಚಾನನ ಪಾಠಕ್ ಅಂತ.	Surely. His name is Mr. Panchanan Pathak. (ಶೂರ್ಲಿ. ಹಿಸ್ ನೇಮ್ ಈಸ್ ಮಿಸ್ಟರ್. ಪಂಚಾನ ಪಾಠಕ್.)
ಗ್ರಾಹಕ -	ಥ್ಯಾಂಕ್ಯೂ	Thank you. (ತ್ಯಾಂಕ್ ಯೂ.)
ಗ್ರಾಹಕ -	ನಾನು ಒಳಗೆ ಬರಬಹುದಾ?	May I come in Please? (ಮೇ ಐ ಕಮ್ ಇನ್ ಪ್ಲೀಸ್.)
ಮ್ಯಾನೇಜರ್ -	ದಯವಿಟ್ಟು ಬನ್ನಿ.	Yes, with great pleasure. (ಯಸ್, ವಿತ್ ಗ್ರೇಟ್ ಪ್ಲೆಷರ್.)
ಗ್ರಾಹಕ -	ನನ್ನ ಹೆಸರು ರಾಮೇಶ್ವರ ಶುಕ್ಲ.	My name is Rameshware Shukla. (ಮೈ ನೇಮ್ ಈಸ್ ರಾಮೇಶ್ವರ ಶುಕ್ಲ.)
ಮ್ಯಾನೇಜರ್ -	ನಿಮ್ಮನ್ನು ಭೇಟಿಯಾಗಲು ನನಗೆ ತುಂಬಾ ಸಂತೋಷ. ನಿಮಗೆ ಯಾವ ರೀತಿಯ ಸೇವೆಯನ್ನು ಮಾಡಬೇಕು?	I'm very glad to see you. What service can I render you? (ಐಆಮ್ ವೆರಿ ಗ್ಲಾಡ್ ಟು ಸೀ ಯು. ವಾಟ್ ಸರ್ವಿಸ್ ಕ್ಯಾನ್ ಐ ರೆಂಡೆರ್ ಯೂ?)
ಗ್ರಾಹಕ -	ನಿಮ್ಮ ಬ್ಯಾಂಕಿನಲ್ಲಿ ನಾನು ಒಂದು ಖಾತೆಯನ್ನು ತೆರೆಯಬೇಕು.	I want to open an account in your bank. (ಐ ವಾಂಟ್ ಟು ಓಪೆನ್ ಆನ್ ಅಕೌಂಟ್ ಇನ್ ಯುಆರ್ ಬ್ಯಾಂಕ್.)
ಮ್ಯಾನೇಜರ್ -	ಸಂತೋಷದಿಂದ ಮಾಡುತ್ತೇನೆ. ನಿಮಗೆ ಯಾವ ವಿಧವಾದ ಖಾತೆ ತೆರೆಯಬೇಕೆಂದು ದಯವಿಟ್ಟು ಹೇಳಿ.	With pleasure, will you please tell me which type of account do you want to open? (ವಿತ್ ಪ್ಲೆಷರ್, ವಿಲ್ ಯೂ ಪ್ಲೀಸ್ ಟೆಲ್ ಮಿ ವಿಚ್ ಟೈಪ್ ಆಫ್ ಅಕೌಂಟ್ ಡು ಯೂ ವಾಂಟ್ ಟು ಓಪೆನ್?)

ಗ್ರಾಹಕ -	ನನಗೆ ಉಳಿತಾಯ ಖಾತೆ ತೆರೆಯಬೇಕಾಗಿದೆ.	I want to open a saving bank account. (ಐ ವಾಂಟ್ ಟು ಓಪೆನ್ ಎ ಸೇವಿಂಗ್ಸ್ ಬ್ಯಾಂಕ್ ಅಕೌಂಟ್.)
ಮ್ಯಾನೇಜರ್ -	ನೀವು ಒಂಟಿ ಖಾತೆ ಅಥವಾ ಸಂಯುಕ್ತ ಖಾತೆ ತೆರೆಯುತ್ತೀರೋ ?	Do you want to open a single or a joint account? (ಡೂ ಯೂ ವಾಂಟ್ ಟು ಓಪೆನ್ ಎ ಸಿಂಗಲ್ ಆರ್ ಎ ಜಾಯಿಂಟ್ ಅಕೌಂಟ್.)
ಗ್ರಾಹಕ-	ನನಗೆ ನನ್ನ ತಮ್ಮನ ಜೊತೆ ಸೇರಿ ಸಂಯುಕ್ತ ಖಾತೆಯನ್ನು ತೆರೆಯಬೇಕು.	I want to open a joint account with my younger brother. (ಐ ವಾನ್ಟ್ ಟು ಓಪೆನ್ ಎ ಜಾಯಿಂಟ್ ಅಕೌಂಟ್ ವಿತ್ ಮೈ ಯಂಗರ್ ಬ್ರದರ್.)
ಮ್ಯಾನೇಜರ್ -	ನಿಮ್ಮ ತಮ್ಮ ಇಲ್ಲಿ ಬಂದಿದ್ದಾರೆಯೇ ?	Has your brother come here? (ಹಾಸ್ ಯುಅರ್ ಬ್ರದೆರ್ ಕಮ್ ಹಿಅರ್?)
ಗ್ರಾಹಕ -	ಇಲ್ಲ, ಅವನು ಈಗ ಇಲ್ಲಿಗೆ ಬಂದಿಲ್ಲ.	No, he is not here at the moment. (ನೋ, ಹೀ ಈಸ್ ನಾಟ್ ಹಿಅರ್ ಅಟ್ ದಿ ಮೊಮೆಂಟ್.)
ಮ್ಯಾನೇಜರ್ -	ಆದರೆ ಅವರು ಇಲ್ಲಿರಬೇಕು. ನಾನು ಖಾತೆ ತೆರೆಯಲಿಕ್ಕೆ ಅರ್ಜಿಗಳನ್ನುಕೊಡುತ್ತೇನೆ. ಇವುಗಳನ್ನು ನೀವು ಖಾತೆ ಇರುವವರಿಂದ ಪರಿಚಯಿಸಬೇಕು.	But his presence is essential. I am giving you forms for opening a joint account. You get these introduced by some one who has already an account in the bank. (ಬಟ್ ಹಿಸ್ ಪ್ರೆಸೆಂಸ್ ಈಸ್ ಎಸ್ಸೆಂಶಿಯಲ್. ಐ ಆಮ್ ಗಿವಿಂಗ್ ಯೂ ಫಾರ್ಮ್ಸ್ ಫಾರ್ ಓಪೆನಿಂಗ್ ಎ ಜಾಯಿಂಟ್ ಅಕೌಂಟ್ ಯೂ ಗೆಟ್ ದೀಸ್ ಇಂಟ್ರೋಡ್ಯೂಸ್ಡ್ ಬೈ ಸಮ್‌ಒನ್ ಹೂ ಹಾಸ್ ಆಲ್ರೆಡಿ ಆನ್ ಅಕೌಂಟ್ ಇನ್ ದಿ ಬ್ಯಾಂಕ್)
ಗ್ರಾಹಕ -	ಎಷ್ಟು ಹಣವನ್ನು ಪಾವತಿಸಿ ಖಾತೆಯನ್ನು ತೆರೆಯಬೇಕು ?	With how much money this account can be opened? (ವಿತ್ ಹೌ ಮಚ್ ಮನಿ ದಿಸ್ ಅಕೌಂಟ್ ಕ್ಯಾನ್ ಬಿ ಓಪೆನ್ಡ್)
ಮ್ಯಾನೇಜರ್ -	ಐದು ರೂಪಾಯಿಗಳಿಂದ.	With five rupees only. (ವಿತ್ ಫೈವ್ ರುಪೀಸ್ ಒನ್ಲಿ.)

ಗ್ರಾಹಕ -	ಆದರೆ ನನಗೆ ಚೆಕ್ ಬುಕ್‌ನ ಸೌಲಭ್ಯ ಪಡೆಯಬೇಕು.	But I want to avail myself of the cheque-book facility. (ಬಟ್ ಐ ವಾಂಟ್ ಟು ಅವೈಲ್ ಮೈಸೆಲ್ಫ್ ಆಫ್ ದಿ ಚೆಕ್-ಬುಕ್ ಫೆಸಿಲಿಟಿ.)
ಮ್ಯಾನೇಜರ್ -	ಹಾಗಿದ್ದಲ್ಲಿ, ನೀವು ಕನಿಷ್ಠ ನೂರು ರೂಪಾಯಿಗಳನ್ನು ಪಾವತಿಸಿ, ಯಾವಾಗಲೂ ಖಾತೆಯಲ್ಲಿ ನೂರು ರೂಪಾಯಿಗಳಿರುವಂತೆ ನೋಡಿಕೊಳ್ಳಬೇಕು.	In that case, you have to open the account with minimum of hundred rupees and there should always remain a minimum balance of hundred rupees. (ಇನ್ ದಟ್ ಕೇಸ್, ಯೂ ಹಾವ್ ಟು ಓಪೆನ್ ದಿ ಅಕೌಂಟ್ ವಿತ್ ಮಿನಿಮಮ್ ಆಫ್ ಹಂಡ್ರೆಡ್ ರುಪೀಸ್ ಅಂಡ್ ದೇರ್ ಶುಡ್ ಆಲ್ವೇಸ್ ರಿಮೆಯ್‌ನ್ ಎ ಮಿನಿಮಮ್ ಬ್ಯಾಲಂಸ್ ಆಫ್ ಹಂಡ್ರೆಡ್ ರುಪೀಸ್.)
ಗ್ರಾಹಕ -	ಸರಿ. ಧನ್ಯವಾದಗಳು. ನಾನು ನನ್ನ ತಮ್ಮನೊಂದಿಗೆ ನಾಳೆ ಬರುತ್ತೇನೆ.	OK. Thank you. I shall come tomorrow with my brother. (ಓ.ಕೆ. ತ್ಯಾಂಕ್ ಯೂ. ಐ ಶಲ್ ಕಮ್ ಟುಮಾರ್ರೋ ವಿತ್ ಮೈ ಬ್ರದೆರ್.)
ಮ್ಯಾನೇಜರ್ -	ಇದೋ ಈ ಅರ್ಜಿಗಳನ್ನು ತೆಗೆದುಕೊಳ್ಳಿ. ಅವುಗಳನ್ನು ಭರ್ತಿ ಮಾಡಿ ತೆಗೆದುಕೊಂಡು ಬನ್ನಿ.	Here are the forms. Brings these duly filled in. (ಹಿಅರ್ ಆರ್ ದಿ ಫಾರ್ಮ್ಸ್. ಬ್ರಿಂಗ್ ದೀಸ್ ಡ್ಯೂಲಿ ಫಿಲ್ಡ್ ಇನ್.)
ಗ್ರಾಹಕ -	ಸರಿ. ನಾನು ನಾಳೆ ಬರುತ್ತೇನೆ.	OK. I shall come tomorrow. (ಓ.ಕೆ ಐ ಶಲ್ ಕಮ್ ಟುಮಾರ್ರೋ.)
ಮ್ಯಾನೇಜರ್ -	ನಿಮ್ಮ ಭೇಟಿಗೆ ಧನ್ಯವಾದಗಳು. ನಾಳೆ ನೋಡೋಣ.	Thank you for the visit. Hope to see you tomorrow. (ತ್ಯಾಂಕ್ ಯೂ ಫಾರ್ ದಿ ವಿಸಿಟ್.)
ಗ್ರಾಹಕ -	ನಿಮಗೆ ತೊಂದರೆ ಕೊಟ್ಟಿದ್ದಕ್ಕೆ ಕ್ಷಮಿಸಿ. ಹೋಗಿಬರುತ್ತೇನೆ.	Thank you for the trouble. Well good bye. (ತ್ಯಾಂಕ್ ಯೂ ಫಾರ್ ದಿ ಟ್ರಬ್ಲ್. ವೆಲ್ ಗುಡ್ ಬೈ.)
ಮ್ಯಾನೇಜರ್ -	ಹೋಗಿಬನ್ನಿ.	Good bye. (ಗುಡ್ ಬೈ.)

35

ರೈಲ್ವೇ ಪ್ಲಾಟ್‌ಫಾರ್ಮ್‌ನಲ್ಲಿ
ON THE RAILWAY PLATFORM
(ಆನ್ ದಿ ರೈಲ್ವೇ ಪ್ಲಾಟ್‌ಫಾರ್ಮ್)

1.ಪ್ರಯಾಣಿಕ -	ನನಗೆ ಪ್ಲಾಟ್‌ಫಾರ್ಮ್ ನಂ. 3 ಎಲ್ಲಿದೆ ಎಂದು ಹೇಳುತ್ತೀರಾ ?	Can you tell me where is platform no 3? (ಕ್ಯಾನ್ ಯೂ ಟೆಲ್ ಮಿ ವೇರ್ ಈಸಿ ದಿ ಪ್ಲಾಟ್‌ಫಾರ್ಮ್ ನಂಬರ್ ತ್ರೀ?)
ಕೂಲಿ -	ಓವರ್ ಬ್ರಿಡ್ಜ್ ಹತ್ತಿ ಹೋದರೆ ಬಲಗಡೆಗೆ ಬರೆದಿದ್ದಾರೆ.	Across the over bridge to the right, it is written there. (ಅಕ್ರಾಸ್ ದಿ ಓವರ್ ಬ್ರಿಡ್ಜ್ ಟು ದಿ ರೈಟ್, ಇಟ್ ಈಸ್ ರಿಟ್ಟೆನ್ ದೇರ್.)
1.ಪ್ರಯಾಣಿಕ -	ಮುಂಬೈಗೆ ಹೋಗಲಿರುವ ಡೀಲಕ್ಸ್ ರೈಲು ಪ್ಲಾಟ್ ಫಾರ್ಮ್ ನಂ. 3 ರಲ್ಲಿ ಬರುತ್ತದಲ್ಲವೇ ?	Bombay bound deluxe arrives on platform no 3 isn't it? (ಬಾಂಬೆ ಬೌಂಡ್ ಡೀಲಕ್ಸ್ ಅರೈವ್ಸ್ ಆನ್ ಪ್ಲಾಟ್‌ಫಾರ್ಮ್ ನಂಬರ್ ತ್ರೀ ಇಸ್ನ್‌ಟ್ ಇಟ್.)
ಕೂಲಿ -	ಹೌದು. ಮೂರನೇ ಪ್ಲಾಟ್‌ಫಾರ್ಮ್‌ನಲ್ಲಿ ಬರುತ್ತದೆ.	Yes please, it comes on three. (ಯಸ್ ಪ್ಲೀಸ್, ಇಟ್ ಕಮ್ಸ್ ಆನ್ ತ್ರೀ.)
1.ಪ್ರಯಾಣಿಕ -	ಧನ್ಯವಾದ ಸಹೋದರ	Thanks you, brother. (ತ್ಯಾಂಕ್ ಯೂ ಬ್ರದರ್.)
2.ಪ್ರಯಾಣಿಕ -	ನೀವು ಮುಂಬೈಗೆ ಹೋಗುತ್ತಿದ್ದೀರಾ?	Are you proceeding to Bombay? (ಆರ್ ಯೂ ಪ್ರೊಸೀಡಿಂಗ್ ಟು ಬಾಂಬೇ?)
	ನಾನೂ ಅಲ್ಲಿಗೆ ಹೋಗುತ್ತಿದ್ದೇನೆ. ಒಳ್ಳೆ ಜೊತೆ ಸಿಕ್ಕಂತಾಯಿತು.	I'm also going there, it would be a good company. (ಐಆಮ್ ಆಲ್ಸೋ ಗೋಯಿಂಗ್ ದೇರ್, ಇಟ್ ವುಡ್ ಬಿ ಎ ಗುಡ್ ಕಂಪನಿ.)
1.ಪ್ರಯಾಣಿಕ -	ತುಂಬಾ ಚೆನ್ನಾಗಿ ಆಯಿತು. ಪ್ರಯಾಣವು ತುಂಬಾ ಜಾಲಿಯಾಗಿರುತ್ತದೆ.	It is very nice, the journey would be pleasant. (ಇಟ್ ಈಸ್ ವೆರಿ ನೈಸ್, ದಿ ಜೋರ್ನಿ ವುಡ್ ಬಿ ಪ್ಲೆಸಂಟ್.)
2.ಪ್ರಯಾಣಿಕ -	ರೈಲು ಮುಂಬೈಯನ್ನು ತಲುಪಲು ಎಷ್ಟು ಸಮಯ ತೆಗೆದುಕೊಳ್ಳುತ್ತದೆ?	How long will the train take to reach Bombay? (ಹೌ ಲಾಂಗ್ ವಿಲ್

ದಿ ಟ್ರೆಯ್‌ನ್ ಟೇಕ್ ಟು ರೀಚ್ ಬಾಂಬೇ?)

1.ಪ್ರಯಾಣಿಕ - ಸುಮಾರು 24 ಗಂಟೆಗಳ ಕಾಲ. ಹದಿಮೂರು ನೂರು ಕಿಲೋ ಮೀಟರ್ ಗಳಿಗಿಂತಲೂ ಹೆಚ್ಚು ಪ್ರಯಾಣ.

Near about 24 hours. It is more than thirteen hundred kms. journey. (ನಿಯರ್ ಅಬೌಟ್ 24 ಹವರ್ಸ್. ಇಟ್ ಈಸ್ ಮೋರ್ ದಾನ್ ತರ್ಟೀನ್ ಹಂಡ್ರೆಡ್ ಕಿಲೋಮೀಟರ್ಸ್ ಜರ್ನೀ.)

2.ಪ್ರಯಾಣಿಕ - ನಿಮಗೆ ಈ ಬ್ಯಾಗ್ ಮಾತ್ರ ಇದೆಯೇ ?

You have only this attache? (ಯೂ ಹಾವ್ ಓನ್ಲಿ ದಿಸ್ ಅಟ್ಯಾಚ್ಚಿ?)

1.ಪ್ರಯಾಣಿಕ - ಹೌದು. ನನಗೆ ಕಡಿಮೆ ಭಾರವನ್ನು ಹೊತ್ತು ಪ್ರಯಾಣ ಮಾಡಬೇಕೆಂದು ಆಸೆ.

Yes please, I like to travel light. (ಯಸ್ ಪ್ಲೀಸ್, ಐ ಲೈಕ್ ಟು ಟ್ರಾವೆಲ್ ಲೈಟ್.)

2.ಪ್ರಯಾಣಿಕ - ನೀವು ಸುಮ್ಮನೆ ಪ್ರವಾಸ ಹೋಗುತ್ತಿದ್ದೀರೋ ಅಥವಾ ಅಲ್ಲೇ ಇರುವವರೇ ?

Are you going on a pleasure trip or do you live there? (ಆರ್ ಯೂ ಗೋಯಿಂಗ್ ಆನ್ ಎ ಪ್ಲೆಷರ್ ಟ್ರಿಪ್ ಆರ್ ಡೂ ಯೂ ಲಿವ್ ದೇರ್?)

1.ಪ್ರಯಾಣಿಕ - ಹೌದು ನಾನು ಅಲ್ಲಿರುವವನೇ. ಅಂಧೇರಿಯಲ್ಲಿ ನನಗೆ ಒಂದು ದೊಡ್ಡ ಪುಸ್ತಕದ ಅಂಗಡಿ ಇದೆ. ನಾನು ಒಬ್ಬ ಪ್ರಕಾಶಕ.

Yes, I live there, at Andhery I own a big book shop, I am a publisher. (ಯಸ್, ಐ ಲಿವ್ ದೇರ್, ಅಟ್ ಅಂದೇರಿ ಐ ಓನ್ ಎ ಬಿಗ್ ಬುಕ್ ಶಾಪ್, ಐ ಆಮ್ ಎ ಪಬ್ಲಿಷರ್.)

2.ಪ್ರಯಾಣಿಕ - ನಾನು ಅಲ್ಲಿಗೆ ಮೊದಲ ಸಲ ಪ್ರವಾಸ ಹೋಗುತ್ತಿದ್ದೇನೆ. ದಯವಿಟ್ಟು ನನಗೆ ಅಲ್ಲಿರುವ ಕೆಲವು ಪ್ರೇಕ್ಷಣೀಯ ಸ್ಥಳಗಳ ಹೆಸರನ್ನು ತಿಳಿಸಿ.

I'm going there for the first time on a pleasure trip. Would you kindly tell me the names of places of tourist interest there? (ಐಆಮ್ ಗೋಯಿಂಗ್ ದೇರ್ ಫಾರ್ ದಿ ಫಸ್ಟ್ ಟೈಮ್ ಆನ್ ಎ ಪ್ಲೇಶರ್ ಟ್ರಿಪ್ ವುಡ್ ಯು ಕೈಂಡ್ಲಿ ಟೆಲ್ ಮೀ ದಿ ನೇಮ್ಸ್ ಆಫ್ ಪ್ಲೇಸೆಸ್ ಆಫ್ ಟೂರಿಸ್ಟ್ ಇಂಟರೆಸ್ಟ್ ದೇರ್?)

1.ಪ್ರಯಾಣಿಕ - ಹೇಳುತ್ತೇನೆ. ನಾನು ನಿಮ್ಮೊಂದಿಗೆ ಅಲ್ಲಿಗೆ

Why not, and I would be glad to accompany you once or twice there. (ವೈ ನಾಟ್, ಅಂಡ್ ಐ ವುಡ್ ಬಿ

	ಒಂದೆರಡು ಸಲ ಬರಲಿಚ್ಛಿಸುತ್ತೇನೆ.	ಗ್ಲಾಡ್ ಟು ಅಕ್ಕಮ್ಪೆನಿ ಯೂ ಒನ್ಸ್ ಆರ್ ಟ್ವೈಸ್ ದೇರ್.)
2.ಪ್ರಯಾಣಿಕ -	ತುಂಬಾ ಧನ್ಯವಾದಗಳು. ಆದರೆ, ನಿಮಗೆ ತೊಂದರೆ ಕೊಡಲು ಇಷ್ಟವಿಲ್ಲ. ಏಕೆಂದರೆ ನೀವು ಬಿಡುವಿಲ್ಲದ ಮನುಷ್ಯ.	Thanks so much, but I don't want to trouble you, because you are a busy man. (ತ್ಯಾಂಕ್ಸ್ ಸೋ ಮಚ್, ಬಟ್ ಐ ಡೋಂಟ್ ವಾನ್ಟ್ ಟು ಟ್ರಬ್ಲ್ ಯೂ, ಬಿಕಾಸ್ ಯೂ ಆರ್ ಎ ಬುಸಿ ಮಾನ್.)
1.ಪ್ರಯಾಣಿಕ -	ಇದರಲ್ಲೇನಿದೆ? ನನ್ನ ಸ್ನೇಹಿತರೊಬ್ಬರು ಅಲ್ಲಿದ್ದಾರೆ. ನಿಮ್ಮನ್ನು ನಾನು ಅಲ್ಲಿ ನೋಡಲು ಬಯಸುತ್ತೇನೆ. ನಂತರ ನಾವು ನಮ್ಮ ಕಾರ್ಯಕ್ರಮವನ್ನು ಜೋಡಿಸಿಕೊಳ್ಳೋಣ	What's there of trouble in it? (ವಾಟ್ಸ್ ದೇರ್ ಆಫ್ ಟ್ರಬ್ಲ್ ಇನ್ ಇಟ್?) A friend of mine lives there, but I would certainly like to see you there, and then we shall chalk out a programme. (ಎ ಫ್ರೆಂಡ್ ಆಫ್ ಮೈನ್ ಲಿವ್ಸ್ ದೇರ್, ಬಟ್ ಐ ವುಡ್ ಸರ್ಟೆಯ್‌ನ್ಲಿ ಲೈಕ್ ಟು ಸೀ ಯೂ ದೇರ್, ಆಂಡ್ ದೆನ್ ವೀ ಶಲ್ ಚಾಕ್ ಓಟ್ ಎ ಪ್ರೋಗ್ರಾಂ.)
2.ಪ್ರಯಾಣಿಕ -	ಸರಿ. ನಿಮ್ಮ ಇಷ್ಟದಂತೆ ಆಗಲಿ. ನಮ್ಮ ಮನೆಗೆ ನೀವು ಯಾವಾಗಲಾದರೂ ಬರಬಹುದು. ನಿಮಗೆ ಯಾವಾಗಲೂ ಸ್ವಾಗತ.	O.K., as you please. You are most welcome at our house any time. (ಓ.ಕೆ. ಆಸ್ ಯೂ ಪ್ಲೀಸ್. ಯೂ ಆರ್ ಮೋಸ್ಟ್ ವೆಲ್‌ಕಮ್ ಅಟ್ ಅವರ್ ಹೌಸ್ ಎನಿ ಟೈಮ್.))
1.ಪ್ರಯಾಣಿಕ -	ನಿಮ್ಮ ವಿಳಾಸವನ್ನು ಕೊಡಿ.	You please give me your address. (ಯೂ ಪ್ಲೀಸ್ ಗಿವ್ ಮೀ ಯುಅರ್ ಅಡ್ರೆಸ್.)
2.ಪ್ರಯಾಣಿಕ -	ನಿಶ್ಚಿತವಾಗಿ. ನಾನು ರೈಲಿನಲ್ಲಿ ನನ್ನ ವಿಳಾಸ ಮತ್ತು ದೂರವಾಣಿ ಸಂಖ್ಯೆಯನ್ನು ಕೊಡುತ್ತೇನೆ.	Certainly, I shall give you my address and telephone no, in the train. (ಸರ್ಟೆಯ್‌ನ್ಲಿ. ಐ ಶಲ್ ಗಿವ್ ಯೂ ಮೈ ಅಡ್ರೆಸ್ ಅಂಡ್ ಟೆಲಿಫೋನ್ ನಂಬರ್, ಇನ್ ದಿ ಟ್ರೆಯ್‌ನ್.)
1.ಪ್ರಯಾಣಿಕ -	ಸರಿ. ಹಾಗಾದರೆ ನಾವು ಒಂದು ಕಪ್ ಚಹಾ ಕುಡಿಯೋಣ. ರೈಲು ಹೋಗಲು ಇನ್ನೂ ಸಮಯವಿದೆ.	Well, let us have a cup of tea, still there is time in train's departure. (ವೆಲ್, ಲೆಟ್ ಅಸ್ ಹಾವ್ ಎ ಕಪ್ ಆಫ್ ಟೀ, ಸ್ಟಿಲ್ ದೇರ್ ಈಸ್ ಟೈಮ್ ಇನ್ ಟ್ರೆಯ್‌ನ್ಸ್ ಡಿಪಾರ್ಚರ್.)

36

ಒಳ್ಳೆಯ ಶಿಷ್ಟಾಚಾರಗಳು

GOOD MANNERS (ಗುಡ್ ಮ್ಯಾನರ್ಸ್)

ಗೋವಿಂದ -	ಒಳ್ಳೆಯ ಶಿಷ್ಟಾಚಾರಗಳು ಮನುಷ್ಯನನ್ನು ಪ್ರಾಣಿಗಳಿಂದ ಬೇರ್ಪಡಿಸುತ್ತದೆ.	Good manners separate men from animals. (ಗುಡ್ ಮೇನ್ನರ್ಸ್ ಸೆಪರೇಟ್ ಮೆನ್ ಫ್ರಮ್ ಅನಿಮಲ್ಸ್.)
ವಿಲ್ಸನ್ -	ಇದರಲ್ಲಿ ಸಂದೇಹವೇ ಇಲ್ಲ. ಇದು ನಮಗೆ ತುಂಬಾ ಅವಶ್ಯಕ.	There is no doubt in it. It is very essential for us. (ದೇರ್ ಈಸ್ ನೋ ಡೌಟ್ ಇನ್ ಇಟ್. ಇಟ್ ಈಸ್ ವೆರಿ ಎಸ್ಸೆಂಷಿಯಲ್ ಫಾರ್ ಅಸ್.)
ಗೋವಿಂದ -	ಒಳ್ಳೆಯ ಶಿಷ್ಟಾಚಾರಗಳನ್ನು ಬಾಲ್ಯದಿಂದಲೇ ಕಲಿಯಬಹುದು.	Good manners can be learnt in childhood. These do not cost anything. (ಗುಡ್ ಮ್ಯಾನರ್ಸ್ ಕ್ಯಾನ್ ಬಿ ಲೇರ್ನ್ಟ್ ಇನ್ ಚೈಲ್ಡ್‌ಹುಡ್. ದೀಸಿ ಡೂ ನಾಟ್ ಕಾಸ್ಟ್ ಎನಿತಿಂಗ್.)
ವಿಲ್ಸನ್ -	ನಮ್ಮ ಸಾಮಾಜಿಕ ಸಂಬಂಧಗಳು ಒಳ್ಳೆಯ ಶಿಷ್ಟಾ ಚಾರಗಳ ಮೇಲೆ ಆಧಾರ ಪಟ್ಟಿವೆ. ಒಳ್ಳೆಯ ಶಿಷ್ಟಾ ಚಾರಗಳು ನಮ್ಮ ಜೀವನವನ್ನು ಸುಮಧುವಾಗಿಡುತ್ತದೆ.	Our social relations are based on these. Good manners make our life so sweet. (ಅವರ್ ಸೋಷಿಯಲ್ ರಿಲೇಷನ್ಸ್ ಆರ್ ಬೇಸ್ಡ್ ಆನ್ ದೀಸ್ ಗುಡ್ ಮ್ಯಾನರ್ಸ್ ಮೇಕ್ ಅವರ್ ಲೈಫ್ ಸೋ ಸ್ವೀಟ್.)
ಗೋವಿಂದ -	ನಾವು ವಿದ್ಯಾವಂತರು ಮತ್ತು ನಾಗರೀಕರೆಂದು ನಮ್ಮ ಒಳ್ಳೆಯ ಶಿಷ್ಟಾಚಾರಗಳಿಂದ ಮಾತ್ರ ತಿಳಿಯುತ್ತದೆ.	Good manners only show that we are cultured and educated. (ಗುಡ್ ಮ್ಯಾನರ್ಸ್ ಒನ್ಲಿ ಶೋ ದಟ್ ವೀ ಆರ್ ಕಲ್ಚರ್ಡ್ ಅಂಡ್ ಎಜುಕೇಟೆಡ್.)
ವಿಲ್ಸನ್ -	ಒಳ್ಳೆಯ ಶಿಷ್ಟಾಚಾರಗಳಿಲ್ಲದ ಮನುಷ್ಯ ನಿಜವಾಗಿಯೂ ಅನಾಗರಿಕ.	Yes, a man without good manners is really a savage. (ಯೆಸ್, ಎ ಮಾನ್ ವಿತ್ಔಟ್ ಗುಡ್ ಮ್ಯಾನರ್ಸ್ ಈಸ್ ರಿಯಲಿ ಎ ಸೇವೇಜ್.)
ಗೋವಿಂದ -	ಮಕ್ಕಳಿಗೆ ಮೊದಲಿನಿಂದಲೂ ಒಳ್ಳೆಯ ಶಿಷ್ಟಾಚಾರಗಳನ್ನು ಕಲಿಸುವುದು ತುಂಬಾ ಅಗತ್ಯ ಒಳ್ಳೆಯ ಶಿಷ್ಟಾಚಾರಗಳಿಲ್ಲದ	It is necessary that children are taught good manners from the very beginning. Ill mannered children bring bad name to their parents and school. (ಇಟ್ ಈಸ್ ನೆಸೆಸ್ಸರಿ ದಟ್ ಚಿಲ್ಡ್ರೆನ್ ಆರ್ ಟಾಲಟ್

	ಮಕ್ಕಳು ಹೆತ್ತವರಿಗೂ ತಮ್ಮ ಶಾಲೆಗೂ ಕೆಟ್ಟ ಹೆಸರನ್ನು ತರುತ್ತಾರೆ.	ಗುಡ್ ವ್ಯಾನೆರ್ಸ್ ಫ್ರಮ್ ದ ವೆರಿ ಬಿಗಿನಿಂಗ್ ಇಲ್ ಮ್ಯಾನ್ನೆರ್ಡ್ ಚಿಲ್ಡ್ರನ್ ಬ್ರಿಂಗ್ ಬ್ರಿಂಗ್ ಬ್ಯಾಡ್ ನೇಮ್ ಟು ದೇರ್ ಪೇರನ್ಟ್ಸ್ ಅಂಡ್ ಸ್ಕೂಲ್.)
ವಿಲ್ಸನ್ -	ಕೆಲವೊಮ್ಮೆ ಒಳ್ಳೆಯ ಮನೆತನಗಳಿಗೆ ಸೇರಿದ ಮಕ್ಕಳೂ ಕೆಟ್ಟ ನಡೆತೆಗಳನ್ನು ತೋರುತ್ತಾರೆ	Sometimes even the children belonging to good families show ill manners. (ಸಮ್‌ಟೈಮ್ಸ್ ಈವನ್ ದ ಚಿಲ್ಡ್ರನ್ ಬಿಲಾಂಗಿಂಗ್ ಟು ಗುಡ್ ಫ್ಯಾಮಿಲೀಸ್ ಶೋ ಇಲ್ ಮ್ಯಾನ್ನೆರ್ಸ್.)
ಗೋವಿಂದ -	ಆದ್ದರಿಂದ ತಂದೆ-ತಾಯಿಗಳು ಮತ್ತು ಉಪಾಧ್ಯಾಯರು ಅವರ ಕಡೆ ವಿಶೇಷ ಗಮನ ಹರಿಸಬೇಕು.	Therefore teachers and parents should pay special attention towards it. (ದೇರ್‌ಫೋರ್ ಟೀಚ್ಚೆರ್ಸ್ ಅಂಡ್ ಪ್ಯಾರೆಂಟ್ಸ್ ಶುಡ್ ಪೇ ಸ್ಪೆಷಲ್ ಅಟ್ಟೆಂಷನ್ ಟುವಾರ್ಡ್ಸ್ ಇಟ್.)
ವಿಲ್ಸನ್ -	ಮಕ್ಕಳು ದೊಡ್ಡವರಿಂದ ಕಲಿಯುತ್ತಾರೆ. ದೊಡ್ಡವರು ಒಳ್ಳೆಯದನ್ನು ಆಚರಣೆ ಮಾಡಿದರೆ, ಮಕ್ಕಳೂ ಅವುಗಳನ್ನು ಕಲಿಯುತ್ತಾರೆ.	Children learn from elders. If elders observe the good manners, then children are bound to follow. (ಚಿಲ್ಡ್ರನ್ ಲೇರ್ನ್ ಫ್ರಮ್ ಎಲ್ಡೆರ್ಸ್. ಇಫ್ ಎಲ್ಡೆರ್ಸ್ ಅಬ್ಸರ್ವ್ ದ ಗುಡ್ ಮ್ಯಾನ್ನೆರ್ಸ್ ದೆನ್ ಚಿಲ್ಡ್ರನ್ ಆರ್ ಬೌಂಡ್ ಟು ಫಾಲ್ಲೋ.)
ಗೋವಿಂದ -	ಒಳ್ಳೆಯ ಶಿಷ್ಟಾಚಾರಗಳು ದಯೆ ಮತ್ತು ನಮ್ರತೆಯ ಮೇಲೆ ಆಧಾರ ಪಟ್ಟಿವೆ.	Good manners are based on courtesy and politeness. (ಗುಡ್ ಮ್ಯಾನ್ನೆರ್ಸ್ ಆರ್ ಬೇಸ್ಡ್ ಆನ್ ಕರ್ಟಸಿ ಅಂಡ್ ಪೊಲೈಟ್‌ನೆಸ್.)
ವಿಲ್ಸನ್ -	'ಥ್ಯಾಂಕ್ಯೂ', 'ಪ್ಲೀಸ್', 'ಸಾರಿ' ಎಂಬ ಪದಗಳು ಎಷ್ಟು ಬೆಲೆ ಬಾಳುವಂತಹವು ! ನಮ್ಮ ಬಾಳನ್ನು ಈ ಪದಗಳು ಎಷ್ಟು ಸುಲಭಗೊಳಿಸುತ್ತವೆ.	How important and valuable are the words like 'thank you', 'please', sorry'! How easy and simple they make our life. (ಹೌ ಇಂಪಾರ್ಟೆಂಟ್ ಅಂಡ್ ವ್ಯಾಲ್ಯುಬ್ಲ್ ಆರ್ ದ ವರ್ಡ್ಸ್ ಲೈಕ್ ತ್ಯಾಂಕ್ ಯೂ, ಪ್ಲೀಸ್ ಸಾರಿ ! ಹೌ ಈಸಿ ಅಂಡ್ ಸಿಂಪ್ಲ್ ದೇ ಮೇಕ್ ಅವರ್ ಲೈಫ್.)
ಗೋವಿಂದ -	ನಾವು ಯಾವುದಕ್ಕಾದರೂ 'ಇಲ್ಲ' ಎಂದು ಹೇಳಿದರೂ	Even if we have to say 'No' for something, we can say it in very polite words. (ಈವೆನ್ ವೆನ್ ವೀ

	ಅದನ್ನೇ ನಮ್ರತೆಯಿಂದ ಹೇಳಬೇಕು.	ಹಾವ್ ಟು ಸೇ ನೋ ಫಾರ್ ಸಮ್‌ತಿಂಗ್, ವೀ ಕ್ಯಾನ್ ಸೇ ಇಟ್ ಇನ್ ವೆರಿ ಪೊಲೈಟ್ ವರ್ಡ್ಸ್.)
ವಿಲ್ಸನ್ -	ಎಲ್ಲರೂ ಬೇರೆಯವರ ಭಾವನೆಗಳಿಗೆ ಗೌರವ ಕೊಡಬೇಕೆಂಬುದನ್ನು ಕಲಿಯಬೇಕು.	All should learn to respect the feeling of others. (ಆಲ್ ಶುಡ್ ಲೆರ್ನ್ ಟು ರೆಸ್ಪೆಕ್ಟ್ ದ ಫೀಲಿಂಗ್ ಆಫ್ ಅದರ್ಸ್.)
ಗೋವಿಂದ -	ನಾವು ತಾಳ್ಮೆಯಿಂದ ಬೇರೆಯವರು ಹೇಳಿದ್ದನ್ನು ಕೇಳಬೇಕು. ಸಾಧ್ಯವಾದಷ್ಟು ಮಟ್ಟಿಗೆ ಬೇರೆಯವರ ಧಾರ್ಮಿಕ ಭಾವನೆಗಳನ್ನು ಗೌರವಿಸಬೇಕು.	We should listen others patiently. As far as possible we should respect the religious feelings of others. (ವೀ ಶುಡ್ ಲಿಸ್ಸೆನ್ ಅದರ್ಸ್ ಪೇಷಿಯಂಟ್ಲಿ. ಆಸ್ ಫಾರ್ ಆಸ್ ಪಾಸ್ಸಿಬ್ಲ್ ವೀ ಶುಡ್ ರೆಸ್ಪೆಕ್ಟ್ ದ ರಿಲೀಜಿಯಸ್ ಫೀಲಿಂಗ್ಸ್ ಆಫ್ ಅದರ್ಸ್.)
ವಿಲ್ಸನ್ -	ನಾವು ಸೀನುವಾಗ ಅಥವಾ ಕೆಮ್ಮುವಾಗ ನಮ್ಮ ಮೂಗು ಮತ್ತು ಬಾಯನ್ನು ಮುಚ್ಚಿಕೊಳ್ಳಬೇಕು.	While sneezing or coughing we should always keep our nose or mouth covered. (ವೈಲ್ ಸ್ನೀಸಿಂಗ್ ಆರ್ ಕಾಫಿಂಗ್ ವೀ ಶುಡ್ ಆಲ್ವೇಸ್ ಕೀಪ್ ಅವರ್ ನೋಸ್ ಆರ್ ಮೌತ್ ಕವರ್ಡ್.)
ಗೋವಿಂದ -	ದೊಡ್ಡವರನ್ನು, ಮಹಿಳೆಯರನ್ನು ಮತ್ತು ಮಕ್ಕಳನ್ನು ಲಕ್ಷಿಸುವುದೂ ಒಂದು ಒಳ್ಳೆಯ ಶಿಷ್ಟಾಚಾರವೇ.	Consideration for elders, ladies and children is also a part of good manners. (ಕನ್ಸಿಡೆರೋಷನ್ ಫಾರ್ ಎಲ್ಡೆರ್ಸ್, ಲೇಡೀಸ್ ಅಂಡ್ ಚಿಲ್ಡ್ರೆನ್ ಈಸ್ ಆಲ್ಸೋ ಎ ಪಾರ್ಟ್ ಆಫ್ ಗುಡ್ ಮ್ಯಾನ್ನೆರ್ಸ್.)
ವಿಲ್ಸನ್ -	ಒಳ್ಳೆಯ ನಡತೆಯುಳ್ಳ ಮತ್ತು ಸದ್ಗುಣವುಳ್ಳ ಜನರು ಯಾವಾಗಾಲೂ ಸಂತೋಷವಾಗಿರುತ್ತಾರೆ.ಮತ್ತು ಅವರು ಬೇರೆಯವರನ್ನು ಬೆಲೆ ಕೊಡುತ್ತಾರೆ.	Good and virtuous people are always humble and they mind others. (ಗುಡ್ ಅಂಡ್ ವಿರ್‌ಚುಯಸ್ ಪೀಪಲ್ ಆರ್ ಆಲ್ವೇಸ್ ಹಂಬ್ಲ್ ಅಂಡ್ ದೇ ಮೈಂಡ್ ಅದರ್ಸ್.)
ಗೋಪಾಲ್-	ನಾವು ಬೇರೆಯವರ ಬಗ್ಗೆ ಅವರ ಬೆನ್ನು ಹಿಂದೆಕೆಟ್ಟದಾಗಿ ಮಾತನಾಡಬಾರದು.	We should not speak ill of others on their backs. (ವೀ ಶುಡ್ ನಾಟ್ ಸ್ಪೀಕ್ ಇಲ್ ಆಪ್ ಅದರ್ಸ್ ಆನ್ ದೇರ್ ಬ್ಯಾಕ್ಸ್.)

37

ವಿಳಾಸವನ್ನು ಕೇಳುವುದು

ASKING THE ADDRESS (ಆಸ್ಕಿಂಗ್ ದ ಅಡ್ರೆಸ್)

ಹೊಸಬ -	ಓ ಸಹೋದರ, ನೀವು ನನಗೆ ಸಹಾಯ ಮಾಡುತ್ತೀರಾ? ನಾನು ಈ ಜಾಗಕ್ಕೆ ಹೊಸಬ.	Oh brother! Can you help me? I'm a stranger here. (ಓಹ್ ಬ್ರದರ್! ಕಾನ್ ಯೂ ಹೆಲ್ಪ್ ಮಿ? ಐಆಮ್ ಎ ಸ್ಟ್ರೇಂಜ್ ಹಿಅರ್.)
ಸ್ಥಾನಿಕ -	ಏಕಿಲ್ಲ, ತುಂಬಾ ಸಂತೋಷದಿಂದ ಮಾಡುತ್ತೇನೆ. ಹೇಳಿ ನಾನು ನಿಮಗೆ ಏನು ಮಾಡಬೇಕು ?	Why not, with great pleasure. Tell me what can I do for you? (ವೈ ನಾಟ್, ವಿತ್ ಗ್ರೇಟ್ ಪ್ಲೆಶರ್. ಟೆಲ್ ಮೀ ವಾಟ್ ಕಾನ್ ಐ ಡು ಫಾರ್ ಯೂ?)
ಹೊಸಬ -	ಈ ವಿಳಾಸವನ್ನು ಹೇಳುತ್ತೀರಾ?	Can you tell me this address? I would be very kind of you. (ಕಾನ್ ಯೂ ಟೆಲ್ ಮಿ ದಿಸ್ ಅಡ್ರೆಸ್? ಐ ವುಡ್ ಬಿ ವೆರಿ ಕೈಂಡ್ ಆಫ್ ಯೂ.)
ಹೊಸಬ -	ನಾನು ಒಂದು ಗಂಟೆ ಕಾಲದಿಂದ ಹುಡುಕುತ್ತಿದ್ದೇನೆ.	I have been searching for an hour. (ಐ ಹಾವ್ ಬೀನ್ ಸೇರ್ಚಿಂಗ್ ಫಾರ್ ಆನ್ ಅವರ್.)
ಸ್ಥಾನಿಕ -	ವಿಳಾಸವನ್ನು ತೋರಿಸಿ.	Show me the address. (ಶೋ ಮೀ ದ ಅಡ್ರೆಸ್.)
ಹೊಸಬ -	ಇದೋ ಇಲ್ಲಿದೆ.	Here it is. (ಹಿಅರ್ ಇಟ್ ಈಸ್.)
ಸ್ಥಾನಿಕ -	ನೀವು 10A/22, ಶಕ್ತಿ ನಗರ್ ನಾನು ಸಹ ಅಲ್ಲೇ ಇರುವುದು. ಆದರೆ, ಈಗ ನಾನು ಆಸ್ಪತ್ರೆಗೆ ಹೋಗಬೇಕು ಇಲ್ಲವಾದರೆ ನಾನು ನಿಮ್ಮೊಂದಿಗೆ ಬರುತ್ತಿದ್ದೆ.	You have to go to 10A/22, Shakti Nagar : I also live at that side, but at present, I have to go to the hospital, otherwise I could have accompanied you. (ಯೂ ಹಾವ್ ಟು ಗೋ ಟು 10A/22, ಶಕ್ತಿ ನಗರ್ ಐ ಆಲ್ಸೋ ಲಿವ್ ಅಟ್ ದಟ್ ಸೈಡ್, ಬಟ್ ಅಟ್ ಪ್ರೆಸಂಟ್, ಐ ಹಾವ್ ಟು ಗೊ ಟು ದ ಹಾಸ್ಪಿಟಲ್, ಅದರ್‌ವೈಸ್ ಐ ಕುಡ್ ಹಾವ್ ಅಕ್ಕಂಪನೀಡ್ ಯೂ.)
ಹೊಸಬ -	ಏನು ತೊಂದರೆ ಇಲ್ಲ. ನೀವು ಸ್ವಲ್ಪ ನನಗೆ ದಾರಿ ತೋರಿಸಿದರೆ ನಾನೇ ಹೋಗುತ್ತೇನೆ.	No matter, you please guide me a little, I shall go myself. (ನೋ ಮಾಟರ್, ಯೂ ಪ್ಲೀಸ್ ಗೈಡ್ ಮೀ ಎ ಲಿಟ್ಟಲ್, ಐ ಶಲ್ ಗೋ ಮೈಸೆಲ್ಫ್.)

ಸ್ಥಾನಿಕ -	ನೀವೀಗ ಕಮಲಾನಗರ್ ತಿರುವಿನಲ್ಲಿ ನಿಂತಿದ್ದೀರ. ಅಲ್ಲಿರುವ ವೃತ್ತ ಕಾಣಿಸುತ್ತಿದೆಯಾ ? ಅಲ್ಲಿಗೆ ಹೋಗಿ ಎಡಗಡೆ ತಿರುಗಿ. ಅಲ್ಲಿ ಒಂದು ಮೂಲೆಯಲ್ಲಿ ಒಂದು ದಿನಸಿ ಸಾಮಾನಿನ ಅಂಗಡಿ-ಬಿರ್ಲಾ ಪ್ರಾವಿಷನ್ ಸ್ಟೋರ್	Now you are standing at the Kamla Nagar crossing. Do you see that circle? Go there and turn to the left. There at the corner is a provision store-Birla Provision Store. (ನೌ ಯೂ ಆರ್ ಸ್ಟಾಂಡಿಂಗ್ ಅಟ್ ದ ಕಮ್‌ಲಾ ನಗರ್ ಕ್ರಾಸ್ಸಿಂಗ್. ಡೂ ಯೂ ಸೀ ದಟ್ ಸರ್ಕ್ಲ್? ಗೋ ದೇರ್ ಅಂಡ್ ಟರ್ನ್ ಟು ದ ಲೆಫ್ಟ್. ದೇರ್ ಅಟ್ ದ ಕಾರ್ನರ್ ಈಸ್ ಎ ಪ್ರಾವಿಷನ್ ಸ್ಟೋರ್ - ಬಿರ್ಲಾ ಫ್ರಾವಿಷನ್ ಸ್ಟೋರ್.)
ಹೊಸಬ -	ನೀವು ಏನು ಹೆಸರು ಹೇಳಿದಿರಿ?	What name did you say? (ವಾಟ್ ನೇಮ್ ಡಿಡ್ ಯೂ ಸೇ?)
ಸ್ಥಾನಿಕ -	ಬಿರ್ಲಾ ಪ್ರಾವಿಷನ್ ಸ್ಟೋರ್ ಅಲ್ಲಿಂದ ನೀವು ನೇರವಾಗಿ ನೂರು ಹೆಜ್ಜೆಯಷ್ಟು ದೂರ ನಡೆದು ನಂತರ ಎಡಗಡೆಗೆ ತಿರುಗಿ. ಸ್ವಲ್ಪ ದೂರ ನಡೆದು ಮತ್ತೆ ಎಡಗಡೆಗೆ ತಿರುಗಿ.	Birla Provision Store. From there you go straight about hundred paces and then take to the left. Walk a little and then again turn to the left. (ಬಿರ್ಲಾ ಪ್ರಾವಿಷನ್ ಸ್ಟೋರ್. ಫ್ರಮ್ ದೇರ್ ಯೂ ಗೋ ಸ್ಟ್ರೆಯ್ಟ್ ಅಬೌಟ್ ಹಂಡ್ರೆಡ್ ಪೇಸಸ್ ಅಂಡ್ ದೆನ್ ಟೇಕ್ ಟು ದ ಲೆಫ್ಟ್. ವಾಕ್ ಎ ಲಿಟ್ಟ್‌ಲ್ ಅಂಡ್ ದೆನ್ ಅಗೆಯ್‌ನ್ ಟರ್ನ್ ಟು ದ ಲೆಫ್ಟ್.)
ಹೊಸಬ -	ಧನ್ಯವಾದಗಳು, ನಾನು ಮತ್ತೆ ಅಲ್ಲಿ ಬೇರೆ ಯಾರನ್ನಾದರೂ ಕೇಳುತ್ತೇನೆ.	Thanks, I shall ask again somebody there. (ತ್ಯಾಂಕ್ಸ್, ಐ ಶಲ್ ಆಸ್ಕ್ ಅಗೆಯ್‌ನ್ ಸಮ್ಬಡಿ ದೇರ್.)
ಸ್ಥಾನಿಕ -	ಹೌದು ಅಲ್ಲಿರುವವರನ್ನು ಕೇಳಿ.	Yes, ask there, it is there nearby. (ಯೆಸ್, ಆಸ್ಕ್ ದೇರ್, ಇಟ್ ಈಸ್ ದೇರ್ ನಿಯರ್‌ಬೈ)
	ಈಗ ನಿಮಗೆ ಏನು ಕಷ್ಟವೆನಿಸುವುದಿಲ್ಲ.	Now, you will face no difficulty. (ನೌ, ಯೂ ವಿಲ್ ಫೇಸ್ ನೋ ಡಿಫ್ಫಿಕಲ್ಟಿ.)
ಹೊಸಬ -	ಮತ್ತೊಮ್ಮೆ ಧನ್ಯವಾದಗಳು.	Thank you once again. (ತ್ಯಾಂಕ್ ಯೂ ಒನ್ಸ್ ಅಗೆಯ್‌ನ್.)

ಹೊಸಬ - ಇದು ಬ್ಲಾಕ್ 10A?	Is it block 10A? (ಈಸ್ ಇಟ್ ಬ್ಲಾಕ್ 10A?)
2ನೇ ಸ್ಥಾನಿಕ -ಹೌದು. ನೀವು ಯಾರ ಮನೆಗೆ ಹೋಗಬೇಕು?	Yes, at whose house you have to go? (ಯೆಸ್, ಅಟ್ ವಾಟ್ ಹೌಸ್ ಯೂ ಹಾವ್ ಟು ಗೋ?)
ಹೊಸಬ - ನಾನು ಶರ್ಮಾ ಅವರ ಮನೆಗೆ ಹೋಗಬೇಕು. ಅವರು 10A/22. ನಲ್ಲಿ ವಾಸವಾಗಿದ್ದಾರೆ.	I have to go to Mr. Sharma. He lives in 10A/22. (ಐ ಹಾವ್ ಟು ಗೋ ಟು ಮಿಸ್ಟರ್. ಶರ್ಮಾ. ಹೀ ಲಿವ್ಸ್ ಇನ್ 10 A/22.)
2ನೇ ಸ್ಥಾನಿಕ-ನೀವು ಸ್ವಲ್ಪ ಮುಂದಕ್ಕೆ ಬಂದಿದ್ದೀರಿ. ಅಲ್ಲಿ ಆ ಮೂಲೆಯಲ್ಲಿರುವ ಮನೆ, ಅಲ್ಲಿಂದ ಶ್ರೀ.ಶರ್ಮಾ ಅವರದು ಐದನೇ ಮನೆ.	You have come a little ahead. (ಯೂ ಹಾವ್ ಕಮ್ ಎ ಲಿಟ್ಲ್ ಅಹೆಡ್.) There you see that corner house, fifth from that is Mr. Sharma's house. (ದೇರ್ ಯೂ ಸೀ ದಟ್ ಕಾರ್ನರ್ ಹೌಸ್, ಫಿಫ್ತ್ ಫ್ರಮ್ ದಟ್ ಈಸ್ ಮಿಸ್ಟರ್ ಶರ್ಮಾಸ್ ಹೌಸ್.)
ಹೊಸಬ - ಧನ್ಯವಾದಗಳು. ಇದು 10A/22 ?	Thank you. (ತ್ಯಾಂಕ್ ಯೂ.) Is this 10A/22?
ಕೆಲಸದವನು -ಹೌದು. ನೀವು ಯಾರನ್ನು ನೋಡಬೇಕಿತ್ತು?	Yes please, it is, whom do you want to see? (ಈಸ್ ದಿಸ್ 10A/22? ಯೆಸ್ ಪ್ಲೀಸ್, ಇಟ್ ಈಸ್, ವ್ಹೂಮ್ ಡು ಯು ವಾಂಟ್ ಟು ಸೀ.)
ಹೊಸಬ - ನಾನು ಶ್ರೀ.ಶರ್ಮಾರವರನ್ನು ನೋಡಬೇಕು.	I want to see Mr. Sharma. (ಐ ವಾನ್ಟ್ ಟು ಸೀ ಮಿಸ್ಟರ್ ಶರ್ಮಾ.)
ಕೆಲಸದವನು -ಶ್ರೀ.ಶರ್ಮಾರವರು ಈಗ ಸಧ್ಯಕ್ಕೆ ಮನೆಯಲ್ಲಿಲ್ಲ. ಅವರು ಯಾವುದೋ ಕೆಲಸದ ಪರವಾಗಿ ಮಾರುಕಟ್ಟೆಗೆ ಹೋಗಿದ್ದಾರೆ.	Mr.Sharma is not here at present. He has gone to bazaar for some work. (ಮಿಸ್ಟರ್ ಶರ್ಮಾ ಈಸ್ ನಾಟ್ ಹಿಅರ್ ಅಟ್ ಪ್ರೆಸಂಟ್ ಹೀ ಹಾಸ್ ಗಾನ್ ಟು ಬಸ್ಸಾರ್ ಫಾರ್ ಸಮ್ ವರ್ಕ್.)
ಹೊಸಬ - ಪರವಾಗಿಲ್ಲ. ಶ್ರೀಮತಿ.ಶರ್ಮಾ ರವರು ಇರಬಹುದು, ನಾನು ಅವರ ಸಂಬಂ. ನಾನು ಶರಾನ್‌ಪುರ್‌ನಿಂದ ಬಂದಿದ್ದೇನೆ	Never mind. Mrs. Sharma might be there, I am her relative, I have come from Saharanpur. (ನೆವರ್ ಮೈಂಡ್, ಮಿಸಸ್. ಶರ್ಮಾ ಮೈಟ್ ಬೀ ದೇರ್, ಐ ಆಮ್ ಹರ್ ರಿಲೇಟಿವ್, ಐ ಹಾವ್ ಕಮ್ ಫ್ರಮ್ ಸಹರಂಪುರ್.)

ಕೆಲಸದವನು	-ಒಳ್ಳೆಯದು. ನೀವು ಶ್ರೀ.ತಿವಾರಿಯವರು. ನಿಮ್ಮ ಬ್ಯಾಗನ್ನು ನನಗೆ ಕೊಟ್ಟು ಒಳಗೆ ಬನ್ನಿ. ಶ್ರೀ.ಶರ್ಮಾ ಅವರು ಬೆಳಿಗ್ಗೆ ತಾನೇ ನಿಮ್ಮ ಬಗ್ಗೆ ಹೇಳುತ್ತಿದ್ದರು.	Well! You are Mr. Tiwari, Give me this bag and come in please. Mr. Sharma was mentioning you only in the morning. (ವೆಲ್! ಯೂ ಆರ್ ಮಿಸ್ಟರ್ ತಿವಾರಿ, ಗಿವ್ ಮಿ ದಿಸ್ ಬಾಗ್ ಅಂಡ್ ಕಮ್ ಇನ್ ಪ್ಲೀಸ್. ಮಿಸ್ಟರ್ ಶರ್ಮಾ ವಾಸ್ ಮೆನ್‌ಷನಿಂಗ್ ಯೂ ಒನ್ಲಿ ಇನ್ ದ ಮಾರ್ನಿಂಗ್.)

38

ಇಬ್ಬರು ಗೆಳೆಯರು

TWO FRIENDS (ಟೂ ಫ್ರೆಂಡ್ಸ್)

ಗೀತಾ -	ಹಲೋ ಕವಿತಾ, ನೀನು ಹೇಗಿದ್ದೀಯಾ?	Hello, Kavita how do you do? (ಹೆಲ್ಲೋ, ಕವಿತಾ ಹೌ ಡು ಯೂ ಡು?)
ಕವಿತಾ -	ನಾನು ಚೆನ್ನಾಗಿದ್ದೇನೆ. ನೀನು ಹೇಗಿದ್ದೀಯಾ?	I am fine, Thank you. How are you? (ಐ ಆಮ್ ಫೈನ್, ತ್ಯಾಂಕ್ ಯೂ. ಹೌ ಆರ್ ಯೂ?)
ಗೀತಾ -	ನಾನೂ ತುಂಬಾ ಚೆನ್ನಾಗಿದ್ದೇನೆ ಧನ್ಯವಾದಗಳು.	I am also quite well, thank you. (ಐ ಆಮ್ ಆಲ್ಸೋ ಕ್ವೈಟ್ ವೆಲ್, ತ್ಯಾಂಕ್ ಯೂ.)
ಕವಿತಾ -	ಎಲ್ಲಿ ಈ ಕಡೆ ಈ ದಿನ ?	Where hither today? (ವೇರ್ ಹಿತರ್ ಟುಡೇ.)
ಗೀತಾ -	ಈಗಷ್ಟೇ ನನ್ನ ಚಿಕ್ಕಪ್ಪನವರು ಮುಂಬೈಯಿಂದ ಬಂದಿದ್ದಾರೆ. ಅವರು ಈ ಕಾಲನಿಯಲ್ಲಿ ಇದ್ದಾರೆ. ನಾನು ಅವರನ್ನು ನೋಡಲು ಹೋಗುತ್ತಿದ್ದೆ.	Just recently my uncle has come from Bombay. He has been living in this colony. I was going to see him. (ಜಸ್ಟ್ ರೀಸೆಂಟ್ಲಿ ಮೈ ಅಂಕ್ಲ್ ಹಾಸ್ ಕಮ್ ಫ್ರಮ್ ಬಾಂಬೇ. ಹೀ ಹಾಸ್ ಬೀನ್ ಲಿವಿಂಗ್ ಇನ್ ದಿಸ್ ಕಾಲೋನಿ. ಐ ವಾಸ್ ಗೋಯಿಂಗ್ ಟು ಸಿ ಹಿಮ್.)
ಕವಿತಾ -	ನೀನು ಅವಸರದಲ್ಲಿಲ್ಲ ತಾನೇ?	You are not in a hurry, are you? (ಯೂ ಆರ್ ನಾಟ್ ಇನ್ ಎ ಹರಿ, ಆರ್ ಯೂ?)
ಗೀತಾ -	ಇಲ್ಲ, ನನಗೇನು ಅಷ್ಟು ಅವಸರವಿಲ್ಲ.	No, I am not in such a hurry. (ನೋ, ಐ ಆಮ್ ನಾಟ್ ಇನ್ ಸಚ್ ಎ ಹರ್ರಿ.)

ಕವಿತಾ -	ನಾವು ತುಂಬಾ ದಿನಗಳ ನಂತರ ಭೇಟಿಯಾಗಿದ್ದೇವೆ. ನಮ್ಮ ಮನೆಗೆ ಬಾ.	We have met after such a long time. Come to our house with me. (ವೀ ಹಾವ್ ಮೆಟ್ ಆಫ್ಟರ್ ಸಚ್ ಎ ಲಾಂಗ್ ಟೈಮ್. ಕಮ್ ಟು ಅವರ್ ಹೌಸ್ ವಿತ್ ಮಿ.)
ಗೀತಾ -	ಆದರೆ ನಾನು ತುಂಬಾ ಹೊತ್ತು ಇರಲಾಗುವುದಿಲ್ಲ.	But I shall not be able to stay long. (ಬಟ್ ಐ ಶಲ್ ನಾಟ್ ಬಿ ಏಬ್ಲ್ ಟು ಸ್ಟೇ ಲಾಂಗ್.)
ಕವಿತಾ -	ಇಲ್ಲ, ನಾನು ನಿನ್ನನ್ನು ತುಂಬಾ ಹೊತ್ತು ಇರಿಸಿಕೊಳ್ಳುವುದಿಲ್ಲ. ಮೂರು ನಿಮಿಷಗಳ ನಡಿಗೆ ಅಷ್ಟೆ. ಅಮ್ಮ ನಿನ್ನನ್ನು ನೋಡಿದರೆ ತುಂಬಾ ಖುಷಿಪಡುತ್ತಾರೆ.	No, I shall not detain you long. Here nearby is the house. It is three minutes walk, that's all. Mother will be very much pleased to see you. (ನೋ, ಐ ಶಲ್ ನಾಟ್ ಡೀಟೆಯ್ನ್ ಯೂ ಲಾಂಗ್. ಹಿಅರ್ ನಿಯರ್‌ಬೈ ಈಸ್ ದ ಹೌಸ್. ಇಟ್ ಈಸ್ ತ್ರೀ ಮಿನಿಟ್ಸ್ ವಾಕ್, ದಟ್ಸ್ ಆಲ್. ಮದರ್ ವಿಲ್ ಬಿ ವೆರಿ ಮಚ್ ಪ್ಲೀಸ್ಡ್ ಟು ಸೀ ಯೂ.)
ಗೀತಾ -	ನೀನು ಈಗ ಏನು ಮಾಡುತ್ತಿದ್ದೀಯಾ ?	What are you doing these days? (ವಾಟ್ ಆರ್ ಯೂ ಡೂಯಿಂಗ್ ದೀಸ್ ಡೇಸ್.)
ಕವಿತಾ -	ವಿಶೇಷವಾಗಿ ಏನೂ ಇಲ್ಲ.	Nothing special. (ನತ್ತಿಂಗ್ ಸ್ಪೆಷಲ್.)
ಗೀತಾ -	ಆದರೂ ನೀನು ಏನಾದರೂ ಮಾಡುತ್ತಿರಬೇಕು. ಸುಮ್ಮನೆ ಕುಳಿತುಕೊಳ್ಳಬಾರದು.	Even then you must be doing something. You are not a soul to sit idle. (ಈವೆನ್ ದೆನ್ ಯೂ ಮಸ್ಟ್ ಬಿ ಡೂಯಿಂಗ್ ಸಮ್‌ತಿಂಗ್. ಯೂ ಆರ್ ನಾಟ್ ಎ ಸೋಲ್ ಟು ಸಿಟ್ ಐಡ್ಲ್.)
ಕವಿತಾ -	ನಾನು ಜರ್ಮನ್ ಭಾಷೆಯಲ್ಲಿ ಡಿಪ್ಲಮೊ ಮಾಡುತ್ತಿದ್ದೇನೆ.	I am doing diploma in German language. (ಐ ಆಮ್ ಡೂಯಿಂಗ್ ಡಿಪ್ಲೋಮಾ ಇನ್ ಜೆರ್ಮನ್ ಲೇಂಗ್ಯೂಏಜ್.)
ಗೀತಾ -	ಯಾವಾಗಿನಿಂದ ? ಅದಕ್ಕೆ ಅವಶ್ಯಕತೆಯೇನು ?	Since when? What is the necessity of it? (ಸಿನ್ಸ್ ವೆನ್? ವಾಟ್ ಈಸ್ ದ ನೆಸೆಸ್ಸಿಟಿ ಆಫ್ ಇಟ್?)
ಕವಿತಾ -	ನಾನು ಒಂದು ಉದ್ದೇಶದಿಂದ ಮಾಡುತ್ತಿದ್ದೇನೆ.	I'm doing it with a purpose. (ಐ ಆವ್ ಡೂಯಿಂಗ್ ಇಟ್ ವಿತ್ ಎ ಪರ್ಪಸ್.)

ಗೀತಾ -	ಹಾಗಾದರೆ ಹೇಳು. ಇದರಲ್ಲಿ ಮುಚ್ಚಿಡುವಂತಹದ್ದು ಏನಿದೆ?	Then tell me. What is there to hide in it. (ದೆನ್ ಟೆಲ್ ಮೀ. ವಾಟ್ ಈಸ್ ದೇರ್ ಟು ಹೈಡ್ ಇನ್ ಇಟ್.)
ಕವಿತಾ -	ಸರಿ ನಾನು ಹೇಳುತ್ತೇನೆ. ವಿಷಯವೇನೆಂದರೆ	O.K. I tell you. The thing is this... (ಓ.ಕೆ. ಐ ಟೆಲ್ ಯೂ. ದ ಥಿಂಗ್ ಈಸ್ ದಿಸ್...)
ಗೀತಾ -	ಓ ! ಏಕೆ ನಿಲ್ಲಿಸಿದೆ. ಹೇಳು ಏನು ವಿಷಯ ?	O! Why have you stopped? Tell me, What's the matter? (ಓ! ವೈ ಹಾವ್ ಯೂ ಸ್ಟಾಪ್ಡ್? ಟೆಲ್ ಮಿ, ವಾಟ್ಸ್ ದ ಮ್ಯಾಟರ್?)
ಕವಿತಾ -	ನಾನು ಮದುವೆಯಾಗಲಿದ್ದೇನೆ. ನನ್ನ ಭಾವಿ ಗಂಡ ಜರ್ಮನಿಯಲ್ಲಿ ಇಂಜಿನೀಯರ್ ಆಗಿದ್ದಾರೆ.	I'm going to be married. The would be husband is in Germany and is an engineer there. (ಐ ಆಮ್ ಗೋಯಿಂಗ್ ಟು ಬಿ ಮಾರ್ರೀಡ್. ದ ವುಡ್ ಬಿ ಹಸ್ಬೆಂಡ್ ಈಸ್ ಇನ್ ಜೆರ್ಮಣಿ ಅಂಡ್ ಈಸ್ ಆನ್ ಇಂಜಿನೀರ್ ದೇರ್.)
ಗೀತಾ -	ಇದಾ ವಿಷಯ. ಆದ್ದರಿಂದಲೇ ನೀನು ನಾಚಿಕೊಳ್ಳತ್ತಿದ್ದೆ. ನಿನಗೆ ಯಾವಾಗ ನಿಶ್ಚಿತಾರ್ಥವಾಯಿತು ?	This is the affair. That's why you were feeling shy. When were you engaged? (ದಿಸ್ ಈಸ್ ದ ಅಫ್ಫೆರ್. ದಟ್ಸ್ ವೈ ಯೂ ವೇರ್ ಫೀಲಿಂಗ್ ಶೈ. ವೆನ್ ವೇರ್ ಯೂ ಎಂಗೇಜ್ಡ್.)
ಕವಿತಾ -	ಹೋದ ವರ್ಷ ಮಾರ್ಚ್ ತಿಂಗಳಿನಲ್ಲಿ. ಈಗ ನೀನು ನಿನ್ನ ಬಗ್ಗೆ ಹೇಳು. ನೀನು ಏನು ಮಾಡುತ್ತಿದ್ದೀಯ ?	Last year in the month of March. Now, you tell me about yourself. What are you doing? (ಲಾಸ್ಟ್ ಇಯರ್ ಇನ್ ದ ಮನ್ತ್ ಆಫ್ ಮಾರ್ಚ್. ನೌ, ಯೂ ಟೆಲ್ ಮಿ ಅಬೌಟ್ ಯುವರ್ಸೆಲ್ಫ್. ವಾಟ್ ಆರ್ ಯೂ ಡೂಯಿಂಗ್?)
ಗೀತಾ -	ನಾನು ಸೆಕ್ರೆಟರಿಯಾಗಿ ಒಂದು ಕಂಪೆನಿಯಲ್ಲಿ ಕೆಲಸ ಮಾಡುತ್ತಿದ್ದೇನೆ.	I am working as a Secretary in a Company. (ಐ ಆಮ್ ವರ್ಕಿಂಗ್ ಆಸ್ ಎ ಸೆಕ್ರೇಟರಿ ಇನ್ ಎ ಕಂಪನಿ.)
ಕವಿತಾ -	ನೀನು ತುಂಬಾ ಜಾಣೆ. ನನಗೆ ಹೇಳಲೇ ಇಲ್ಲ.	You are very clever, did not even inform. (ಯೂ ಆರ್ ವೆರಿ ಕ್ಲೆವೆರ್, ಡಿಡ್ ನಾಟ್ ಈವನ್ ಇನ್‌ಫಾರ್ಮ್.)

39

ಜನ್ಮ ದಿನದ ಅಂದು

ON BIRTHDAY (ಆನ್ ಬರ್ತ್‌ಡೇ)

ಅಮ್ಮ -	ಏಕೆ ಸುರೇಶನು ಇನ್ನೂ ಬಂದಿಲ್ಲ? ನಿನಗೆ ತಡವಾಯಿತು.	Why has Suresh not returned yet? You are getting late. (ವೈ ಹಾಸ್ ಸುರೇಶ್ ನಾಟ್ ರಿಟರ್ನ್ಡ್ ಯಟ್? ಯೂ ಆರ್ ಗೆಟ್ಟಿಂಗ್ ಲೇಟ್.)
ನೀರಾ -	ಅವನು ಈಗ ಬಂದುಬಿಡುತ್ತಾನೆ.	He will just be back mother. (ಹೀ ವಿಲ್ ಜಸ್ಟ್ ಬಿ ಬಾಕ್ ಮದರ್.)
ಅಮ್ಮ -	ಆದರೆ ಅವನು ಎಲ್ಲಿಗೆ ಹೋಗಿದ್ದಾನೆ?	But where has he gone? (ಬಟ್ ವೇರ್ ಹಾಸ್ ಹೀ ಗಾನ್?)
ನೀರಾ -	ಅವನು ಗೀತಾಳಿಗೆ ಒಂದು ಉಡುಗೊರೆಯನ್ನು ತರಲು ಮಾರುಕಟ್ಟೆಗೆ ಹೋಗಿದ್ದಾನೆ.	He has gone to the market to buy a present for Geeta. (ಹೀ ಹಾಸ್ ಗಾನ್ ಟು ದ ಮಾರ್ಕೆಟ್ ಟು ಬೈ ಎ ಪ್ರೆಸೆಂಟ್ ಫಾರ್ ಗೀತಾ.)
ಅಮ್ಮ -	ಇದು ನಿನಗೆ ಮೊದಲೇ ನೆನಪಿಲ್ಲವೇ ?	Didn't you remember this before? (ಡಿಡ್‌ನ್ಟ್ ಯೂ ರಿಮೆಂಬರ್ ದಿಸ್ ಬಿಫೋರ್?)
ನೀರಾ -	ಇತ್ತು. ಆದರೆ ಗೀತಾಳಿಗೆ ಸೂಕ್ತವಾದದ್ದು ಯಾವುದೂ ನಿನ್ನೆ ನಮಗೆ ಸಿಗಲಿಲ್ಲ.	Yes, but we couldn't find anything suitable for Geeta yesterday. (ಯೆಸ್, ಬಟ್ ವೀ ಕುಡುನ್ಟ್ ಫೈಂಡ್ ಎನಿತಿಂಗ್ ಸ್ಯೂಟಬ್ಲ್ ಫಾರ್ ಗೀತಾ ಯೆಸ್ಟರ್‌ಡೇ.)
ಅಮ್ಮ -	ಹಾಗಾದರೆ ಅವಳಿಗೆ ಏನನ್ನು ಕೊಡಬೇಕೆಂದು ತೀರ್ಮಾನ ಮಾಡಿದ್ದೀರಾ ?	Then what have you thought to give her? (ದೆನ್ ವಾಟ್ ಹಾವ್ ಯೂ ತಾಟ್ ಟು ಗಿವ್ ಹೆರ್?)
ನೀರಾ -	ನಾವು ಅವಳಿಗೆ ಪ್ರೇಮ್ ಚಂದ್ ಅವರ ಮೂರು ಪುಸ್ತಕಗಳನ್ನು ಕೊಡಬೇಕೆಂದು ನಿರ್ಧರಿಸಿದ್ದೇವೆ.	We are giving her a set of three novels of Prem Chand. (ವೀ ಆರ್ ಗಿವಿಂಗ್ ಹೆರ್ ಎ ಸೆಟ್ ಆಫ್ ತ್ರೀ ನಾವೆಲ್ಸ್ ಆಫ್ ಪ್ರೇಮ್ ಚಂದ್.)
ಅಮ್ಮ -	ಓ ! ಇದು ತುಂಬಾ ಒಳ್ಳೆಯ ಉಪಾಯ. ನಿಮಗೆ ಯಾರು ಹೇಳಿಕೊಟ್ಟರು.	Oh! This is a very good idea. Who thought it? (ಓಹ್! ದಿಸ್ ಈಸ್ ಎ ವೆರಿ ಗುಡ್ ಐಡಿಯಾ. ಹೂ ತಾಟ್ ಇಟ್?)
ನೀರಾ -	ಇದು ಸುರೇಶನ ಉಪಾಯ. ಅವನಿಗೆ ಗೊತ್ತು ಗೀತಾ	It was Suresh's idea. He knows that Geeta is keenly interested in literature. (ಇಟ್ ವಾಸ್ ಸುರೇಷ್ಸ್

	ಸಾಹಿತ್ಯದಲ್ಲಿ ಒಲವಿರುವವಳೆಂದು.	ಐಡಿಯಾ. ಹೀ ನೋಸ್ ದಟ್ ಗೀತಾ ಈಸ್ ಕೀನ್ಲಿ ಇಂಟರೆಸ್ಟೆಡ್ ಇನ್ ಲಿಟರೇಚರ್.)
ಅಮ್ಮ -	ಸರಿ. ಈಗ ಬೇಗ ಹೊರಡಿ. ನೀವು ಬೇಗ ಹೋಗಲಿಲ್ಲವಾದರೆ ಅವಳು ಬೇಜಾರು ಮಾಡಿಕೊಳ್ಳುತ್ತಾಳೆ.	All right, now you hurry up. If you don't reach in time, she would feel bad. (ಆಲ್‌ರೈಟ್, ನೌ ಯೂ ಹರ್ರಿ ಅಪ್. ಇಫ್ ಯೂ ಡೋಂಟ್ ರೀಚ್ ಇನ್ ಟೈಮ್, ಶೀ ವುಡ್ ಫೀಲ್ ಬ್ಯಾಡ್.)
ನೀರಾ -	ಸರಿ ಅಮ್ಮ. ಸುರೇಶನು ಬಂದನಾ ಎಂದು ನೋಡು. ನಾವೀಗ ಹೊರಡುತ್ತೇವೆ.	O.K. Mummy, see Suresh has come. We are going now. (ಓ.ಕೆ. ಮಮ್ಮಿ, ಸೀ ಸುರೇಶ್ ಹಾಸ್ ಕಮ್. ವೀ ಆರ್ ಗೋಯಿಂಗ್ ನೌ.)
	ಗೀತಾಳ ಮನೆಯಲ್ಲಿ.	At Geeta's house. (ಅಟ್ ಗೀತಾಸ್ ಹೌಸ್.)
ಗೀತಾ -	ಹಲೋ ನೀರಾ ಮತ್ತು ಸುರೇಶ್ ! ನೀವು ಹೇಗಿದ್ದೀರಿ?	Hello, Neera and Suresh! How are you? (ಹೆಲ್ಲೋ, ನೀರಾ ಅಂಡ್ ಸುರೇಷ್! ಹೌ ಆರ್ ಯೂ?)
ನೀರಾ -	ನಿನಗೆ ಹುಟ್ಟು ಹಬ್ಬದ ಶುಭಾಶಗಳು.	Happy birthday to you Geeta. (ಹಾಪ್ಪಿ ಬರ್ತ್‌ಡೇ ಟು ಯೂ ಗೀತಾ.)
ಸುರೇಶ್ -	ಈ ದಿನ ನಿನ್ನ ಬಾಳಿನಲ್ಲಿ ಮತ್ತೆ ಮತ್ತೆ ಬರಲಿ.	Many happy returns of the day. (ಮೆನಿ ಹಾಪ್ಪಿ ರಿಟರ್ನ್ಸ್ ಆಫ್ ದ ಡೇ.)
ಗೀತಾ -	ನಿಮ್ಮಿಬ್ಬರ ಶುಭಾಶಯಗಳಿಗೂ ನನ್ನ ಧನ್ಯವಾದಗಳು.	Thanks, to both of you for these good wishes. (ತ್ಯಾಂಕ್ಸ್, ಟು ಬೋತ್ ಆಫ್ ಯೂ ಫಾರ್ ದೀಸ್ ಗುಡ್ ವಿಶ್ಯಸ್.)
ಸುರೇಶ್ -	ಗೀತಾ, ಈ ದಿನ ನೀನು ತುಂಬಾ ಚೆನ್ನಾಗಿ ಕಾಣುತ್ತಿದ್ದೀಯೆ. ಈ ಉಡುಪು ನಿನಗೆ ತುಂಬಾ ಚೆನ್ನಾಗಿ ಹೊಂದುತ್ತದೆ.	Geeta, you are looking so charming today. This attire suits you perfectly. (ಗೀತಾ, ಯೂ ಆರ್ ಲುಕ್ಕಿಂಗ್ ಸೋ ಚಾರ್ಮಿಂಗ್ ಟುಡೇ.
ನೀರಾ -	ಹೌದು ಗೀತಾ. ನೀನು ನಿಜವಾಗಿಯೂ ಈ ದಿನ ತುಂಬಾ ಚೆನ್ನಾಗಿ ಕಾಣುತ್ತಿದ್ದೀಯೆ	Yes, Geeta you are indeed looking very pretty today. (ಯಸ್, ಗೀತಾ ಯೂ ಆರ್ ಇಂಡೀಡ್ ಲುಕ್ಕಿಂಗ್ ವೆರಿ ಪ್ರೆಟಿ ಟುಡೇ.)
ಗೀತಾ -	ಧನ್ಯವಾದಗಳು. ಈಗ ನಾವು ಒಳಗಡೆ ಹೋಗೋಣ.	Thanks, now let us move inside. (ತ್ಯಾಂಕ್ಸ್, ನೌ ಲೆಟ್ ಅಸ್ ಮೂವ್ ಇನ್‌ಸೈಡ್.)

ಸುರೇಶ್ - ನಿನಗೆ ಒಂದು ವಿಶೇಷ ಉಡುಗೊರೆಯಿದೆ.

Here is a special gift for you. (ಹಿಯರ್ ಈಸ್ ಎ ಸ್ಪೆಷಲ್ ಗಿಫ್ಟ್ ಫಾರ್ ಯೂ.)

ಗೀತಾ - ಏನದು ?

What's it? (ವಾಟ್ಸ್ ಇಟ್?)

ನೀರಾ - ನೀನೇ ಅದನ್ನು ಬಿಚ್ಚಿ ನೋಡು.

Unpack it your self and see. (ಅನ್ ಪ್ಯಾಕ್ ಇಟ್ ಯುವರ್‌ಸೆಲ್ಫ್ ಅಂಡ್ ಸೀ.)

ಗೀತಾ - ಓಹ್ ! ಪ್ರೇಮಚಂದ್ ಅವರ ಕಾದಂಬರಿಗಳು ! ಪ್ರೇಮ್ ಚಂದ್ ಅವರು ನನಗೆ ಇಷ್ಟವಾದ ಲೇಖಕ. 'ಗೋದಾನ್' ಎಂಬ ಪುಸ್ತಕವು ನಮಗೆ ಪಠ್ಯವಾಗಿದೆ.

Oh! Novels of Prem Chand is my favourite novelist and Godan is also prescribed in my course. (ಓಹ್! ನಾವೆಲ್ಸ್ ಆಫ್ ಪ್ರೇಮ್ ಚಂದ್ ಈಸ್ ಮೈ ಫೇವ್ರೊರೈಟ್ ನಾವೆಲಿಸ್ಟ್ ಅಂಡ್ ಗೋದಾನ್ ಈಸ್ ಆಲ್ಸೋ ಪ್ರಿಸ್ಕ್ರೈಬ್ಡ್ ಇನ್ ಮೈ ಕೋರ್ಸ್.)

ಸುರೇಶ್ - ಹಾಗಾದರೆ, ನಿನಗೆ ಈ ಪುಸ್ತಕಗಳು ಇಷ್ಟವಾಯಿತೇ ?

So you like the books? (ಸೋ ಯೂ ಲೈಕ್ ದ ಬುಕ್ಸ್.)

ಗೀತಾ - ಹೌದು, ತುಂಬಾ ಇಷ್ಟ. ವಿಶೇಷ ಉಡುಗೊರೆಗೆ ವಿಶೇಷ ಧನ್ಯವಾದಗಳು.

Yes, very much. Special thanks for this special gift. (ಯಸ್, ವೆರಿ ಮಚ್ ಸ್ಪೆಷೆಲ್ ತ್ಯಾಂಕ್ಸ್ ಫಾರ್ ದಿಸ್ ಸ್ಪೆಷಲ್ ಗಿಫ್ಟ್.)

ನೀರಾ - ಬೇರೆಯವರೆಲ್ಲಾ ಎಲ್ಲಿ ?

Where are the all others. (ವೇರ್ ಆರ್ ದ ಆಲ್ ಅದರ್ಸ್.)

ಗೀತಾ - ಎಲ್ಲರೂ ಒಳಗಡೆ ಕಾಯುತ್ತಿದ್ದಾರೆ. ಈಗ ನೀವಿಬ್ಬರೂ ಸಹ ಬಂದು ಸ್ವಲ್ಪ ತಿಂಡಿಯನ್ನು ತೆಗೆದುಕೊಳ್ಳಿ.

All are waiting inside. Now you two also come and have some refreshments. (ಆಲ್ ಆರ್ ವೆಯ್‌ಟಿಂಗ್ ಇನ್‌ಸೈಡ್. ನೌ ಯೂ ಟೂ ಆಲ್ಸೋ ಕಮ್ ಅಂಡ್ ಹಾವ್ ಸಮ್ ರೆಫ್ರೆಷ್‌ಮೆಂಟ್ಸ್.)

40

ವರದಕ್ಷಿಣೆ ಪದ್ಧತಿ

DOWRY SYSTEM (ಡೌರಿ ಸಿಸ್ಟಂ)

ಪೂನಂ -	ಇನ್ನೂ ಸಹ ನಮ್ಮ ಸಮಾಜದಲ್ಲಿ ಎಷ್ಟೊಂದು ಮೂಢನಂಬಿಕೆಗಳು ಮತ್ತು ಸಾಮಾಜಿಕ ಪಿಡುಗುಗಳು ಇವೆ.	Still there are so many superstition and social evils in our society. (ಸ್ಟಿಲ್ ದೇರ್ ಆರ್ ಸೋ ಮೆನಿ ಸೂಪರ್‌ಸ್ಟೀಷನ್ ಅಂಡ್ ಸೋಷಿಯಲ್ ಈವಿಲ್ಸ್ ಇನ್ ಅವರ್ ಸೊಸೈಟಿ.)
ರೇಖಾ -	ವಿಜ್ಞಾನ ಇಷ್ಟು ಮುಂದುವರೆದಿದ್ದರೂ ಸಹ.	In spite of so much scientific advancement. (ಇನ್ ಸ್ಪೈಟ್ ಆಫ್ ಸೋ ಮಚ್ ಸೈಯಿಂಟಿಫಿಕ್ ಅಡ್ವಾನ್ಸ್‌ಮೆಂಟ್.)
ಶ್ಯಾಂ -	ವರದಕ್ಷಿಣೆ ಎಂಬುದು ಒಂದು ಕೆಟ್ಟ ಸಾಮಾಜಿಕ ಪಿಡುಗು.	I think dowry system is the worst social evil. (ಐ ತಿಂಕ್ ಡೌರಿ ಸಿಸ್ಟಮ್ ಈಸ್ ದ ವರ್ಸ್ಟ್ ಸೋಷಿಯಲ್ ಈವಿಲ್.)
ರೇಖಾ -	ಇದರಲ್ಲಿ ಸಂದೇಹವೇ ಇಲ್ಲ. ಇದು ನಮ್ಮ ಸಮಾಜದ ಹಣೆಯ ಮೇಲಿರುವ ಒಂದು ದೊಡ್ಡ ಶಾಪ.	There is no doubt in it. This is the biggest disgrace on the forehead of our society. (ದೇರ್ ಈಸ್ ನೋ ಡೌಟ್ ಇನ್ ಇಟ್. ದಿಸ್ ಈಸ್ ದ ಬಿಗ್ಗೆಸ್ಟ್ ಡಿಸ್‌ಗ್ರೇಸ್ ಆನ್ ದ ಫೋರ್‌ಹೆಡ್ ಆಫ್ ಅವರ್ ಸೋಸೈಟಿ.)
ಪೂನಂ -	ಸುಮಾರು ನಾಲ್ಕು ವರ್ಷಗಳಿಂದ ಇದು ಒಂದು ದೊಡ್ಡ ಅನಾಹುತವನ್ನೇ ಎಬ್ಬಿಸಿದೆ.	For the last few years, it has caused havoc. Every day in the news-papers there is news of dowry deaths. (ಫಾರ್ ದ ಲಾಸ್ಟ್ ಫ್ಯೂ ಇಯರ್ಸ್, ಇಟ್ ಹಾಸ್ ಕಾಸ್ಡ್ ಹೆವೋಕ್. ಎವರಿಡೇ ಇನ್ ದ ನ್ಯೂಸ್‌ಪೇಪರ್ಸ್ ದೇರ್ ಈಸ್ ನ್ಯೂಸ್ ಆಫ್ ಡೌರಿ ಡೆತ್ಸ್.)
ಶ್ಯಾಂ -	ಹೆಣ್ಣು ಕೊಟ್ಟಿರುವವರ ಕರುಳು ಹಿಂಡುವಂತಹ ಪರಿಸ್ಥಿತಿ. ತಮ್ಮ ಹೆಣ್ಣು ಮಕ್ಕಳನ್ನು ಕೊಟ್ಟು ಹಣ ವನ್ನೂ ಕೊಟ್ಟು ನೆಮ್ಮದಿ ಇಲ್ಲದ ಹೆಣ್ಣ ಮಕ್ಕಳು.	The Life of the parents of the girls has become distress stricken. Give daughters and wealth also and even then the daughter is not in peace. (ದ ಲೈಫ್

		ಆಫ್ ದ ಪೇರೆಂಟ್ಸ್ ಆಫ್ ದ ಗರ್ಲ್ಸ್ ಹಾಸ್ ಬಿಕಮ್ ಡಿಸ್ಟ್ರೆಸ್ ಸ್ಟ್ರೈಕೆನ್ ಗಿವ್ ಡಾಹ್‌ಟರ್ಸ್ ಅಂಡ್ ವೆಲ್ತ್ ಆಲ್ಸೋ ಅಂಡ್ ಈವೆನ್ ದೆನ್ ದ ಡಾಟರ್ ಈಸ್ ನಾಟ್ ಇನ್ ಪೀಸ್.)
ಪೂನಂ -	ತಾವಾಗಿ ತಾವೇ ವರದಕ್ಷಿಣೆಯನ್ನು ಕೊಡುವ ಕಾಲ ಇತ್ತು. ಈಗಿನ ದಿನಗಳಲ್ಲಿ ಇದು ಕಡ್ಡಾಯವಾಗಿದೆ. ಇದು ಒಂದು ಕುಷ್ಠರೋಗವಿದ್ದಂತೆ.	There was a time when it was voluntary. These days it has become a necessary evil. Call it leprosy not evil. (ದೇರ್ ವಾಸ್ ಎ ಟೈಮ್ ವೆನ್ ಇಟ್ ವಾಸ್ ವಾಲನ್ಟರಿ. ದೀಸ್ ಡೇಸ್ ಇಟ್ ಹಾಸ್ ಬಿಕಮ್ ಎ ನೆಸಸರಿ ಈವಿಲ್. ಕಾಲ್ ಇಟ್ ಲೆಪ್ರೋಸಿ ನಾಟ್ ಈವಿಲ್.)
ರೇಖಾ -	ಆದರೆ ಈಗ ಪ್ರಶ್ನೆಯೇನೆಂದರೆ ಈ ಸಾಮಾಜಿಕ ನೀಚತನವನ್ನು ಹೇಗೆ ಅಳಿಸಿ ಹಾಕುವುದು ?	But now the question is how to efface this social slur. (ಬಟ್ ನೌ ದ ಕ್ವೆಸ್ಚನ್ ಈಸ್ ಹೌ ಟು ಎಫೇಸ್ ದಿಸ್ ಸೋಷಿಯಲ್ ಸ್ಲರ್.)
ಶ್ಯಾಂ -	ಸರ್ಕಾರವು ವರದಕ್ಷಿಣೆ ವಿರುದ್ಧವಾಗಿ ಒಂದು ಚಳುವಳಿಯನ್ನು ನಡೆಸುತ್ತಿದೆ. ವರದಕ್ಷಿಣೆಯನ್ನು ತೆಗೆದುಕೊಳ್ಳುವುದು ಮತ್ತು ಕೊಡುವುದು ಅಪರಾಧವೆಂದು ತಿಳಿದರೂ ಈ ರೋಗವು ಇನ್ನೂ ಜಾಸ್ತಿಯಾಗುತ್ತಲೇ ಹೋಗುತ್ತಿದೆ.	Government is running the anti-dowry movement. Taking and giving of dowry is also a crime but the disease is on the increase. (ಗವರ್ನ್‌ಮೆಂಟ್ ಈಸ್ ರನ್ನಿಂಗ್ ದ ಆನ್ಟಿ ಡೌರಿ ಮೂವ್‌ಮೆಂಟ್ ಟೇಕಿಂಗ್ ಅಂಡ್ ಗಿವಿಂಗ್ ಆಫ್ ಡೌರಿ ಈಸ್ ಆಲ್ಸೋ ಎ ಕ್ರೈಮ್ ಬಟ್ ದ ಡಿಸೀಸ್ ಈಸ್ ಆನ್ ದ ಇನ್‌ಕ್ರೀಸ್.)
ಪೂನಂ -	ಕಾಯ್ದೆಗಳಿಂದ ಮಾತ್ರ ಏನು ಮಾಡಲಾಗುವುದಿಲ್ಲ. ಇದು ಒಂದು ಸಾಮಾಜಿಕ ಪ್ರಜ್ಞೆಯಿಂದ ಮಾಡಬೇಕು.	Only laws are none of much avail. It is a matter of social consciousness. (ಒನ್ಲಿ ಲಾಹ್ಸ್ ಆರ್ ನನ್ ಆಫ್ ಮಚ್ ಅವೇಯ್ಲ್.)
ಶ್ಯಾಂ -	ನೀನು ಸರಿಯಾಗಿ ಹೇಳಿದೆ. ಈಗ ಪರಿಸ್ಥಿಗಳು ತುಂಬಾ ಕೆಟ್ಟಿವೆ. ಹೆಚ್ಚು ವರದಕ್ಷಿಣೆ ಇಲ್ಲದೆ ಗಂಡನ್ನು ಹುಡುಕುವುದೇ ಕಷ್ಟ.	You are right. It is very disgraceful situation. It has become difficult to find a suitable match for a girl without paying a high price. (ಯೂ ಆರ್ ರೈಟ್

ಇಟ್ ಈಸ್ ವೆರಿ ಡಿಸ್ಗ್ರೇಸ್‌ಫುಲ್ ಸಿಟುಏಷನ್. ಇಟ್ ಹಾಸ್ ಬಿಕಮ್ ಡಿಫ್ಫಿಕಲ್ಟ್ ಟು ಫೈಂಡ್ ಎ ಸ್ಯೂಟಬಲ್ ಮಾಟ್ಚ್ ಫಾರ್ ಎ ಗರ್ಲ್ ವಿತೌಟ್ ಪೇಯಿಂಗ್ ಎ ಹೈ ಪ್ರೈಸ್.)

ರೇಖಾ - ಸಂಖ್ಯೆಯಿಲ್ಲದಷ್ಟು ಕುಟುಂಬಗಳು ಈ ವರದಕ್ಷಿಣೆ ಸಮಸ್ಯೆಯಿಂದ ಹಾಳಾಗಿವೆ.

Innumerable homes have been ruined because of dowry. (ಇನ್ಯೂಮೆರಬಲ್ ಹೋಮ್ಸ್ ಹಾವ್ ಬೀನ್ ರೂಯಿಂಡ್ ಬಿಕಾಸ್ ಆಫ್ ಡೌರಿ.)

ಸಾವಿರಾರು ಹೆಣ್ಣ ಮಕ್ಕಳು ಮದುವೆಯಾಗದೆ ಮತ್ತು ತುಂಬಾ ಜನ ಆತ್ಮ ಹತ್ಯೆಯನ್ನೂ ಮಾಡಿ ಕೊಳ್ಳುತ್ತಾರೆ.

Thousands of girls remain unmarried and many commit suicide. (ತೌಸೆಂಡ್ಸ್ ಆಫ್ ಗರ್ಲ್ಸ್ ರಿಮೇಯ್ನ್ ಅನ್‌ಮೇರೀಡ್ ಅಂಡ್ ಮೆನಿ ಕಮ್ಮಿಟ್ ಸೂಯ್‌ಸೈಡ್.)

ಪೂನಂ - ದೇಶದ ಯುವಜನರಿಂದ ಮಾತ್ರ ಈ ಪಿಡುಗನ್ನು ಹೋಗಲಾಡಿಸಲು ಸಾಧ್ಯ.

Only the youth of the country can very well dispose of this evil. (ಒನ್ಲಿ ದ ಯೂತ್ ಆಫ್ ದ ಕಂಟ್ರಿ ಕಾನ್ ವೆರಿ ವೆಲ್ ಡಿಸ್ಪೋಸ್ ಆಫ್ ದಿಸ್ ಈವಿಲ್.)

ರೇಖಾ - ತುಂಬಾ ಜನ ಹುಡಗ-ಹುಡುಗಿಯರು ಮುಂದಕ್ಕೆ ಬಂದು ತಾವು ತಮ್ಮ ಮದುವೆ ಗಳಲ್ಲಿ ವರದಕ್ಷಿಣೆಯನ್ನು ತೆಗೆದುಕೊಳ್ಳುವುದಿಲ್ಲವೆಂದು ಪ್ರಮಾಣ ಮಾಡುತ್ತಿದ್ದಾರೆ.

Many young boys and girls are coming forward and taking pledges that they would not accept dowry at their marriage. (ಮೆನಿ ಯಂಗ್ ಬಾಯ್ಸ್ ಅಂಡ್ ಗರ್ಲ್ಸ್ ಆರ್ ಕಮಿಂಗ್ ಫಾರ್ವರ್ಡ್ ಅಂಡ್ ಟೇಕಿಂಗ್ ಪ್ಲೆಡ್ಜಸ್ ದಟ್ ದೇ ವುಡ್ ನಾಟ್ ಅಕ್ಸೆಪ್ಟ್ ಡೌರಿ ಅಟ್ ದೇರ್ ಮ್ಯಾರೇಜ್.)

ಪೂನಂ - ಯುವಜನರು ಮಾತ್ರ ಈ ಕತ್ತಲೆಗೆ ಆಶಾಕಿರಣವಾಗಬಲ್ಲರು.

Only the young people are a ray of hope in this darkness. (ಒನ್ಲಿ ದ ಯಂಗ್ ಪೀಪಲ್ ಆರ್ ಎ ರೇ ಆಫ್ ಹೋಪ್ ಇನ್ ದಿಸ್ ಡಾರ್ಕ್‌ನೆಸ್.)

ರೇಖಾ - ಪ್ರತಿಯೊಬ್ಬ ಯುವಕ ಯುವತಿಯೂ ಇದನ್ನು ಅರ್ಥಮಾಡಿಕೊಂಡರೆ ಈ ಸಮಸ್ಯೆಯ ಬೇರನ್ನು ಕಿತ್ತೆಸೆಯಬಹುದು.

If every young boy and girl under stand this evil, then it can be rooted out today. (ಇಫ್ ಎವರಿ ಯಂಗ್ ಬಾಯ್ ಅಂಡ್ ಗರ್ಲ್

ಅಂಡರ್‌ಸ್ಟಾಂಡ್ ದಿಸ್ ಈವಿಲ್, ದೆನ್ ಇಟ್ ಕಾನ್ ಬಿ ರೂಟೆಡ್ ಔಟ್ ಟುಡೇ.)

ಶ್ಯಾಂ - ಈ ಶಾಪದ ವಿರುದ್ಧವಾಗಿ ಒಂದು ಧಾರ್ಮಿಕ ಚಳುವಳಿ ಪ್ರಾರಂಭಿಸಬೇಕು. There is a need to start a crusade against this curse. (ದೇರ್ ಈಸ್ ಎ ನೀಡ್ ಟು ಸ್ಟಾರ್ಟ್ ಎ ಕ್ರುಸೇಡ್ ಅಗೆಯ್‌ನ್ಸ್ಟ್ ದಿಸ್ ಕರ್ಸ್.)

ಎಲ್ಲರೂ - ಹೌದು. ನಾವೆಲ್ಲರೂ ನಮ್ಮ ಮದುವೆಗಳಲ್ಲಿ ವರದಕ್ಷಿಣೆ ತೆಗೆದುಕೊಳ್ಳುವುದಿಲ್ಲ ಮತ್ತು ಕೊಡುವುದಿಲ್ಲವೆಂದು ವಚನ ಸ್ವೀಕರಿಸೋಣ. Yes, we all take the pledge to oppose the dowry at all levels and we shall neither take or give dowry at the time of our marriage. (ಯೆಸ್, ವೀ ವಿಲ್ ಟೇಕ್ ದ ಪ್ಲೆಡ್ಜ್ ಟು ಅಪ್ಪೋಸ್ ದ ಡೌರಿ ಅಟ್ ಆಲ್ ಲೆವಲ್ಸ್ ಅಂಡ್ ವೀ ಶಲ್ ನೆಯ್‌ದರ್ ಟೇಕ್ ಆರ್ ಗಿವ್ ಡೌರಿ ಅಟ್ ದ ಟೈಮ್ ಆಫ್ ಅವರ್ ಮ್ಯಾರೇಜ್.)

41

ವಿಜ್ಞಾನದ ಮಾತು

SCIENCE TALK (ಸೈನ್ಸ್ ಟಾಕ್)

ರೂಪಾ - ವಿಜ್ಞಾನವು ಎಷ್ಟು ಮುಂದುವರೆದಿದೆ ! ನಿನ್ನೆ ನಾನು ಆಸ್ಟ್ರೇಲಿಯಾದಲ್ಲಿದ್ದೆ ಈ ದಿನ ಇಲ್ಲಿದ್ದೇನೆ. How much science has progressed! Yesterday I was in Australia and today here. (ಹಾ ಮಚ್ ಸೈನ್ಸ್ ಹಾಸ್ ಪ್ರೋಗ್ರೆಸ್ಡ್! ಎಸ್ಟರ್‌ಡೇ ಐ ವಾಸ್ ಇನ್ ಆಸ್ಟ್ರೇಲಿಯಾ ಅಂಡ್ ಟುಡೇ ಹಿಅರ್.)

ನಿಶಾ - ಮಾನವ ಬಾಹ್ಯಾಕಾಶವನ್ನು ಜಯಿಸಿದ್ದಾನೆ. ಮಾನವ ಚಂದ್ರನ ಮೇಲೆಯೂ ಹೆಜ್ಜೆ ಇಟ್ಟಿದ್ದಾನೆ. Man has conquered space. Man has been on the moon too. (ಮ್ಯಾನ್ ಹಾಸ್ ಕಾಂಕರ್ಡ್ ಸ್ಪೇಸ್. ಮ್ಯಾನ್ ಹಾಸ್ ಬೀನ್ ಆನ್ ದ ಮೂನ್ ಟೂ.)

ರೀಟಾ - ಆಧುನಿಕ ಯುಗವನ್ನು ವಿಜ್ಞಾನ ಯುಗವೆಂದೂ ಕರೆಯಲಾಗಿದೆ. The modern age has rightly been called the age of science. (ದ ಮಾಡರ್ನ್ ಏಜ್ ಹಾಸ್ ರೈಟ್ಲಿ ಬೀನ್ ಕಾಲ್ಡ್ ದ ಏಜ್ ಆಫ್ ಸೈನ್ಸ್.)

ನಿಶಾ -	ವಿಜ್ಞಾನವು ವಿಶ್ವದ ಮುಖವನ್ನು ಸಂಪೂರ್ಣವಾಗಿ ಬದಲಾಯಿಸಿದೆ. ವಿಶ್ವಪೂರ್ತಿ ವೈಜ್ಞಾನಿಕ ಅತಿಶಯಗಳಿಂದ ತುಂಬಿದೆ.	Science has changed the face of the world completely. The world is full of scientific wonders. (ಸೈನ್ಸ್ ಹಾಸ್ ಚೇಂಜ್ಡ್ ದ ಫೇಸ್ ಆಫ್ ದ ವರ್ಲ್ಡ್ ಕಂಪ್ಲೀಟ್ಲಿ. ದ ವರ್ಲ್ಡ್ ಈಸ್ ಫುಲ್ ಆಫ್ ಸೈಯನ್ಟಿಫಿಕ್ ವಂಡರ್ಸ್.)
ರೂಪಾ -	ನಮ್ಮ ತಾತನವರೇನಾದರೂ ಬದುಕಿದ್ದಿದ್ದರೆ ಅವರು ವಿಶ್ವವನ್ನು ಕಂಡುಹಿಡಿಯಲಾಗುತ್ತಿರಲಿಲ್ಲ.	If my grand-father happen to be alive he would not recognise this world. (ಇಫ್ ಮೈ ಗ್ರಾಂಡ್-ಫಾದರ್ ಹಾಪ್ಪೆನ್ಸ್ ಟು ಬಿ ಅಲೈವ್ ಹೀ ವುಡ್ ನಾಟ್ ರಿಕಾಗ್‌ನೈಸ್ ದಿಸ್ ವರ್ಲ್ಡ್.)
ರೀಟಾ -	ಎಲ್ಲರ ಬಾಳು ಅಷ್ಟು ಸುಖದಾಯಕವಾಗಿದೆ.	Life has become so comfortable. (ಲೈಫ್ ಹಾಸ್ ಬಿಕವ್ ಸೋ ಕಮ್‌ಫೊರ್ಟಬ್ಲ್)
	ವಿದ್ಯುತ್ಶಕ್ತಿಯು ಎಂಥಹ ಅದ್ಭುತವಾದ ಕಾಣಿಕೆ.	What a wonderful gift is electricity. (ವಾಟ್ ಎ ವಂಡರ್‌ಫುಲ್ ಗಿಫ್ಟ್ ಈಸ್ ಎಲೆಕ್ಟ್ರಿಸಿಟಿ.)
ರೂಪಾ -	ನಮ್ಮ ಮನೆಗಳನ್ನು ಬೆಳಗಿಸುತ್ತದೆ, ರೈಲುಗಳು ಇದರ ಸಹಾಯದಿಂದ ಚಲಿಸುತ್ತವೆ. ಮತ್ತು ಇನ್ನೂ ಕೆಲವು ಗೃಹ ಕಾರ್ಯಗಳನ್ನು ಇದರಿಂದ ಮಾಡಬಹುದು.	It light our houses, trains are run with its help and many domestic works are done with it. (ಇಟ್ ಲೈಟ್ಸ್ ಅವರ್ ಹೌಸೆಸ್, ಟ್ರೇಯ್ನ್ಸ್ ಆರ್ ರನ್ ವಿತ್ ಇಟ್ಸ್ ಹೆಲ್ಪ್ ಅಂಡ್ ಮೆನಿ ಡೊಮೆಸ್ಟಿಕ್ ವರ್ಕ್ಸ್ ಆರ್ ಡನ್ ವಿತ್ ಇಟ್.)
ನಿಶಾ -	ತುಂಬಾ ವೇಗವಾಗಿ ಸಂಪರ್ಕಿಸುವ ಮಾಧ್ಯಮವೂ ವಿಜ್ಞಾನದ ಒಂದು ಕಾಣಿಕೆಯೇ. ಈಗ ಪ್ರಯಾಣವು ತುಂಬಾ ಸುಖಕರವಾಗಿದೆ.	The fast means of communication are also the gift of science. Travelling has become very comfortable now. (ದ ಫಾಸ್ಟ್ ಮೀನ್ಸ್ ಆಫ್ ಕಮ್ಯೂನಿಕೇಷನ್ ಆರ್ ಆಲ್ಸೋ ದ ಗಿಫ್ಟ್ ಆಫ್ ಸೈನ್ಸ್. ಟ್ರಾವೆಲ್ಲಿಂಗ್ ಹಾಸ್ ಬಿಕವ್ ವೆರಿ ಕಮ್‌ಫರ್ಟಬ್ಲ್ ನಾ.)
ರೂಪಾ -	ವಿಮಾನಗಳು, ದೂರ ದರ್ಶನ ಆಕಾಶವಾಣಿ ಮುಂತಾದುವು ಕೂಡಾ ವಿಜ್ಞಾನದ ಕೊಡುಗೆಗಳು	Aeroplanes, television, radio etc. all are the gifts of science. (ಏರೋಪ್ಲೇನ್ಸ್, ಟೆಲಿವಿಶನ್, ರೇಡಿಯೋ ಎಕ್ಸ್‌ಟ್ರಾ ಆಲ್ ಆರ್ ದ ಗಿಫ್ಟ್ಸ್ ಆಫ್ ಸೈಂಸ್.)

ರೀಟಾ -	ಹೆಚ್ಚಿನ ಸಂಖ್ಯೆಯಲ್ಲಿ ಕೆಲವು ರೋಗಗಳಿದ್ದವು. ಈಗ ಅವನ್ನೆಲ್ಲಾ ಹತೋಟಿಗೆ ತಂದು ನಿಯಂತ್ರಿಸಲಾಗಿದೆ	Many dangerous diseases were there. They all have been controlled. They all have been eradicated. (ಮೆನಿ ಡೇನ್ಜರಸ್ ಡಿಸೀಸೆಸ್ ವೇರ್ ದೇರ್. ದೇ ಆಲ್ ಹಾವ್ ಬೀನ್ ಕನ್ಟ್ರೋಲ್ಡ್. ದೇ ಆಲ್ ಹಾವ್ ಬೀನ್ ಎರಾಡಿಕೇಟೆಡ್.)
ರೂಪಾ -	ಸ್ಮಾಲ್ ಪಾಕ್ಸ್ ಎಂಬ ಹೆಸರನ್ನು ಈಗ ಎಲ್ಲಿ ಕೇಳುತ್ತಿದ್ದೇವೆ? ಸಾಂಕ್ರಾಮಿಕ ರೋಗಗಳೂ ಸಹ ಈಗ ಹೋಗಲಾಡಿಸಲಾಗಿದೆ.	Where is the name of small-pox is heard now? Epidemics too have been eradicated. (ವೇರ್ ಈಸ್ ದ ನೇಮ್ ಆಫ್ ಸ್ಮಾಲ್-ಪಾಕ್ಸ್ ಈಸ್ ಹೆರ್ಡ್ ನೌ? ಎಪಿಡೆಮಿಕ್ಸ್ ಟೂ ಹಾವ್ ಬೀನ್ ಎರಾಡಿಕೇಟೆಡ್.)
ನಿಶಾ -	ಆದರೆ ಒಂದು ವಿಷಯವೆಂದರೆ -ಜೀವನ ಪೂರ್ತಿ ಸುಖಕರವಾಗಿದ್ದರೆ ಇದು ಸಂತೋಷ ಎಂದು ಕರೆಯಲಾಗುವುದಿಲ್ಲ.	But there is one thing. Life is full of comforts but we cannot call it happy. (ಬಟ್ ದೇರ್ ಈಸ್ ಒನ್ ತಿಂಗ್. ಲೈಫ್ ಈಸ್ ಫುಲ್ ಆಫ್ ಕಮ್ಫರ್ಟ್ಸ್ ಬಟ್ ವೀ ಕೆನ್ನಾಟ್ ಕಾಲ್ ಇಟ್ ಹಾಪಿ.)
ರೀಟಾ -	ಇದು ಸತ್ಯದ ಇನ್ನೊಂದು ಮುಖ. ವಿಜ್ಞಾನವು ಜೀವನವನ್ನು ಸುಲಭಗೊಳಿಸಿದೆ. ಆದರೆ ಸಮಸ್ಯೆಗಳು ಹೆಚ್ಚಾಗಿವೆ.	This is the other side of the truth. Science has made life easy, But complications. have increased. (ದಿಸ್ ಈಸ್ ದ ಆದರ್ ಸೈಡ್ ಆಪ್ ದ ಟ್ರೂತ್. ಸೈನ್ಸ್ ಹಾಸ್ ಮೇಡ್ ಲೈಫ್ ಈಸಿ, ಬಟ್ ಕಾಂಪ್ಲಿಕೇಷನ್ಸ್ ಹಾವ್ ಇಂಕ್ರೀಸ್ಡ್.)
ರೂಪಾ -	ನಮಗೆ ಸಾವಿಗೀಡು ಮಾಡುವ ಶಸ್ತ್ರಗಳಾದ ಅಣು ಗುಂಡುಗಳನ್ನೂ ಈ ವಿಜ್ಞಾನವು ಕೊಟ್ಟಿದೆ. ನಾವು ಹಿರೋಶಿಮಾ ಮತ್ತು ನಾಗಸಕಿ ಎಂಬ ದುರಂತಗಳನ್ನು ಮರೆಯಲಾಗುವುದಿಲ್ಲ.	It has given us fatal arms like atom-bomb. We can never forget the tragedy of Hiroshima and Nagasaki. (ಇಟ್ ಹಾಸ್ ಗಿವನ್ ಅಸ್ ಫಾಟಲ್ ಆರ್ಮ್ಸ್ ಲೈಕ್ ಆಟಮ್-ಬಾಂಬ್. ವೀ ಕ್ಯಾನ್ ನೆವೆರ್ ಫರ್ಗೆಟ್ ದ ಟ್ರಾಜೆಡಿ ಆಫ್ ಹಿರೋಶಿಮಾ ಅಂಡ್ ನಾಗಾಸಕಿ.)
ರೀಟಾ -	ಮೂರನೇ ವಿಶ್ವ ಸಮರವೇನಾದರೂ ಇದ್ದರೆ	If there is the Third world War the whole world would be

	ವಿಶ್ವ ಪೂರ್ತಿ ನಾಶವಾಗುತ್ತದೆ.	destroyed. (ಇಫ್ ದೇರ್ ಈಸ್ ದ ತರ್ಡ್ ವರ್ಲ್ಡ್ ವಾರ್ ದ ವ್ಹೋಲ್ ವರ್ಲ್ಡ್ ವುಡ್ ಬಿ ಡಿಸ್ಟ್ರಾಯ್ಡ್.)
ನಿಶಾ -	ಆದರೆ ವಿಜ್ಞಾನವನ್ನು ನಾವು ನಿಂದಿಸಬಾರದು. ಮನುಷ್ಯನೇ ಇದನ್ನು ಸರಿಯಾಗಿ ಬಳಸಿಕೊಳ್ಳಬೇಕು.	But science is not to blame. It is man himself who makes its use thus. (ಬಟ್ ಸೈನ್ಸ್ ಈಸ್ ನಾಟ್ ಟು ಬ್ಲೇಮ್. ಇಟ್ ಈಸ್ ಮಾನ್ ಹಿಮ್‌ಸೆಲ್ಫ್ ವ್ಹೂ ಮೇಕ್ಸ್ ಇಟ್ಸ್ ಯೂಸ್ ದಸ್.)
ರೂಪಾ -	ಆದ್ದರಿಂದಲೇ 'ವಿಜ್ಞಾನವೆಂಬುದು ಒಳ್ಳೆಯ ಆಡಿಯಾಳು ಆದರೆ ಕಟ್ಟ ಮಾಲೀಕ'.	That's why it has been said that science is a good servant but a bad master. (ದಟ್ಸ್ ವೈ ಇಟ್ ಹಾಸ್ ಬೀನ್ ಸೆಡ್ ದಟ್ ಸೈನ್ಸ್ ಈಸ್ ಎ ಗುಡ್ ಸರ್ವೆಂಟ್ಟ ಬಟ್ ಎ ಬ್ಯಾಡ್ ಮಾಸ್ಟೆರ್)
ರೀಟಾ -	ವಿಜ್ಞಾನವು ಒಂದು ವರ ಮತ್ತು ಶಾಪ.	Science is both a blessing and a curse. (ಸೈನ್ಸ್ ಈಸ್ ಬೋತ್ ಎ ಬ್ಲೆಸ್ಸಿಂಗ್ ಅಂಡ್ ಎ ಕರ್ಸ್.)
ನಿಶಾ -	ವಿಜ್ಞಾನವು ರಾಜಕೀಯ ವ್ಯಕ್ತಿಗಳ ಬಲಿಗೆ ಬಿದ್ದು ನಾಶವಾಗುವ ಅಸ್ತ್ರವಾಗುತ್ತದೆ.	Science will become an instrument of destruction by falling in the hands of political leaders. (ಸೈನ್ಸ್ ವಿಲ್ ಬಿಕಮ್ ಆನ್ ಇಂಸ್ಟ್ರುಮೆಂಟ್ ಆಫ್ ಡಿಸ್ಟ್ರಕ್ಷನ್ ಬೈ ಫಾಲಿಂಗ್ ಇನ್ ದ ಹ್ಯಾಂಡ್ಸ್ ಆಫ್ ಪೊಲಿಟಿಕಲ್ ಲೀಡರ್ಸ್.)

ವರ್ಗೀಕರಿಸಿದ ಶಬ್ದಾರ್ಥಕೋಶ

CLASSIFIED GLOSSARY (ಕ್ಲಾಸ್ಸಿಫೈಡ್ ಗ್ಲಾಸ್ಸರಿ)

1. Parts of the Body (ಶರೀರದ ಅಂಗಗಳು)

ಅಂಗ limb (ಲಿಂಬ್)
ಮಡಿಲು lap (ಲಾಪ್)
ಕಾಲುಬೆರಳು toe (ಟೋ)
ರಸಗ್ರಂಥಿgland (ಗ್ಲ್ಯಾಂಡ್)
ಬೆರಳು finger (ಫಿಂಗರ್)
ಮೊಣ ಕಾಲು knee (ನೀ)
ಹೆಬ್ಬೆರಳು thumb (ಥಂಬ್)
ಚರ್ಮ skin (ಸ್ಕಿನ್)
ಕಣ್ಣು eye (ಆಯ್)
ಮೊಲೆ teat (ಟೀಟ್)
ಕರುಳುಗಳು intestine (ಇಂಟೆಸ್ಟೈನ್)
ಕುಂಡೆ buttocks (ಬಟಕ್ಸ್)
ಹಿಮ್ಮಡಿ heel (ಹೀಲ್)
ಮುಖ face (ಫೇಸ್)
ತುಟಿ lip (ಲಿಪ್)
ಎದೆ chest (ಚೆಸ್ಟ್)
ಭುಜ shoulder (ಶೋಲ್ಡರ್)
ಸ್ತನ breast (ಬ್ರೆಸ್ಟ್)
ಕಣ್ತಲೆ temple (ಟೆಂಪಲ್)
ದವಡೆ Jaw (ಜಾ)
ಸೊಂಟ waist (ವೇಯ್‌ಸ್ಟ್)
ತೊಡೆ thigh (ಥೈ)
ಮಣಿಕಟ್ಟು wrist (ರಿಸ್ಟ್)
ಕಾಳಜ liver (ಲಿವರ್)
ಕಿವಿ ear (ಇಅರ್)
ನಾಲಿಗೆ tongue (ಟಂಗ್)
ಕಿರಿ ಬೆರಳು little finger (ಲಿಟಲ್ ಫಿಂಗರ್)
ಗಂಟು (joint (ಜಾಇಂಟ್)
ಕಂಕುಳ armpit (ಆರ್ಮ್ ಪಿಟ್)
ಗದ್ದ chin (ಚಿನ್)
ಹಿಂಗತ್ತು nape (ನೇಪ್)
ಸೊಂಡಿಲು trunk (ಟ್ರಂಕ್)
ಮೂತ್ರಪಿಂಡ kidney (ಕಿಡ್‌ನಿ)
ಕಾಲು leg (ಲೆಗ್)
ಧಮಿನಿ artery (ಆರ್ಟರಿ)
ಉಗುರು nail (ನೆಇಲ್)
ದಂತಮೂಲ gum (ಗಮ್)
ಮೂಗಿನ ಸೊಳ್ಳೆಗಳು nostrils(ನಾಸ್ಟ್ರಿಲ್ಸ್)
ಹಣೆ forehead (ಫೋರ್‌ಹೆಡ್)
ಮಲಿನರಕ್ತ ನಾಳ vein (ವೇನ್)
ಬಾಯಿ mouth (ಮೌತ್)
ಮೂಗು nose (ನೋಸ್)
ಮುಷ್ಟಿ fist (ಫಿಸ್ಟ್)
ನಾಡಿ pulse (ಪಲ್ಸ್)
ಮೂತ್ರ ಕೋಶ urinary bladder (ಯೂರಿನರಿ ಬ್ಲಾಡ್ಡೆರ್)
ನಾಭಿ naval (ನೇವಲ್)
ಮೀಸೆ moustache (ಮಸ್ಟಾಶ್)
ರೆಪ್ಪೆ eyelid (ಆಯ್‌ಲಿಡ್)
ಬೆನ್ನೆಲುಬು backbone (ಬ್ಯಾಕ್ ಬೋನ್)
ಪಕ್ಕೆಲಬು rib (ರಿಬ್)
ಕೂದಲು hair (ಹೆಅರ್)
ಹೊಟ್ಟೆ stomach (ಸ್ಟೊಮಕ್)
ರೋಮದ ಸೂಕ್ಷ್ಮ ರಂಧ್ರ pore (ಪೋರ್)
ಪಾದ foot (ಫೂಟ್)
ಹಣೆ forehead (ಫೋರ್‌ಹೆಡ್)
ಕಣಗಾಲು calf leg (ಕಾಫ್ ಲೆಗ್)
ರಕ್ತ blood (ಬ್ಲಡ್)
ಕಣ್ಣಿನ ಪಾಪೆ pupil (ಪ್ಯೂಪಿಲ್)

ಮೊಣಕೈ elbow (ಎಲ್ಬೋ)
ಕಣಕಾಲು ankle (ಆಂಕಲ್)
ತಲೆಬುರುಡೆ skull (ಸ್ಕಲ್)
ಕಣಕಾಲು ಎಲುಬು ankle bone (ಆಂಕಲ್ ಬೋನ್)
ತೋರಿ ಬೆರಳು index finger (ಇಂಡೆಕ್ಸ್ ಫಿಂಗರ್)
ಕುತ್ತಿಗೆ neck (ನೆಕ್)
ಅಂಗಾಲು sole (ಸೋಲ್)
ಗರ್ಭಾಶಯ womb (ವೂಮ್ಬ್)
ಅಂಗುಳು palate (ಪ್ಯಾಲೇಟ್)
ಗರ್ಭಾಕೋಶ uterus (ಯೂಟೆರಸ್)
ಪ್ಲೀಹ spleen (ಸ್ಪ್ಲೀನ್)
ಗಲ್ಲ ಮೀಸೆ whiskers (ವ್ಹಿಸ್ಕರ್ಸ್)
ಹಲ್ಲುಗಳು teeth (ಟೀಥ್)
ಗಂಟಲು throat (ಥ್ರೋಟ್)
ಕೆನ್ನೆ cheek (ಚೀಕ್)
ಗಡ್ಡ beard (ಬಿಆರ್ಡ್)
ಗುದದ್ವಾರ anus (ಆನಸ್)
ಮೆದುಳು brain (ಬ್ರೇನ್)
ಜೊಲ್ಲು saliva (ಸಲೈವಾ)
ಸ್ನಾಯು muscle (ಮಸ್‌ಲ್)
ಶಿಶ್ನ penis (ಪೆನಿಸ್)
ಶ್ವಾಸಕೋಶ lung (ಲಂಗ್)
ಶ್ವಾಸದ ಕೊಳವೆ wind pipe (ವಿಂಡ್ ಪೈಪ್)
ಕಂಕುಳು armpit (ಆರ್ಮ್‌ಪಿಟ್)
ತಲೆ head (ಹೆಡ್)
ಕೂದಲು hair (ಹೇಅರ್)
ಅಂಗೈ palm (ಪಾಮ್)
ಯೋನಿ vagina (ವೆಜಿನಾ)
ಹುಬ್ಬು eyebrow (ಆಯ್‌ಬ್ರೋ)
ಕೊರಳು ಪಟ್ಟಿಯ ಎಲುಬು collar-bone (ಕಾಲರ್ ಬೋನ್)
ಮಧ್ಯ ಬೆರಳು middle finger (ಮಿಡ್ಡಲ್ ಫಿಂಗರ್)
ಕೈ hand (ಹಅಂಡ್)
ಗರ್ಭಪಿಂಡ embryo (ಎಂಬ್ರಿಓ)
ಹೃದಯ heart (ಹಾರ್ಟ್)

2. AILMENTS (ರೋಗಗಳು)

ಅಂಡವೃದ್ಧಿ hydrocel (ಹೈಡ್ರೋಸೆಲ್)
ಗದ್ದಕಟ್ಟು mumps (ಮಮ್ಸ್)
ಕುರುಡುತನ blindness (ಬ್ಲೈಂಡ್‌ನೆಸ್)
ಕಫ phlegm (ಫ್ಲೇಮ್)
ಅಜೀರ್ಣ indigestion (ಇಂಡೈಜೆಷನ್)
ವಾಂತಿ vomiting (ವಾಮಿಟಿಂಗ್)
ವಾಯು ಬಾಧೆacidity (ಅಸಿಡಿಟಿ)
ಮಲಬದ್ಧತೆ constipation (ಕಾನ್ಸ್ಟಿಪೇಷನ್)
ಅತಿಭೇದಿ diarrhoea (ಡಾಯರಿಯಾ)
ಕ್ಯಾನ್ಸರ್ cancer (ಕ್ಯಾನ್ಸರ್)
ಫರಂಗಿ ರೋಗ syphlis (ಸೈಫ್ಲಿಸ್)
ಕುಷ್ಟರೋಗ leprosy (ಲೆಪ್ರೋಸಿ)
ಪಿತ್ತೋದ್ರೇಕ migrain (ಮೈಗ್ರೆಯ್ನ್)
ಸಿಡುಬು ರೋಗ measles (ಮೀಸಲ್ಸ್)
ಲಕ್ವ paralysis (ಪರಾಲಿಸಿಸ್)
ಕೆಮ್ಮುcough (ಕಾಅಫ್)
ಎಲುಬು ಮುರಿಯುವಿಕೆ fracture (ಫ್ರಾಕ್ಚರ್)
ಕಜ್ಜಿ scabies (ಸ್ಕಾಬೀಸ್)
ಓಕರಿಕೆ nausea (ನಾಸೀ)
ನವೆ itch (ಇಟ್ಚ್)
ರಕ್ತಹೀನತೆ anemia (ಅನೀಮಿಯಾ)
ವಾತರೋಗ gout (ಗೌಟ್)
ಉಗುರು ಸುತ್ತು whitlou (ವಿಟ್‌ಲೌ)
ಗರ್ಭಪಾತ abortion (ಅಬಾರ್ಷನ್)ಗಂಟಲು

ಕಟ್ಟಿಕೊಂಡಿರುವುದು sore throat (ಸೋರ್ ತ್ರೋಟ್)
ಗಡ್ಡೆ tumour (ಟೂಮರ್)
ಗಾಯ wound (ವೂಂಡ್)
ತಲೆ ಸುತ್ತುವಿಕೆ giddiness (ಗಿಡ್ಡಿನೆಸ್)
ಗಾಯಗೊಂಡಿರುವುದು hurt (ಹರ್ಟ್)
ಸಿಡುಬು smallpox (ಸ್ಮಾಲ್ ಪಾಕ್ಸ್)
ಸೀನು sneeze (ಸ್ನೀಜ್)
ಜಲೋದರ dropsy (ಡ್ರಾಪ್ಸಿ)
ತೀವ್ರವಾದ ನೆಗಡಿ bad-cold (ಬ್ಯಾಡ್-ಕೋಲ್ಡ್)
ಚಳಿಜ್ವರ ague (ಎಗ್ಯೂ)
ಜ್ವರ fever (ಫೀವೆರ್)
ಉಬ್ಬಸ asthma (ಆಸ್ತ್ಮಾ)
ನೋವು pain (ಪೆಯ್ನ್)
ದದ್ದು ringworm (ರಿಂಗ್‌ವರ್ಮ್)
ಕೃಶ ದೇಹವುಳ್ಳ lean (ಲೀನ್)
ಪೀನಸು ರೋಗ sinus (ಸೈನಸ್)
ಅನಿದ್ರತೆ insomnia (ಇನ್‌ಸೋಮ್ನಿಯಾ)
ಪುಪ್ಪಸದ ಬೇನೆ pneumonia (ನಿಮೋನಿಯಾ)
ಬೆವರು perspiration (ಪೆರ್ಸ್‌ಪಿರೇಷನ್)
ಬುದ್ಧಿಭ್ರಮಣ insanity (ಇನ್‌ಸೇನಿಟಿ)
ಹುರುಕಜ್ಜಿ eczema (ಎಕ್ಜಿಮಾ)
ಕಾಮಾಲೆ jaundice (ಜಾಂಡಿಸ್)
ಕೀವು pus (ಪಸ್)
ಆಮಶಂಕೆ dysentry (ಡಿಸೆಂಟ್ರಿ)
ಬಿಳಿಯ ಸ್ರಾವ leucorrohea (ಲಿಕಾರ್ೋಹಿಯಾ)
ಮಾರಿ plague (ಪ್ಲೇಕ್)
ಮೊಡವೆ pimple (ಪಿಂಪ್ಲ್)
ಬೊಕ್ಕೆ boil (ಬಾಯ್ಲ್)
ಕೆಮ್ಮು cough (ಕಾಫ್)
ಮೂಲವ್ಯಾಧಿ piles (ಪೈಲ್ಸ್)
ಭಗಂದರ fistula (ಫಿಸ್ತುಲಾ)
ಹಸಿವು hunger (ಹಂಗೆರ್)
ಅಜೀರ್ಣ ವ್ಯಾಧಿdyspepsia (ಡಿಸ್‌ಪೆಪ್ಸಿಯಾ)
ಮಧುಮೇಹ diabetes (ಡೈಯಾಬೆಟ್ಸ್)
ಮಲೇರಿಯಾ malaria (ಮಲೇರಿಯಾ)
ನರೋಲಿ wart (ವಾರ್ಟ್)
ಸಾಂಕ್ರಾಮಿಕ epidemic (ಎಪಿಡೆಮಿಕ್)
ಅಪಸ್ಮಾರ epilepsy (ಎಪಿಲೆಪ್ಸಿ)
ಕಣ್ಣಿನಪರೆ cataract (ಕ್ಯಾಟರಾಕ್ಟ್)
ಬಿಸಿಲಿನಿಂದುಂಟಾಗುವ ನಂಜು ಜ್ವರ
ಕ್ಷಯರೋಗ tuberculosis (ಟೂಬರ್‌ಕ್ಯುಲೋಸಿಸ್)
ಮೈಲಿಗೆ smallpox (ಸ್ಮಾಲ್ ಪಾಕ್ಸ್)
ತಲೆನೋವು headache (ಹೆಡೇಕ್)
ಉಬ್ಬರ swelling (ಸ್ವೆಲ್ಲಿಂಗ್)
(gonorrhea (ಗೊನೊರಿಯಾ)
ಆನೆಕಾಲು elephant feet (ಎಲಿಫಾಂಟ್ ಫೀಟ್)
ಬಿಕ್ಕಳಿಕೆ hiccup (ಹಿಕ್ಕಪ್)
ಮಾರಿಕಾ ರೋಗ cholera (ಕಾಲರಾ)
ರಕ್ತಸುರುವಿಕೆ bleeding (ಬ್ಲೀಡಿಂಗ್)

3. Relations (ಸಂಬಂಧಗಳು)

ಮಾವ, ದೊಡ್ಡಪ್ಪ, ಚಿಕ್ಕಪ್ಪ, uncle (ಅಂಕ್ಲ್)
ಸೋದರತ್ತೆ, ಚಿಕ್ಕಮ್ಮ, ದೊಡ್ಡಮ್ಮ, ಹಿರಿಯಬ್ಬೆ, ಕಿರಿಯಬ್ಬೆ aunt (ಆಂಟ್)
ತಂದೆ ತಾಯಿಗಳ ಸೋದರ ಅಥವಾ ಸೋದರಿಯ ಮಗ ಅಥವಾ ಮಗಳು cousin (ಕಸಿನ್)
ಶಿಷ್ಯ desciple (ಡಿಸೈಪ್ಲ್)
ಭಾವ, ಮೈದುನ brother-in-law (ಬ್ರದರ್-ಇನ್-ಲಾ)
ಅತ್ತಿಗೆ, ನಾದಿನಿ sister-in-law (ಸಿಸ್ಟರ್-ಇನ್-ಲಾ)
ದತ್ತುಪುತ್ರ adopted son (ಅಡಾಪ್ಟೆಡ್ ಸನ್)
ಅಜ್ಜ grand father (ಗ್ರಾಂಡ್ ಫಾದೆರ್)
ಅಜ್ಜಿ grandmother(ಗ್ರಾಂಡ್‌ಮದೆರ್)
ಅಳಿಯ son-in-law (ಸನ್-ಇನ್‌ಲಾ)
ಮೊಮ್ಮಗ grand son (ಗ್ರಾಂಡ್ ಸನ್)
ಮೊಮ್ಮಗಳು grand daughter (ಗ್ರಾಂಡ್ ಡಾಟರ್)
ಗಂಡ husband (ಹಸ್‌ಬೆಂಡ್)
ಹೆಂಡತಿ wife (ವೈಫ್)
ತಂದೆ father (ಫಾದೆರ್)
ಮಗ son (ಸನ್)
ಮಗಳು daughter (ಡಾಟರ್)
ಪ್ರೀಯ beloved (ಬಿಲೋವ್ಡ್)
ಪ್ರೀತಿಮಾಡುವನು lover (ಲವರ್)
ಅಕ್ಕ, ತಂಗಿ sister (ಸಿಸ್ಟರ್)
ಸೋದರ ಅಥವಾ ಸೋದರಿಯ ಮಗ nephew (ನೆಪ್ಯೂ)
ಸೋದರ ಅಥವಾ ಸೋದರಿಯ ಮಗಳು niece (ನೀಸ್)
ತಾಯಿ mother (ಮದೆರ್)
ಮಾಮಾ (maternal uncle (ಮೆಟರ್ನಲ್ ಅಂಕ್ಲ್)
ಮಾಮಿ (maternal aunt (ಮೆಟರ್ನಲ್ ಆಂಟ್)
ಇಟ್ಟುಕೊಂಡ kept (ಕೆಪ್ಟ್)
ವಾರಸುದಾರ heir (ಎಹರ್)
ವಿದ್ಯಾರ್ಥಿ pupil (ಪ್ಯೂಪಿಲ್)
ಮಾವ father-in-law (ಫಾದೆರ್-ಇನ್-ಲಾ)
ಅತ್ತೆ (mother-in-law (ಮದೆರ್-ಇನ್.ಲಾ)

4. Household Goods (ಗೃಹ ಬಳಕೆಯ ಸಾಮಾನುಗಳು)

ಅಲ್ಮಾರು almirah (ಅಲ್ಮಿರಾ)
ಅಂಗುಸ್ಥಾನ thimble (ದಿಂಬ್ಲ್)
ಕನ್ನಡಿ mirror (ಮಿರರ್)
ಒರಳು mortar (ಮೋರ್ಟರ್)
ಇಸ್ತ್ರಿ iron (ಐರನ್)
ಇಂಧನ fuel (ಫ್ಯೂಲ್)
ಹರಿವಾಣ frying pan (ಫ್ರೈಯಿಂಗ್ ಪ್ಯಾನ್)
ಸೌಟು ladle (ಲ್ಯಾಡ್ಲ್)
ಬೆಂಕಿಗೂಡು hearth (ಹೀರತ್)
ದುಪ್ಪಟಿ bed sheet (ಬೆಡ್ ಶೀಟ್)
ಹೊಗೆಗೂಡು chimney (ಚಿಮ್ನೀ)
ಕಸಬರಿಕೆ broom (ಬ್ರೂಮ್)
ಉಯ್ಯಾಲೆ swing (ಸ್ವಿಂಗ್)
ಕೋಲು stick (ಸ್ಟಿಕ್)
ಕೊಡೆ umbrella (ಅಂಬ್ರೆಲ್ಲಾ)
ಜೇಡಿನ ಬಲೆ (cobwed (ಕಾಪ್‌ವೆಡ್)
ಮರದ ತೊಟ್ಟಿ tub (ಟಬ್)

ತಗಡಿನ ಡಬ್ಬಿ canister (ಕಾನಿಸ್ಟೆರ್)
ಹಣಿಗೆ comb (ಕೊಮ್ಬ್)
ಕಾಖದ paper (ಪೇಪರ್)
ಪುಸ್ತಕಗಳು books (ಬಾಕ್ಸಿಸ್)
ಕೊಡಲಿ axe (ಆಕ್ಸ್)
ಕೊಪ್ಪರಿಗೆ kettle (ಕೆಟ್ಟಿಲ್)
ಕೆನೆ cream (ಕ್ರೀಮ್)
ಕುರ್ಚಿchair (ಚಾರ್)
ಮುಳ್ಳು ಚಮಚೆ fork (ಫೋರ್ಕ್)
ಲಾಳಿಕೆ funnel (ಫನ್ನೆಲ್)
ಗಾಜು glass (ಗ್ಲಾಸ್)
ಬಿಂದಿಗೆ pitcher (ಪಿಟ್ಚರ್)
ಗಡಿಯಾರ watch (ವಾಟ್ಚ್)
pastry bord (ಪಾಸ್ಟ್ರಿ ಬೋರ್ಡ್)
ನೂಲುವ ರಾಟಿ (spinning wheel (ಸ್ಪಿನ್ನಿಂಗ್ ವೀಲ್)
ಬೀಗದಕೈ key (ಕೀ)
ಟೀ ಕುಡಿಕೆ tea pot (ಟೀ ಪಾಟ್)
ಮಂಚ cot (ಕಾಟ್)
ಚಿಮಟ tongs (ಟಾಂಗ್ಸ್)
ಬಳೆ (bangle (ಬಾಂಗ್ಲ್)
ಒಲೆ stove (ಸ್ಟೋವ್)
ಚಮಚ spoon (ಸ್ಪೂನ್)
ಚಾಪೆ mat (ಮಾಟ್)
ಜರಡಿ sieve (ಸೀವ್)
ದಂತ ಪುಡಿ tooth powder (ಟೂತ್ ಪೌಡರ್)
ಟೊಂಗೆ ಬ್ರಶ್ twig brush (ಟ್ವಿಗ್ ಬ್ರಶ್)
ದಾರ thread (ತ್ರೆಡ್)
ಧೂಪಸಾರಿ censer (ಸೆಂಸರ್)
ನಳ tap (ಟಾಪ್)
ತವೆ pan (ಪಾನ್)
ಪಲ್ಲಂಗ bed stead (ಬೆಡ್ ಸ್ಟೆಡ್)
ಪಲ್ಲಕ್ಕಿ palanquin (ಪಲೆಂಕ್ವಿನ್)
ಬುಟ್ಟಿ basket (ಬಾಸ್ಕೆಟ್)
ಇಳಿಜಾರದ ಮೇಜು desk (ಡೆಸ್ಕ್)
ಪೆಟ್ಟಿಗೆ box (ಬಾಕ್ಸ್)
ಮುಚ್ಚಳ lid (ಲಿಡ್)
ಬಕೀಟು bucket (ಬಕ್ಕೆಟ್)
ತಲೆ ದಿಂಬು pillow (ಪಿಲ್ಲೋ)
ದಿಂಬು ಹೊದಿಕೆ pillow cover (ಪಿಲ್ಲೋ ಕವರ್)
ತಕ್ಕಡಿ scale (ಸ್ಕೇಲ್)
ಬೀಗ lock (ಲಾಕ್)
ಎಣ್ಣೆ oil (ಆಯ್ಲ್)
ತಂತಿ wire (ವೈರ್)
ಖಜಾನೆ ಪೆಟ್ಟಿಗೆ safe (ಸೇಪ್)
ಒಲೆ ovan (ಓವನ್)
ಪರಾತ platter (ಪ್ಲಾಟ್ಟೆರ್)
ಬೆಂಕಿ ಕಡ್ಡಿ match stick (ಮಾಟ್ಚ್ ಸ್ಟಿಕ್)
ಕಡ್ಡಿ ಪೆಟ್ಟಿಗೆ match box (ಮಾಟ್ಚ್)
ದಿವಾನ್ diwan (ದಿವಾನ್)
ಮಣ್ಣಿನ ದೀಪ earthen lamp (ಎರ್ತ್‌ನ್ ಲಾಂಪ್)
ಹಾಲು ಕುಡಿಕೆ milk pot (ಮಿಲ್ಕ್ ಪಾಟ್)
ಮಸರು curd (ಕರ್ಡ್)
ಆಂಬ್ರತವೆ sauce pan (ಸಾಸ್ ಪಾನ್)
ಒನಿಕೆ pestle (ಪೆಸ್ಟ್ಲ)
ಮೇಜು table (ಟೇಬ್ಲ್)
ಗಲಗು ಕುರ್ಚಿ reed chair (ರೀಡ್ ಚೇರ್)
ಮೇಣಬತ್ತಿ candle (ಕಾಂಡ್ಲ್)
ತಲೆ ಗಿಂಬು bolester (ಬೋಲ್ಸ್ಟರ್)
ಕಡಗೋಲು churn staff (ಚರ್ನ್ ಸ್ಟಾಫ್)
ಸೀಮೆ ಎಣ್ಣೆ kerosene (ಕೆರೋಸಿನ್)
ಹುರಿ string (ಸ್ಟ್ರಿಂಗ್)

ಘಾತ ಚಾಪೆ foot mat (ಫೂಟ್ ಮಾಟ್)
ಪೀಕದಾನಿ spitoon (ಸ್ಪಿಟೂನ್)
ಪಾತೇಲಿ bowl (ಬೌಲ್)
ತೊಟ್ಟಿಲು cradle (ಕ್ರೇಡ್ಲ್)
ದೀಪಸ್ತಂಭ chandlier (ಚಾಂಡ್ಲೀರ್)
ಪುಷ್ಪಕರಂಡಕ flower vase (ಫ್ಲೋವೆರ್ ವಾಸ್)
ಹಣದ ಚೀಲ purse (ಪರ್ಸ್)
ಗಡಿಕೆ pot (ಪಾಟ್)
ಉಬ್ಬಿದ ಬಲ್ಬ್ bulb (ಬಲ್ಬ್)
ಬಾನಿ bucket (ಬಕ್ಕೆಟ್)
ಕಾಲುಮಣೆ bench (ಬೆಂಚ್)
ಉರುಳುಕಲ್ಲು roller (ರೋಲ್ಲೆರ್)
ಸೀಸೆ bottle (ಬಾಟ್ಲ್)
ಗುಂಡಿ button (ಬಟ್ಟನ್)
ಬತ್ತಿ wick (ವಿಕ್)
ಗೋಣಿ ಚೀಲ sack (ಸಾಕ್)
ಹಗ್ಗ rope (ರೋಪ್)
ಬೂದಿ ash (ಆಶ್)
ಲೇಖಣಿ pen (ಪೆನ್)
ಲಾಂದ್ರ lantern (ಲೇಂಟೆರ್ನ್)
ಲೋಟಾ lota (ಲೋಟಾ)
ಲುಂಗಿ (sorang (ಸೋರಂಗ್)
ಸಣ್ಣ ಸೀಸೆ phial (ಪಿಯಲ್)
ಸಾಬೂನು soap (ಸೋಪ್)
ಅಡ್ಡಮಣೆ stool (ಸ್ಟೂಲ್)
ಪೆಟ್ಟಿಗೆ box (ಬಾಕ್ಸ್)
ಅಡಕೊತ್ತು nut cutter (ನಟ್ ಕಟ್ಟೆರ್)
ಡ್ರೆಸ್ಸಿಂಗ್ ಬಾಕ್ಸ್ dressing box (ಡ್ರೆಸ್ಸಿಂಗ್ ಬಾಕ್ಸ್)
ಸೂಜಿ needle (ನೀಡ್ಲ್)
ಇಕ್ಕಳ pincers (ಪಿಂಸೆರ್ಸ್)
ಕುಡಗೋಲು seythe (ಸೇಯ್ತ್)
ಹುಕ್ಕಾ hubble-bubble (ಹಬ್ಬಲ್-ಬಬ್ಬಲ್)

5. Clothes and Ornaments (ಉಡುಪುಗಳು ಹಾಗೂ ಆಭರಣಗಳು)

ಮಫ್ಲರು muffler (ಮಫ್ಲೆರ್)
ಲಂಗ gown (ಗೌನ್)
ಕವರ್ cover (ಕವರ್)
ಸೆರಗು (skirt (ಸ್ಕರ್ಟ್)
ಪರದೆ veil (ವೈಲ್)
ಬಟ್ಟೆ sheet (ಶೀಟ್)
ನಿಲುವಂಗಿ cloak (ಕ್ಲೋಕ್)
ರವಿಕೆ blouse (ಬ್ಲೌಸ್)
ಚೀಟು ಬಟ್ಟೆ chintz (ಚಿಂಟ್ಸ್)
ಒಳಚಡ್ಡಿunderwear (ಅಂಡೆರ್‌ವೇರ್)
ಡ್ರಿಲ್ ಬಟ್ಟೆ drill (ಡ್ರಿಲ್)
ಜೇಬು pocket (ಪಾಕ್ಕೆಟ್)
ಸರಪಣಿ chain (ಚೆಯ್ನ್)
ಕಾಲು ಚೀಲಗಳು socks (ಸಾಕ್ಸ್)
ಕಚ್ಚು frill (ಫ್ರಿಂಲ್)
ಜೋಡು shoe (ಶೂ)
ಅಂಗಿ jacket (ಜಾಕ್ಕೆಟ್)
ಟೋಪಿ cap (ಕ್ಯಾಪ್)
ಬಿಸಿಲು ಟೋಪಿ hat (ಹಾಟ್)
ಅಂಗವಸ್ತ್ರ towel (ಟವಲ್)
ಜರದಾರಿ laces (ಲೇಸಸ್)
ಕೈಚೀಲ gloves (ಗ್ಲೋವ್ಸ್)
ಕರವಸ್ತ್ರ scarf (ಸ್ಕಾರ್ಫ್)
ಉದ್ದ ಬಟ್ಟೆlong cloth (ಲಾಂಗ್ ಕ್ಲಾತ್)
ಪಾವಡೆ petticoat (ಪೆಟ್ಟಿಕೋಟ್)
ಒಂದೇ ತರವಾದ ಉಡುಪು uniform (ಯೂನಿಫಾರ್ಮ್)
ಅರಳೆಬಟ್ಟೆ satin (ಸಾಟಿನ್)
ರಮಾಲು turban (ಟರ್ಬನ್)
ರವಕೆ chemise (ಚೆಮಿಸ್)
ಸಲ್ವಾರ್ salwar (ಸಲ್ವಾರ್)
ರವಕೆ blouse (ಬ್ಲೌಸ್)

ಕೈಚೌಕ napkin (ನ್ಯಾಪ್‌ಕಿನ್)
ಕಂಬಳಿ blanket (ಬ್ಲಾಂಕೆಟ್)
ಷರಟು shirt (ಶರ್ಟ್)
ಶಾಲು shawl (ಶಾಹಲ್)
ಪಂಚೆ dhoti (ದೋತಿ)
ಇಜಾರು half pant (ಹಾವ್ ಪ್ಯಾಂಟ್)
ಚಲ್ಲಣ trousers (ಟ್ರೈಸೆರ್ಸ್)
ಮುಂಡಾಸು turban (ಟರ್ಬನ್)
ತೆರೆ curtain (ಕರ್ಟೆಯ್ನ್)
ಮೂಗುತಿ nose ring (ನೋಸ್ ರಿಂಗ್)
ಚುಚ್ಚು broach (ಬ್ರೋಚ್)
ಪಾಯಿಜಾಮ payjama (ಪೈಜಾಮಾ)
ಲಂಗ petticoat (ಪೆಟ್ಟಿಕೋಟ್)
ಜೋಡುಮೊಳೆ stud (ಸ್ಟಡ್)
ಉಡುಪು dress (ಡ್ರೆಸ್)
ಮಕ್ಕಳ ಝೂಗಾ, frock (ಫ್ರಾಕ್)
ಗೋಟು lace (ಲೇಸ್)
ಬಂಡಿ vest (ವೆಸ್ಟ್)
ಮೇಲಂಗಿ over coat (ಓವರ್‌ಕೋಟ್)
ಷರಾಯಿ breeches (ಬ್ರೀಚೆಸ್)
ಹಾಸಿಗೆ bedding (ಬೆಡ್ಡಿಂಗ್)
ಮುಸುಕು veil (ವೀಲ್)
ಪಾದರಕ್ಷೆ boot (ಬೂಟ್)
ಬಂದಿ armlet (ಆರ್ಮ್‌ಲೆಟ್)
ಕಿನಕಾಬು velvet (ವೆಲ್‌ವೆಟ್)
ಮುಖಮಲ್ಲು ಬಟ್ಟೆ muslin (ಮುಸ್ಲಿನ್)
ಕಾಲು ಚೀಲಗಳು socks (ಸಾಕ್ಸ್)
ಹೆಂಗಸರ ಕಾಲುಚೀಲಗಳು stockings (ಸ್ಟಾಕ್ಕಿಂಗ್ಸ್)
ಮೇಲೊದಿಕೆ quilt (ಕ್ವಿಲ್ಟ್)
ಎಳೆ ತುಂಬುವುದು darn (ಡಾರ್ನ್)
ಹತ್ತಿ cotton (ಕಾಟನ್)
ಕರವಸ್ತ್ರ handkerchief (ಹ್ಯಾಂಡ್‌ಕೆರ್ಚೀಫ್)
ರೇಷ್ಮೆ silk (ಸಿಲ್ಕ್)
ಸೀರೆ sari (ಸಾರಿ)
ಚಪ್ಪಲಿ slipper (ಸ್ಲಿಪ್ಪರ್)
ಸ್ವೆಟರ್ sweater (ಸ್ವೆಟ್ಟರ್)
ನೂಲು yarn (ಯಾರ್ನ್)
ಸೂಟು suit (ಸ್ಯೂಟ್)
ಕಂಠ ಮಾಲೆnecklace (ನೆಕ್‌ಲೇಸ್)
ಅಡಕು ಚೀಲ holdall (ಹೋಲ್ಡಾಲ್)
ಒಳಬಟ್ಟೆ lining (ಲೈನಿಂಗ್)
ಉಂಗುರ ring (ರಿಂಗ್)
ಅಂಗಿಯ ತೋಳು sleeve (ಸ್ಲೀವ್)
ಕುಡತ tunic (ಟ್ಯೂನಿಕ್)
ಕೊರಳು ಪಟ್ಟಿ collar (ಕಾಲ್ಲರ್)
ಕುರ್ತಾ kurta (ಕುರ್ತಾ)
ಕೋಟ್ coat (ಕೋಟ್)
ನಡುಕಟ್ಟು belt (ಬೆಲ್ಟ್)
ಕಿಂತಾನು canvas (ಕ್ಯಾನ್‌ವಾಸ್)
ನಡುಕಟ್ಟು girdle (ಗಿರ್ಡ್ಲ್)
ಒಂಟಿ ಮುರುವು ear ring (ಇಯರ್ ರಿಂಗ್)
ಕಡಗ bracelet (ಬ್ರೇಸ್)
ತಕ್ಕೆ cushion (ಕುಷನ್)

6. Eatables (ತಿನ್ನುವ ಪದಾರ್ಥಗಳು)

ಮೊಟ್ಟೆ egg (ಎಗ್)
ಉಪ್ಪಿನಕಾಯಿ pickle (ಪಿಕ್ಕಿಲ್)
ಬೇಳೆ ಕಾಳುಗಳು ceraeal (ಸಿರೀಅಲ್)
ತೊಗರಿ ಬೇಳೆ pigeon pea (ಪಿಜಿಯನ್ ಪೀ)
ಬೇರಿನ ಪುಡಿ arrowroot (ಆರ್ರೋರೂಟ್)
ಹಿಟ್ಟು flour (ಫ್ಲೋರ್)
ಹುಣಸೆ ಹುಳಿ tamarind (ಟಾಮರಿಂಡ್)
ಏಲಕ್ಕಿ cardamam (ಕಾರ್ಡೆಮಮ್)
ಸಂಡಿಗೆ comfit (ಕಮ್‌ಫಿಟ್)
ಪಲ್ಯ curry (ಕರ್ರಿ)
ಕಾಫಿ coffee (ಕಾಫೀ)
ಐಸ್-ಕ್ರೀಮ್ ice-cream (ಐಸ್-ಕ್ರೀಮ್)
ಮೆಣಸು pepper (ಪೆಪ್ಪೆರ್)
ಕೇಕ್ cake (ಕೇಕ್)
ಕೇಸರಿ saffron (ಸೇಫ್ರೋನ್)
ಪಾಯಸ rice milk (ರೈಸ್ ಮಿಲ್ಕ್)
ಬೆಲ್ಲ jaggery (ಜಾಗ್ಗೆರಿ)
ಜವಳಿ ಕಾಯಿ cluster bean (ಕ್ಲಸ್ಟೆರ್ ಬೀನ್)
ಗೋದಿ wheat (ವೀಟ್)
ತುಪ್ಪ clarified butter (ಕ್ಲಾರಿಫೈಡ್ ಬಟ್ಟರ್)
ಸಾಸ್ sauce (ಸಾಅಸ್)
ಚೀಸ್ cheese (ಚೀಸ್)
ವೀಳ್ಯದೆಲೆ betal leaf (ಬೀಟಲ್ ಲೀಫ್)
ಬ್ರೆಡ್ bread (ಬ್ರೆಡ್)
ಗಸ ಗಸೆ poppy (ಪಾಪ್ಪಿ)
ಐಸ್ ice (ಐಸ್)
ಬಾರ್ಲಿ ಅಕ್ಕಿ pearl millet (ಪೇರ್ಲ್ ಮಿಲ್ಲೆಟ್)
ಬಿಸ್ಕತ್ತು biscuit (ಬಿಸ್ಕಿಟ್)
ಎಳೆ ಜೋಳ corn ear (ಕಾರ್ನ್ ಇಯರ್)
ಆಹಾರ/ಊಟfood (ಫುಡ್)
ಮೆಕ್ಕೆ ಜೋಳ maize (ಮೆಯ್ಸ್)
ಬೆಣ್ಣೆ butter (ಬಟ್ಟೆರ್)
ಬಟಾಣಿ pea (ಪೀ)
ಹೊಟ್ಟು whey (ವೇಯ್)
ಹಸಿಯಾಗಿ ತಿನ್ನುವ ಗಿಡ lentel (ಲೆಂಟಲ್)
ಮಾಂಸ meat (ಮೀಟ್)
ಹಂದಿ ಮಾಂಸ pork (ಪೋರ್ಕ್)
ಕುರಿ ಮಾಂಸ mutton (ಮಟ್ಟನ್)
ದನದ ಮಾಂಸ beef (ಬೀಫ್)
ಮಿಠಾಯಿ sweet meat (ಸ್ವೀಟ್ ಮೀಟ್)
ಚಾಕಲೇಟು sugar-candy (ಶುಗರ್-ಕಾಂಡಿ)
ಹೆಸರು ಕಾಳು Green gram (ಗ್ರಾಮ್)
ಕೇಕ್ cake (ಕೇಕ್)
ಅನ್ನ rice (ರೈಸ್)
ಚಹಾ tea (ಟೀ)
ಅಕ್ಕಿ beaten paddy (ಬೀಟನ್ ಪ್ಯಾಡಿ)
ಸಕ್ಕರೆ sugar (ಶುಗರ್)
ತೌಡು bran (ಬ್ರಾನ್)
ಚಾಕಲೇಟು chocolate (ಚೋಕೋಲೇಟ್)
ಚೀಸ್ cheese (ಚೀಸ್)
ತೋಕೆ ಗೋಧಿoat (ಓಟ್)
ಬಾರ್ಲಿ barley (ಬಾರ್ಲಿ)
ಬತ್ತವನ್ನು ಬಿಟ್ಟು ಬೇರೆ ಆಹಾರ ಧಾನ್ಯಗಳು millet (ಮಿಲ್ಲೆಟ್)
ತರಕಾರಿಗಳು vegetable (ವೆಜಿಟಬ್ಲ್)

ಎಳ್ಳು seasumum (ಸೀಸುಮುಮ್)
ಎಣ್ಣೆ oil (ಆಯ್ಲ್)
ಗಂಜಿ poridge (ಪೋರಿಡ್ಜ್)
ದ್ವಿದಳ ಧಾನ್ಯ pulse (ಪಲ್ಸ್)
ಹಾಲು milk (ಮಿಲ್ಕ್)
ಬತ್ತ paddy (ಪ್ಯಾಡಿ)
ಉಪ್ಪು salt (ಸಾಲ್ಟ್)
ಉಪ್ಪಿನ ಖಾದ್ಯ saltydish (ಸಾಲ್ಟಿಡಿಶ್)
ಜ್ಯಾಮ್ jam (ಜಾಮ್)
ಅವಲಕ್ಕಿ puffed rice (ಪಫ್ಫ್‌ಡ್ ರೈಸ್)
ಸಮುದ್ರದ ಅವರೆ kidney bean (ಕಿಡ್ನಿ ಬೀನ್)
ಮೈದಾ ಹಿಟ್ಟು fine flour (ಫೈನ್ ಫ್ಲೋರ್)
ಮುಕ್ಕೋಣದ ಧಾನ್ಯbuck wheat (ಬಕ್ ವೀಟ್)
ಅದಿಮಧುರ liquorice (ಲಿಕೋರೈಸ್)
ಜೇನು ಮೇಣ malasses (ಮಲಾಸ್ಸೆಸ್)
ಹರಳೆಣ್ಣೆ ಬೀಜ castor seed (ಕಾಸ್ಟೆರ್ ಸೀಡ್)
ರಾತ್ರಿಯ ಊಟ supper (ಸಪ್ಪೆರ್)
ಬ್ರೆಡ್ bread (ಬ್ರೆಡ್)
ಮಜ್ಜಿಗೆ butter milk (ಬಟ್ಟೆರ್ ಮಿಲ್ಕ್)
ದ್ರಾಕ್ಷಾ ರಸ wine (ವೈನ್)
ಸಿರಪ್ syrup (ಸಿರಪ್)
ಜೇನು ತುಪ್ಪ honey (ಹಣಿ)
ಸಾಸುವೆ mustard (ಮಸ್ಟೆರ್ಡ್)
ವಿನೇಗರ್ vinegar (ವಿನಿಗರ್)
ಅಡಿಕೆ betel nut (ಬೀಟಲ್ ನಟ್)
ಒಣ ಶುಂಠಿ dry ginger (ಡ್ರೈ ಜಿಂಜೆರ್)
ಅರಿಶಿನ turmeric (ಟರ್ಮೆರಿಕ್)
ಪಾಯಸ sweet pudding (ಸ್ವೀಟ್ ಪಡ್ಡಿಂಗ್)

7. Flowers (ಹೂಗಳು)

ಓಲಿಯಾಂಡರ್ oleander (ಓಲಿಯಂಡರ್)
ಕಮಲ lotus (ಲೋಟಸ್)
ಸುಗಂಧ ರಾಜ lily (ಲಿಲಿ)
ಕ್ಯಾಕ್ಸ್ ಕೋಂಬ್ caxcomb (ಕಾಕ್ಸ್‌ಕಾಂಬ್)
ಪಾಂಡಾನಸ್ pandanus (ಪಾಂಡೆನಸ್)
ಅಣಬೆ mush room (ಮುಶ್ರೂಮ್)
ಚಂದ್ರ ಕಾಂತಿ moon flower (ಮೂನ್‌ಫ್ಲವೆರ್)
ಸ್ವೀಟ್ ಜಾಸ್ಮಿನ್ sweet jasmine (ಸ್ವೀಟ್ ಜಾಸ್ಮಿನ್)
ಡೇರಾ ಹೂ dehlia (ಡೆಹ್ಲಿಯಾ)
ಬಸಿಲ್ basil (ಬಸಿಲ್)
ನಾರ್‌ಸಿಸ್ narcissus (ನಾರ್‌ಸ್ಸಿಸ್)
ಪಾಪ್ಪಿ poppy (ಪಾಪ್ಪಿ)
ಪೆರ್ಫುಲೋವೆರ್ perfulower (ಪೆರ್ಫುಲೋವೆರ್)
ಸಣ್ಣ ಜಾಜಿ small chrysenthmum (ಸ್ಮಾಲ್ ಕ್ರಿಸೆಂತ್‌ಮಮ್)
ಬಾಲ್ಸಮ್ balsam (ಬಲ್‌ಸಾಮ್)
ಚೆಂಡು ಸೇವಂತಿಗೆ marigold (ಮಾರಿಗೋಲ್ಡ್)
ಡೆಯ್ಸಿ daisy (ಡೆಯ್ಸಿ)
ಗುಲಾಬಿ rose (ರೋಸ್)
ಮಂಗೋಲಿಯಾ mangolia (ಮಂಗೋಲಿಯಾ)
ಮಲ್ಲಿಗೆ (jasmine (ಜಾಸ್ಮಿನ್)
ಮಲ್ಲಿಗೆ ಹೂ round jasmine (ರೌಂಡ್ ಜಾಸ್ಮಿನ್)
ಸೂರ್ಯ ಕಾಂತಿ sun flower (ಸನ್ ಫ್ಲವೆರ್)

8. Fruits (ಹಣ್ಣುಗಳು)

ದ್ರಾಕ್ಷಿ grapes (ಗ್ರೇಪ್ಸ್)
ಅತ್ತಿ ಹಣ್ಣ fig (ಫಿಗ್)
ಅಕ್ರೋಟ್ walnut (ವಾಲ್‌ನಟ್)
ಅನಾನಸ್ pine-apple (ಪೈನ್-ಆಪ್ಲ್)
ದಾಳಿಂಬೆ pomegranate (ಪೊಮೆಗ್ರೆನೇಟ್)
ಸೀಬೇ ಹಣ್ಣು guave (ಗೋವಾ)
ಪೀಚ್ peach (ಪೀಚ್)
ಮಾವಿನ ಹಣ್ಣು mango (ಮ್ಯಾಂಗೋ)
ಪ್ಲಮ್ plum (ಪ್ಲಮ್)
ಫೈಸಿನ್ faisin (ಫೈಸಿನ್)
ಬಾಳೆ ಹಣ್ಣು banana (ಬನಾನಾ)
ಗೋಡಂಬಿ cashew nut (ಕ್ಯಾಶ್ಯೂನಟ್)
ಖರ್ಜೂರ date (ಡೇಟ್)
ಕಲ್ಲಂಗಡಿ melon (ಮೆಲನ್)
ಸೌತೇ ಕಾಯಿ cucumber (ಕುಕುಂಬರ್)
ಆಪ್ರಿಕಾಟ್ apricot (ಆಪ್ರಿಕಾಟ್)
ಸಫೋಡಿಲ್ಲಾ sapodilla (ಸಪೋಡಿಲ್ಲಾ)
ಪನ್ನೀರಲೆ ಹಣ್ಣು rose apple (ರೋಸ್ ಆಪ್ಲ್)
ಆಲಿವ್ olive (ಆಲಿವ್)
ಕಲ್ಲಂಗಡಿ ಹಣ್ಣ water melon (ವಾಟರ್ ಮೆಲನ್)
ಬೀಜವಿರುವ ಒಣ ದ್ರಾಕ್ಷಿ currant (ಕರೆನ್ಟ್)
ತೆಂಗಿನಕಾಯಿ coconut (ಕೋಕೊನಟ್)
ಕಿತ್ತಳೆ ಹಣ್ಣು orange (ಆರೆಂಜ್)
ನಿಂಬೆ lemon (ಲೆಮನ್)
ಬೇರಿ ಹಣ್ಣು pear (ಪೀರ್)
ಪರಂಗಿ ಹಣ್ಣು papaya (ಪಪಾ.ಯಾ)
ಪಿಸ್ತಾ pistachio (ಪಿಸ್ಟಾಚಿಂಯೋ)
ಗ್ರೋಮಿಯಾ gromia (ಗ್ರೋಮಿಯಾ)
ಬಾದಾಮಿ almond (ಆಲ್ಮಂಡ್)
ಪ್ಲಮ್ plum (ಪ್ಲಮ್)
ಕಡಲೆ ಕಾಯಿ groundnut (ಗ್ರೌಂಡ್‌ನಟ್)
ಲಿಚಿ lichi (ಲಿಚಿ)
ಸೀತಾ ಫಲ custard apple (ಕಸ್ಟೆರ್ಡ್ ಆಪ್ಲ್)
ರೇಷ್ಮೆ ಹಣ್ಣು mulberry (ಮಲ್ಬೆರಿ)
ವಾಟರ್ ನಟ್ water nut (ವಾಟರ್ ನಟ್)
ಕಿತ್ತಳೆ ಹಣ್ಣು orange (ಆರೆಂಜ್)
ಸೇಬು apple (ಆಪ್ಲ್)

9. Vegetables (ತರಕಾರಿಗಳು)

ಶುಂಠಿ ginger (ಜಿಂಜರ್)
ಗೆಡ್ಡೆ ಜಾತಿಗೆ ಸೇರಿದ ಕೊಲೋಕಾಸಿಯಾ colocasia (ಕೊಲೊಕಾಸಿಯಾ)
ಆಲುಗೆಡ್ಡೆ potato (ಪೊಟೆಟೋ)
ಹುಣಸೇ ಹಣ್ಣು tamarind (ಟಾಮ್ರಿಂಡ್)
ಉದ್ದದ ಸೌತೇ ಕಾಯಿ long cucumber (ಲಾಂಗ್ ಕುಕುಂಬರ್)
ಹಲಸಿನ ಹಣ್ಣು jack fruit (ಜಾಕ್ ಫ್ರೂಟ್)
ಕುಂಬಳ ಕಾಯಿ pumpkin (ಪಂಪ್ಕಿನ್)
ಹಾಗಲ ಕಾಯಿ bitter gourd (ಬಿಟ್ಟರ್ ಗೋರ್ಡ್)
ಕಲ್ಲುಜ್ಜಿ ಹಣ್ಣು evy gourd (ಈವಿ ಗೋರ್ಡ್)
ಕಾರಂಬೋಲಾ carambola (ಕರಮ್‌ಬೋಲಾ)
ಗಜ್ಜರಿ carrot (ಕಾರೆಟ್)
ಹೂ ಕೋಸು couli flower (ಕಾಲಿ ಫ್ಲವೆರ್)

ನವಿಲು ಕೋಸು knolkhol (ನೋಲ್‌ಕೋಲ್)
ಜವಳಿ ಕಾಯಿ cluster beans (ಕ್ಲಸ್ಟೆರ್ ಬೀನ್ಸ್)
ಲುಫ್ಫಾ luffa (ಲುಫ್ಫಾ)
ಬೀಟ್ ರೂಟ್ beetroot (ಬೀಟ್‌ರೂಟ್)
ಅಮರಂತಸ್ amaranthus (ಅಮರಂತಸ್)
ದನಿಯಾ coriander (ಕೋರಿಯಂಡರ್)
ಪಾಲಕ್ಕಿ ಕೀರೆ spinage (ಸ್ಪಿನೇಜ್)
ಪುದೀನಾ mint (ಮಿಂಟ್)
ಬೂದು ಕುಂಬಳಕಾಯಿ ash pumpkin (ಆಶ್ ಪಂಪ್ಕಿನ್)
ಈರುಳ್ಳಿ onion (ಆನಿಯನ್)
ಗೆಡ್ಡೆ ಕೋಸು cabbage (ಕ್ಯಾಬೇಜ್)
ಬದನೆ ಕಾಯಿ brinjal (ಬ್ರಿಂಜಾಲ್)
ಬೆಂಡೆ ಕಾಯಿ lady finger (ಲೇಡಿ ಫಿಂಗರ್)
ಎಳೆ ಜೋಳ corn ear (ಕಾರ್ನ್ ಇಯರ್)
ಬಟಾಣಿ pea (ಪೀ)
ಮೂಲಂಗಿ radish (ರಾಡಿಷ್)
ಬೆಳ್ಳುಳ್ಳಿ garlic (ಗಾರ್ಲಿಕ್)
ಗೆಣಸು sweet potato (ಸ್ವೀಟ್ ಪೊಟೆಟೋ)
ನವಿಲು ಕೋಸು turnip (ಟರ್ನಿಪ್)
ಲೆಟ್ಯೂಸ್ lettuce (ಲೆಟ್ಯೂಸ್)
ಹುರಳಿ ಕಾಯಿ bean (ಬೀನ್)
ನುಗ್ಗೇ ಕಾಯಿ drumstick (ಡ್ರಮ್‌ಸ್ಟಿಕ್)
ಬಳ್ಳಿಯ ಗಿಡದ ಬೇರು -ಯಮ್ yam (ಯಮ್)

10. Spice (ಮಸಾಲ ಪದಾರ್ಥಗಳು)

ಅಜವಾನ caraway (ಕೆರಾವೇ)
ಶುಂಠಿ ginger (ಜಿಂಜರ್)
ನಾರ ಗಸೆಯಬೀಜ linseed (ಲಿನ್‌ಸೀಡ್)
ನೈಜೆಲ್ಲಾ nigella (ನಿಗೆಲ್ಲಾ)
ಕರಿಯ ಮೆಣಸು black pepper (ಬ್ಲಾಕ್ ಪೆಪ್ಪೆರ್)
ಅರಿಶಿನ saffron (ಸಾಫ್ರನ್)
ಈಸ್ಟ್ yeast (ಯೀಸ್ಟ್)
ಗಸ ಗಸೆpoppy seed (ಪಾಪಿ ಸೀಡ್)
ಜಾಕಾಯಿ nutmeg (ನಟ್‌ಮೆಗ್)
ಕೂಗಟೇ ಕಾಯಿ soapnut (ಸೋಪ್‌ನಟ್)
ಲವಂಗ clove (ಕ್ಲೋವ್)
ಅಡಿಕೆ betelnut (ಬೀಟಲ್‌ನಟ್)
ವಿನೇಗರ್ vinegar (ವಿನಿಗರ್)
ಜಾವಿತ್ರಿ mace (ಮೆಸ್)
ಜೀರಿಗೆ cumin sed (ಡುಮಿನ್ ಸೀಡ್)
ತೇಜ ಪತ್ರೆ casia (ಕಸಿಯಾ)
ದನಿಯಾ corrander seed (ಕಾರಿಯಂಡರ್ ಸೀಡ್)
ಉಪ್ಪು salt (ಸಾಲ್ಟ್)
ಸ್ಪಟಿಕ alum (ಅಲ್ಬಮ್)
ಭಂಗಿ ಎಲೆ hemp (ಹೆಂಪ್)
ಮೆಣಸಿನ ಕಾಯಿ chillies (ದಿಲ್ಲೀಯೀಸ್)
ಒಣಶುಂಠಿ dry ginger (ಡ್ರೈ ಜಿಂಜರ್)
ಸಬ್ಬಕ್ಕಿ sago (ಸಗೋ)
ಅರಿಶಿನ turmeric (ಟರ್ಮೆರಿಕ್)
ಹಿಂಗು asafotida (ಅಸಾಫೋಟಿಡಾ)

11. Birds (ಪಕ್ಷಿಗಳು)

ಕವಲು ತೋಕೆಗು ಹಕ್ಕಿ swallow (ಸ್ವಾಲ್ಲೋ)
ಗೂಬೆ owl (ಅಉಲ್)
ಮರಕುಟಿಕ wood pecker (ವುಡ್ ಪೆಕ್ಕರ್)
ಪಾರಿವಾಳ pigeon (ಪಿಜಿಯನ್)
ತಲೆಯ ಮೇಲೆ ಗರಿಯಿರುವ ಪಕ್ಷಿ cockatoo (ಕೋಕಿಟೂ)
ಕಾಡು ಪಕ್ಷಿ heran (ಹೆರನ್)
ಕುಕ್ಕೂ cuckoo (ಕುಕ್ಕೂ)
ಕಾಗೆ crow (ಕ್ರೋ)
ಗರುಡ ಪಕ್ಷಿ eagle (ಈಗಲ್)
ರಣಹದ್ದು vulture (ವಲ್ಚರ್)
ಗುಬ್ಬಚ್ಚಿ sparrow (ಸ್ಪಾರೋವ್)
ಕೆಂಪು ಹಕ್ಕಿ ruddy goose (ರಡ್ಡಿ ಗೂಸ್)
ಕೆಂಪು ಕಾಲಿನ ಗಿಲಿred legged partridge (ರೆಡ್ ಲೆಗ್ಡ್ ಪಾರ್ಟ್ರಿಡ್ಜ್)
ಬಾವಲಿ bat (ಬಾಟ್)
ಗಾಳಿ ಪಟ kite (ಕೈಟ್)
ಕೋಳಿ ಮರಿ chicken (ಚಿಕ್ಕಿನ್)
ಪಿವಿಟ್ pewit (ಪಿವಿಟ್)
ಕವುಜುಗ partridge (ಪಾರ್ಟ್ರಿಡ್ಜ್)
ಗಿಳಿ parrot (ಪಾರೆಟ್)
ಮಡಿವಾಳ magpie (ಮಾಗ್‌ಪೀ)
ಬಾತುಕೋಳಿ duck (ಡಕ್)
ಕೋಗಿಲೆ nightingale (ನೈಟಿಂಗೇಲ್)
ನೇಯು ಹಕ್ಕಿweaver bird (ವೀವರ್ ಬೇರ್ಡ್)
ಲಾವಕ್ಕಿ quail (ಕ್ವೈಲ್)
ಗಿಡುಗ hawk (ಹಾವ್ಕ್)
ಹುಂಜ cock (ಕಾಕ್)
ಕೋಳಿ hen (ಹೆನ್)
ನವಿಲು peacock (ಪೀಕಾಕ್)
ಕಂದುಬಣ್ಣದ ಹಕ್ಕಿ thrush (ತ್ರಶ್)
ಕ್ಯಾನರಿ canary (ಕನಾರಿ)
ರಾಗವಾಗಿ ಹಾಡುವ ಪಕ್ಷಿlark (ಲಾರ್ಕ್)
ಬಾತುಕೊಳಿ crane (ಕ್ರೇನ್)
ಆಸ್ಟ್ರಿಚ್ ostritch (ಆಸ್ಟ್ರಿಟ್ಚ್)
ಹಂಸ ಪಕ್ಷಿ swan (ಸ್ವಾನ್)

12. Animals and Insects (ಪ್ರಾಣಿಗಳು ಮತ್ತು ಕೀಟಗಳು)

ಹೆಬ್ಬಾವು boa (ಬೋಅ)
ಒಂಟೆ camel (ಕಾಮೆಲ್)
ಆಮೆ turtle (ಟರ್ಟ್ಲ್)
ಹೆಣ್ಣು ನಾಯಿ bitch (ಬಿಟ್ಚ್)
ಏಡಿ crab (ಕ್ರಾಬ್)
ಹೇಸರ ಕತ್ತೆ mule (ಮ್ಯೂಲ್)
ಮೊಲ hare (ಹೇರ್)
ತಿಗಣೆ bug (ಬಗ್)
ಜೇನು ನೊಣ beetle (ಬೀಟ್ಲ್)
ಹಸು cow (ಕೌ)
ಅಳಿಲು squirrel (ಸ್ಕುರಿಲ್)
ಕತ್ತೆ ass (ಆಸ್)
ಘೇಂಡಾ ಮೃಗ rhino ceroes (ರಿನೋ ಸಿರೋಸ್)
ಕುದುರೆ horse (ಹಾರ್ಸ್)
ಹೆಣ್ಣು ಕುದರೆ mare (ಮೇರ್)
ಶಂಬುಕ snail (ಸ್ನೆಯ್ಲ್)
ಮಕರ allegator (ಅಲ್ಲೇಗೆಟರ್)
ಚಿರತೆ panther (ಪಾಂತರ್)
ಇಲಿ rat (ರಾಟ್)
ಬಿಲವಾಸಿ ಪ್ರಾಣಿ mole (ಮೋಲ್)
ಜಿರಾಫೆ giraffe (ಜಿರಾಫಿ)

ಹಲ್ಲಿ lizard (ಲಿಜಾರ್ಡ್)
ಹೇನು lice (ಲೈಸ್)
ಇಂಬಳ leech (ಲೀಚ್)
ಮಿಡತೆಯಂತ ಹುಳ cricket (ಕ್ರಿಕೆಟ್)
ಕಪ್ಪು ಪಟ್ಟಿಯ ಕುದುರೆ zebra (ಜೀಬ್ರಾ)
ಸ್ಪೀನಿಯಲ್spenial (ಸ್ಪೀನೆಯ್ಲ್)
ಮರಿ ಕುದುರೆ pony (ಪೋನಿ)
ಮಿಡತೆ grass hopper (ಗ್ರಾಸ್ ಹಾಪ್ಪೆರ್)
ಶಲಬ locust (ಲೋಕಸ್ಟ್)
ಚಿರತೆ leopard (ಲೆಪರ್ಡ್)
ಕಣಜನ ಹುಳ wasp (ವಾಸ್ಪ್)
ಚಿಟ್ಟೆ butterfly (ಬಟ್ಟೆರ್‌ಫ್ಲೈ)
ಗೆದ್ದಲು ಹುಳ termite (ಟೆರ್‌ಮೈಟ್)
ಬಾಲವುಳ್ಳ ಕಪ್ಪೆ ಮರಿ tadpole (ಟಾಡ್‌ಪೋಲ್)
ರೇಷ್ಮೆ ಹುಳ silk worm (ಸಿಲ್ಕ್ ವರ್ಮ್)
ನರಿ fox (ಫಾಕ್ಸ್)
ಕತ್ತೆ ಕಿರುಬ hyena (ಹೈನಾ)
ಮಂಗ ಮಾನವ ape (ಏಪ್)
ಹಾವು snake (ಸ್ನೇಕ್)
ಸಿಂಪಿ oyster (ಆಯ್‌ಸ್ಟೆರ್)
ಎತ್ತು bull (ಬುಲ್)
ಕಸ್ತೂರಿ ಮೃಗ musk deer (ಮಸ್ಕ್ ಡೀರ್)
ಕಾಂಗ್ರೂ kangaroo (ಕಂಗಾರೂ)
ನಾಯಿ dog (ಡಾಗ್)
ನೀಲಿ ಎತ್ತು blue bull (ಬ್ಲೂ ಬುಲ್)
ಮುಂಗುಸಿ mongoose (ಮಂಗೂಸ್)
ನಾಯಿ ಮರಿ puppy (ಪಪ್ಪಿ)
ರಕ್ತ ಹೀರುವ ಜಿಗಟ flea (ಫ್ಲೀ)
ಚೇಳು scorpion (ಸ್ಕಾರ್ಪಿಯನ್)
ಗಂಡು ಮೇಕೆ he goat (ಹೀ ಗೋಟ್)
ಹೆಣ್ಣು ಮೇಕೆ she goat (ಶೀ ಗೋಟ್)
ಮರಿ kid (ಕಿಡ್)
ಕರು calf (ಕಾಫ್)
ಕುದರೆ ಮರಿ colt (ಕೋಲ್ಟ್)
ಬೆಕ್ಕು cat (ಕ್ಯಾಟ್)
ಬೆಕ್ಕಿನ ಮರಿ kitten (ಕಿಟ್ಟೆನ್)
ಮಂಗ monkey (ಮಂಕಿ)
ಚಿಂಪಾಂಜಿ chimpanzee (ಚಿಮ್‌ಪಾನ್‌ಸೀ)
ಹುಲಿ tiger (ಟೈಗರ್)
ಸಾರಂಗ stag (ಸ್ಟಾಗ್)
ಎತ್ತು Ox/bullock (ಆಕ್ಸ್/ಬುಲ್ಲಕ್)
ಕರಡಿ bear (ಬಿಯರ್)
ತೋಳ wolf (ವುಲ್ಫ್)
ಕುರಿ sheep (ಶೀಪ್)
ಕುರಿಮರಿ lamb (ಲಾಂಬ್)
ಎಮ್ಮೆ buffalo (ಬಫ್ಫೆಲೋ)
ಕುರಿ ಮರಿ kid/lamb (ಕಿಡ್/ಲಾಂಬ್)
ಟಗರು ram (ರಾಮ್)
ಜೇಡ spider (ಸ್ಪೈಡೆರ್)
ನೊಣ fly (ಫ್ಲೈ)
ಮೊಸಳೆ crocodile (ಕ್ರೊಕೋಡೈಲ್)
ಸೊಳ್ಳೆ mosquito (ಮಸ್ಕಿಟೋ)
ಮೀನು fish (ಫಿಶ್)
ಜೇನು ನೊಣ bee (ಬೀ)
ಕಪ್ಪೆ frog (ಫ್ರಾಗ್)
ಮುಳ್ಳು ಹಂದಿ procupine (ಪ್ರೊಕುಪೈನ್)
ನರಿ jackal (ಜಾಕೆಲ್)
ಸಿಂಹ lion (ಲೈನ್)
ಹಂದಿ pig (ಪಿಗ್)
ಹಂದಿ swine (ಸ್ವೈನ್)
ಜಿಂಕೆ dear (ಡಿಯರ್)
ಜಿಂಕೆ ಮರಿ fawn (ಫಾನ್)
ಆನೆ elephant (ಎಲಿಫೆಂಟ್)

13 Professions (ವೃತ್ತಿಗಳು)

ಪತ್ರಿಕಾ ಏಜೆಂಟ್ news agent (ನ್ಯೂಸ್ ಏಜೆಂಟ್)
ಕಾರ್ಯ ಭಾರಿ agent (ಏಜೆಂಟ್)
ಯಂತ್ರ ಶಿಲ್ಪಿ engineer (ಇನ್‌ಜಿನೀರ್)
ನಟ actor (ಏಕ್ಟರ್
ನ್ಯಾಯವಾದಿ advocate (ಆಡ್ವಕೇಟ್)
ಕೆಲಸದವರು orderly (ಆರ್ಡರ್ಲಿ)
ಕಲೆಗಾರ artist (ಆರ್ಟಿಸ್ಟ್)
ಕವಿ poet (ಪೊಯೆಟ್)
ಮಾಂಸದ ವ್ಯಾಪಾರಿ butcher (ಬುಟ್ಚರ್)
ಕುಶಲ ಕರ್ಮಿ artisan (ಆರ್ಟಿಸಾನ್)
ವ್ಯವಸಾಯಿ farmer (ಫಾರ್ಮರ್)
ತರಕಾರಿ ಮಾರುವವನು green-grocer (ಗ್ರೀನ್ ಗ್ರೋಸರ್)
ಕುಂಬಾರ potter (ಪಾಟ್ಟರ್)
ಸಾಮಾನು ಹೊರುವ ಕೂಲಿ porter (ಪೋರ್ಟರ್)
ದೋಣಿ ಚಾಲಕ boat man (ಬೋಟ್‌ಮಾನ್)
ಶಿಕ್ಷಕ coach man (ಕೋಟ್‌ಮಾನ್)
ಹಣಕಾಸು ನಿರ್ವಾಹಕ cashier (ಕ್ಯಾಷಿಯರ್)
ಹೊತ್ತು ಮಾರುವವ hawker (ಹಾಕರ್)
ವಾಸನ ದ್ರವ್ಯಗಳನ್ನು ಮಾರುವವನು perfumer (ಪೆರ್‌ಫ್ಯೂಮರ್)
ಕುರುಬ shepherd (ಶೆಪ್ಪರ್ಡ್)
ಹಾಡುಗಾರ musician (ಮ್ಯುಸಿಷಿಯನ್)
ಅಗಸ washer man (ವಾಶರ್ ಮಾನ್)
ದಾದಿ nurse (ನರ್ಸ್)
ನಲ್ಲಿ ಕೆಲಸ ಮಾಡುವವ plumber (ಪ್ಲಂಬರ್)
ಕ್ಷೌರಿಕ barber (ಬಾರ್‌ಬರ್)
ಬ್ರೆಡ್ ಇತ್ಯಾದಿಗಳನ್ನು ಮಾಡುವವನು baker (ಬೇಕರ್)
[illegible] sailor (ಸೆಯ್‌ಲರ್)
[illegible] journalist ([illegible])
ಪರಿ[illegible] examiner (ಎಕ್ಸಾಮಿನರ್)
ಕುಸ್ತಿ ಮಾಡುವವನು wrestler (ವ್ರೆಸ್ಟ್ಲರ್)
ಕ್ರೈಸ್ತ ಪುರೋಹಿತ clergyman (ಕ್ಲೆರ್ಜಿಮಾನ್)
ಪೂಜಾರಿ priest (ಪ್ರೀಸ್ಟ್)
ಬಣ್ಣ ಹಚ್ಚುವವನು painter (ಪೆಯ್‌ನ್ಟರ್)
ಪ್ರಕಾಶಕ publisher (ಪಬ್ಲಿಷರ್)
ನಿರ್ವಾಹಕ manager (ಮ್ಯಾನೇಜರ್)
ತರಭೇತಿ ಕೊಡುವವನು trainer (ಟ್ರೆಯ್‌ನರ್)
ಸೈಕಲ್ ಸವಾರ pedlar (ಪೆಡ್ಲರ್)
ಬಟ್ಟೆ ವ್ಯಾಪಾರಿ draper (ಡ್ರೇಪರ್)
ಬಡಗಿ carpenter (ಕಾರ್ಪೆಂಟರ್)
ವ್ಯಾಪಾರಿ general merchant (ಜೆನರಲ್ ಮೆರ್ಚಂಟ್)
ನೇಯ್ಕಾರ weaver (ವೀವರ್)
ವಾಹಕ bearer (ಬೇರರ್)
ಕಸ ಗುಡಿಸುವವನು sweeper (ಸ್ವೀಪರ್)
ಉಗ್ರಾಣ ಪಾಲಕ store keeper (ಸ್ಟೋರ್ ಕೀಪರ್)
ಗಿರಣಿ grain parcher (ಗ್ರೆಯ್ನ್ ಪಾರ್ಚೆರ್)

ದನ ಕಾಯುವವನು cowherd (ಕೌಹೆರ್ಡ್)
ಕೆಲಸದವನು peon (ಪಿಯೂನ್)
ಕಾವಲು ಗಾರ watchman (ವಾಟ್ಚ್‌ಮಾನ್)
ಶಸ್ತ್ರ ವೈದ್ಯ surgeon (ಸರ್ಜಿಅನ್)
ಪುಸ್ತಕಗಳಿಗೆ ರಟ್ಟನ್ನು ಹಾಕುವವನು binder (ಬೈಂಡರ್)
ನೇಯ್ಕಾರ weaver (ವೀವೆರ್)
ಚಮ್ಮಾರ cobbler (ಕಾಬ್ಲರ್)
ಚಿನ್ನದ ವ್ಯಾಪಾರಿ jeweler (ಜ್ಯುವೆಲರ್)
ಟೈಪಿಸ್ಟ್ typist (ಟೈಪಿಸ್ಟ್)
ಗುತ್ತಿಗೆ ದಾರ contractor (ಕಾಂಟ್ರಾಕ್ಟರ್)
ಅಂಚೆಯವನು postman (ಪೋಸ್ಟ್‌ಮಾನ್)
ವೈದ್ಯ doctor (ಡಾಕ್ಟರ್)
ಡ್ರಮ್‌ಗಳನ್ನು ಬಾರಿಸುವವನು drummer (ಡ್ರಮ್ಮರ್)
ತಬಲ ನುಡಿಸುವವನು tabla player (ತಬ್ಲಾ ಪ್ಲೇಯರ್)
ಗಾಣಿಗ oilman (ಆಯಿಲ್‌ಮಾನ್)
ದರ್ಜಿ tailor (ಟೆಯ್‌ಲರ್)
ದಳ್ಳಾಳಿ broker (ಬ್ರೋಕೆರ್)
ಔಷಧಿ ವ್ಯಾಪಾರಿ druggist (ಡ್ರಗ್ಗಿಸ್ಟ್)
ಹಲ್ಲಿನ ವೈದ್ಯ dentist (ಡೆಂಟಿಸ್ಟ್)
ಅಂಗಡಿ ಮಾಲಿಕ shopkeeper (ಶಾಪ್‌ಕೀಪೆರ್)
ಕಾರ್ಡು ವಾಚಕ carder (ಕಾರ್‌ಡೆರ್)
ಬಿಕ್ಷುಕ beggar (ಬೆಗ್ಗರ್)
ನೀರು ಹೊರುವವನು water carrier (ವಾಟರ್ ಕ್ಯಾರೀರ್)
ಕೂಲಿ labourer (ಲೇಬರರ್)
ದೋಣಿ ಚಾಲಕ boatman (ಬೋಟ್‌ಮಾನ್)
ಹಣ ಕೊಡುವವನು money lender (ಮಣಿ ಲೆಂಡರ್)
ತೋಟಗಾರಿಕೆ ಮಾಡುವವನು gardener (ಗಾರ್ಡ್‌ನರ್)
ಯಂತ್ರಗಳನ್ನು ಸರಿಮಾಡುವವನು mechanic (ಮೆಕ್ಯಾನಿಕ್)
ಮುದ್ರಕ printer (ಪ್ರಿಂಟರ್)
ಲೆಕ್ಕಿಗ accountant (ಅಕೌಂಟಂಟ್)
ಶಿಲ್ಪಿ sculptor (ಸ್ಕಲ್ಪಚರ್)
ಚಮ್ಮಾರ cobbler (ಕಾಬ್ಲೆರ್)
ಕಸ ಗುಡಿಸುವವನು sweeper (ಸ್ವೀಪೆರ್)
ಬಣ್ಣ ಹಚ್ಚುವವನು dyer (ಡೈಯೆರ್)
ಔಷಧಿ ವ್ಯಾಪಾರಿ chemist (ಕೆಮಿಸ್ಟ್)
ಅಡಿಗೆ ಮಾಡುವವನು cook (ಕುಕ್)
ಲೇಖಕ author (ಆತರ್)
ಕಮ್ಮಾರ blacksmith (ಬ್ಲಾಕ್ ಸ್ಮಿತ್)
ವಕೀಲ lawyer (ಲಾಯೆರ್)
ವೈದ್ಯ physician (ಫಿಸಿಷಿಯನ್)
ಉಪಾಧ್ಯಾಯ teacher (ಟೀಚರ್)
ವರದಿಗಾರ reporter (ರಿಪೋರ್ಟರ್)
ಪೋಲಿಸ್ policeman (ಪೋಲಿಸ್‌ಮಾನ್)
ಆಚಾರಿ goldsmith (ಗೋಲ್ಡ್ ಸ್ಮಿತ್)
ವ್ಯಾಪಾರಿ merchant (ಮೆರ್‌ಚಂಟ್)
ತಿಂಡಿ ತಿನುಸುಗಳನ್ನು ತಯಾರಿಸುವವನು confectioner (ಕಂಫೆಕ್ಷನರ್)